बाँड या व्यक्तिरेखेचा निर्माता इयान फ्लेमिंग याच्या मृत्यूनंतर अनेक लेखकांनी 007च्या कादंबऱ्या लिहिल्या आहेत – त्यावरील प्रतिक्रिया संमिश्र स्वरूपाच्या आहेत. तशी अगदी पहिली कादंबरी वाङ्मयाचा व्यासंगी किंग्स्ले एमिस याने लिहिण्याचा प्रयत्न केला आणि ती यशस्वी ठरली. त्या नंतरच्या दहा वर्षांत जॉन गार्डनर यांच्यासह इतर अनेकांनी केलेले प्रयत्न तितकेसे यशस्वी ठरले नाहीत. आता 'बर्डसॉन्ग'सारख्या गाजलेल्या कादंबऱ्या लिहिणाऱ्या सेबॅस्टिअन फॉक्स याने गंभीरपणे जेम्स बाँडवर कादंबरी लिहिण्याचे आव्हान स्वीकारले आहे.

'डेव्हिल मे केअर', या कादंबरीला आधीच अफाट प्रसिद्धी मिळाली आहे. सर्वोत्कृष्ट पुस्तकांच्या यादीत ती अग्रक्रमाने राहाण्यासाठी रॉयल नेव्हीचाही हातभार लागला आहे. (अर्थात बाँड हा नेव्हल कमांडर आहे म्हणूनच!) 'कॅसिनो रोयाल' या चित्रपटाची पुनर्निर्मिती आणि डॅनिएल क्रेग याचा 'क्वान्टम ऑफ सॉलेस' हा दुसरा चित्रपट यांच्यामुळे बाँडच्या पुस्तकांचा खप पुन्हा दणक्यात वाढला. 'डेव्हिल मे केअर' या पुस्तकाबद्दलच्या अपेक्षा अति वाढल्यानेच धोका संभवू शकतो.

सेबॅस्टिअन फॉक्स याने स्वत:चे नाव टाकतानाच इयान फ्लेमिंगचे नावही स्पष्टपणे लिहून; तो या पुस्तकाकडे किती गंभीरपणे बघतो आहे ते दाखवले आहे. बाँडच्या झगमगीत चित्रपटांवर अवलंबून न राहाता, इयान फ्लेमिंग यांच्या पुस्तकांच्या ठरावीक साच्यातच त्याने कादंबरी लिहिण्याचा प्रयत्न केला आहे. अनेक गोष्टींचा बारकाईने विचार करत असताना इतर काही पुस्तकांप्रमाणे आणि त्यावरील चित्रपटांप्रमाणे 007ला एकविसाव्या शतकात न आणता जाणीवपूर्वक १९६०च्या काळातच ठेवण्याचा धूर्तपणाही दाखवला आहे. हे सर्व लक्षात घेऊन, तो किती यशस्वी झाला म्हणता येईल?

फ्लेमिंगवर प्रेम करणाऱ्यांनी अजिबात चिंता करायचे कारण नाही. सेबॅस्टिअन फॉक्सची ही निर्मिती अप्रतिम आहे. पॅरिस आणि मध्य पूर्वेतला तो काळ आणि फ्लेमिंग प्रमाणेच रंगीबेरंगी आणि तितकाच हिंस्र तपशील गतस्मृतींना उजाळा देणारा आहे. खलनायक ज्यूल्स गॉर्नर जरा जास्तीच दुष्ट आहे. त्याचे व्यंगही तसेच विचित्र आहे. इयान फ्लेमिंगच्या धर्तीवरच रंगवलेला खलनायक. त्याची आसुरी

महत्वाकांक्षा तशीच भव्य आहे. सर्वात महत्त्वाची गोष्ट म्हणजे, हा इयान फ्लेमिंगचा जेम्स बाँड आहे – सुपरमॅन नाही! वयपरत्वे स्वत:ची ताकद कमी होते आहे की काय याची काळजी वाहणारा आहे. आणि फॉक्सला दुसरी अशीच कादंबरी लिहिण्यासाठी उद्युक्त करता येईल का असा विचार मनात आणणारीही आहे .

– बॅरी फोरशॉ

सेबॅस्टिअन फॉक्स सारख्या श्रेष्ठ दर्जाच्या कादंबरीकाराने इयान फ्लेमिंगच्या नावाने कादंबरी लिहिण्याची जबाबदारी स्विकारण्याची तयारी दर्शवणे म्हणजे मनाचा थरकाप उडवण्याऱ्या कादंबऱ्या लिहिणाऱ्या इयान फ्लेमिंगबद्दल दर्शवलेला यथोचित आदरच आहे.

– द टाइम्स

जागा खाली कर, हॅरी पॉटर – या वर्षी सेबॅस्टिअन फॉक्सची नवीन जेम्स बाँड कादंबरी 'डेव्हिल मे केअर' प्रसिद्ध होणार आहे.

– डेली एक्स्प्रेस

२००८ची सर्वात चित्तथरारक घटना म्हणजे या पुस्तकाचे प्रकाशन होय.

– ऑब्झर्व्हर

जेम्स बाँडचे शौकिन असणाऱ्यांच्या दृष्टीने हे वर्ष अविस्मरणीय ठरणार आहे.

– गार्डियन

सकाळचे वर्तमानपत्र उघडले... इयान फ्लेमिंगच्या इस्टेटने सेबॅस्टिअन फॉक्सला जेम्स बाँडचे पुढले पुस्तक लिहायला सांगितले आहे, असे वाचले आणि मी सुन्नच झालो. असूया आणि रागामुळे माझ्या डोळ्यांत अश्रू उभे राहिले.

– जेरेमी क्लार्कसन, सन्डे टाइम्स

२००८मध्ये इयान फ्लेमिंग यांच्या जन्मशताब्दीचे औचित्य साधून लेखकाने
जेम्स बाँडचे नवीन साहस जगासमोर आणले

डेव्हिल मे केअर

लेखक
सेबॅस्टिअन फॉक्स

अनुवाद
बाळ भागवत

मेहता पब्लिशिंग हाऊस

Website : www.mehtapublishinghouse.com

DEVIL MAY CARE by SEBASTIAN FAULKS

Copyright © Ian Fleming Publications Ltd, 2008

Website : www.ianfleming.com

Translated in Marathi Language by Bal Bhagwat

डेव्हिल मे केअर / अनुवादित कादंबरी

TBC

अनुवाद : बाळ भागवत
१८, कुबल निवास, गोखले रोड, (उत्तर) दादर, मुंबई - २८.

मराठी अनुवादाचे व प्रकाशनाचे हक्क मेहता पब्लिशिंग हाऊस, पुणे.

प्रकाशक : सुनील अनिल मेहता, मेहता पब्लिशिंग हाऊस,
१९४१, सदाशिव पेठ, माडीवाले कॉलनी, पुणे - ४११०३०.

मुखपृष्ठ : चंद्रमोहन कुलकर्णी

प्रथमावृत्ती : नोव्हेंबर, २०१२

P Book ISBN 9788184984279

इयान फ्लेमिंगच्या
आठवणींना

आणि
फली वकील याला,
ज्याने आम्ही शाळेत असताना
पहिल्यांदा माझी बॉन्डशी ओळख करून दिली.

लेनिनग्राड आणि
हेलसिंकीकडे
मॉस्को
गॉर्की
व्होल्गा
कझान
इलातूस्त-३६
चेल्याबिन्स्क
व्होल्गा
डॉन
उरल पर्वत
स्टालिनग्राड
डॉन
युएसएसआर
अस्त्राखान
अरल समुद्र
काळा समुद्र
फोर्ट शेवचेन्को
कॅस्पियन समुद्र
तुर्कस्तान
नौशार
अलबुर्ज पर्वत
तेहरान
दश्त-ए-काव्हिर
अफगाणिस्तान
इराक
इस्फहान
दश्त-ए-लुत
याझ्द
झाबोल
उ
केरमान
पर्शिया
(इराण)
झाहेदान
प
पू
बाम
द
पर्शियन गल्फ
0 100 200 300 miles
0 200 400 kilometres
गल्फ ऑफ ओमान

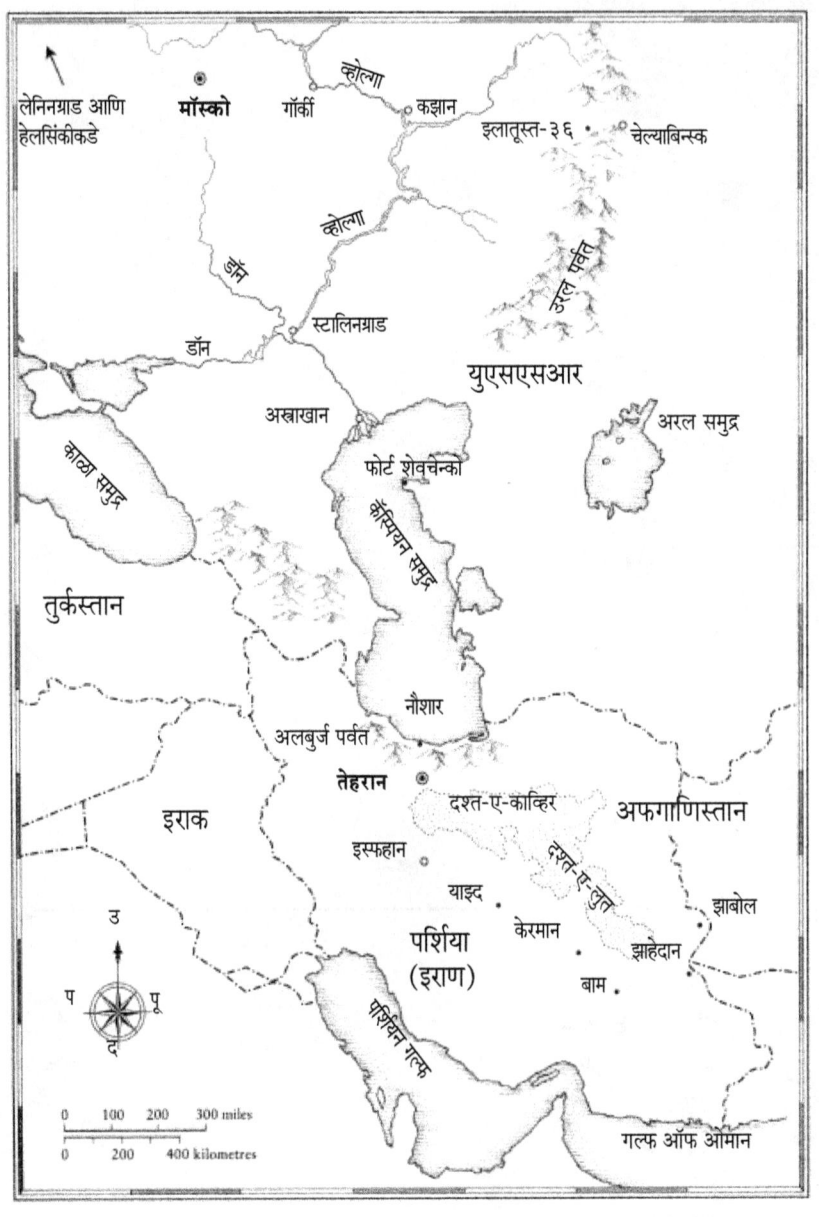

आभार

कृपा कुलकर्णी
डॉ. लीना देशपांडे
अनिल शिवकुमारन
विमल जोशी आणि
सुहास जोशी
जयश्री चव्हाण आणि
आनंदकुमार चव्हाण

पाठलाग करणाऱ्याचाच पाठलाग

पॅरिसमधली संध्याकाळ. जोरदार पाऊस कोसळत होता. लॅटिन क्वार्टरमधल्या दुतर्फा झाडे लावलेल्या बोलीवार्ड्सच्या गुळगुळीत फरश्यांवर आणि आजूबाजूच्या घरांच्या उतरत्या छपरांवर पडणाऱ्या पावसाच्या थेंबांचा टपटप आवाज सतत येत होता. 'क्रिलॉन अॅण्ड जॉर्ज फाईव्ह' हॉटेलच्या प्रवेशद्वारांजवळ उभे असलेले द्वारपाल आपल्या पाहुण्यांसाठी बाहेर येऊन शिट्या वाजवत टॅक्सीवाल्यांना बोलावत होते. अंधारातून टॅक्सी समोर आली की, फरकोट घातलेल्या आपल्या पाहुण्यांना छत्र्यांमध्ये घेऊन टॅक्सीमध्ये बसवत होते. *प्लास द ला कॉन्कोर्द* या चौकाची प्रशस्त मोकळी जागा पावसाच्या पाण्यात आणि दिव्यांच्या प्रकाशात चमकत होती.

शहराच्या पार उत्तरेकडल्या सार्सेल भागात युसूफ हाशिम वॉकवेवरच्या छपरांखाली आश्रयाला उभा होता. काही भिजू नये म्हणून प्रेमी युगुले एकमेकांना मिठ्या मारून उभी राहात; ती *पाँ नफ*ची सुरेख कमानीखालची ही जागा नव्हती. धुळीने काळ्या पडलेल्या बाल्कनीखाली तो उभा होता. या बाल्कनीखालून अनेक कड्या असणारे दरवाजे काळ्या पडलेल्या, गलिच्छ अशा तीन खोल्यांच्या अपार्टमेन्टमध्ये उघडत होते. तेथून समोरच एन-१ महामार्गावरील गर्दीचा भाग दिसत असे. आणि ती सर्व अपार्टमेन्ट्स एका अठरा मजली टॉवर ब्लॉकला जोडलेली होती. आर्किटेक्टने अत्यंत प्रेमाने त्या टॉवर ब्लॉकला *लार्क ऑन सीएल* – इन्द्रधनुष्य – असे नाव दिले असले, तरी फारशा परिचित नसलेल्या या विभागातसुद्धा या टॉवर ब्लॉककडे बघताना मनात धडकीच भरत असे.

सहा वर्षे अल्जेरियामध्ये फ्रेंचांविरुद्ध लढल्यावर युसूफ हाशिम सर्व सोडून पळाला आणि पॅरिसला पोहोचला. त्याने *लार्क ऑन सीएल* मध्ये राहण्याची व्यवस्था करून घेतली. काही काळानंतर त्याचे तिघे भाऊही तिथे येऊन पोहोचले. लोक म्हणत की, 'त्या भयानक टॉवरमध्ये जन्म घेतलेल्या माणसांनाच तिथल्या रस्त्यांवर भीती वाटत नसे.' हाशिम कधीच कुणाला घाबरत नव्हता. फक्त पंधरा वर्षांचा असताना अल्जेरियन नॅशनॅलिस्ट मुव्हमेंटसाठी (एफ.एल.एन.) तो काम करत होता आणि एका पोस्ट ऑफिसवर बॉम्बहल्ला चढवून त्याने पहिली हत्या केली होती. उत्तर आफ्रिका आणि पॅरिसमध्ये त्याचा अशाच लोकांशी संबंध आला

होता की, ज्यांच्या दृष्टीने एखाद्याचा जीव घेणे ही विशेष बाब नव्हती. ताकदवान माणसांचाच त्यांच्या जगात निभाव लागत होता आणि हाशिम स्वत:ची काळजी नक्कीच घेऊ शकत होता, हे त्याने सिद्ध केले होते.

त्याने पावसामध्ये पाऊल टाकले आणि रस्त्यावरच्या सोडियम दिव्यांच्या प्रकाशात मागे-पुढे नजर टाकली. त्याच्या तपकिरी रंगाच्या चेहऱ्यावर असंख्य व्रण होते. काळ्या भुवयांमधून पुढे आलेले मोठे नाक पोपटाच्या चोचीप्रमाणे वाकलेले होते. त्याने एकदा आपल्या निळ्या पॅन्टच्या मागच्या खिशात आपली बोटे आपटून पंचवीस हजार फ्रॅन्कच्या नवीन नोटा गुंडाळलेली प्लॅस्टिकची छोटी पिशवी जागेवर आहे याची खात्री करून घेतली. एवढ्या मोठ्या रकमेचा व्यवहार तो प्रथमच करणार होता. त्याच्यासारख्या अनुभवी माणसालासुद्धा थोडीशी भीती वाटणे स्वाभाविक होते.

मागच्या सावलीत सरकून त्याने घड्याळावर निदान पाचव्या-सहाव्या वेळेला तरी नजर टाकली. आपण नक्की कुणाला भेटणार आहोत याची त्याला कधीच कल्पना नसे. एकच माणूस कधीही दुसऱ्या वेळेला भेटायचा नाही. कधी गडबड झाली, माणूस पकडला गेला तर तो दुसऱ्या कुणाबद्दल काही सांगूच शकायचा नाही. वितरण व्यवस्था सुरक्षित राहत असे. पुढे माल पाठवताना हाशिम तीच काळजी घेई. प्रत्येक वेळी वेगळे स्थळ, वेगळा माणूस, याबाबत आग्रह धरे. अगदी प्रत्येक वेळेला हे शक्य व्हायचे नाही म्हणा. अशी सावधगिरी नेहमी बाळगायची तर तसाच पैसा खर्च करावा लागतो. काहीही करून माल हवाच अशी घायकुतीला आलेली गिऱ्हाइके असली तरी त्यांनाही रस्त्यावर या मालाची किंमत किती असेल याची पूर्ण कल्पना असे. या व्यवहाराच्या साखळीमध्ये पूर्ण सुरक्षितता राखण्याइतका पैसा कुणालाच मिळत नव्हता. दुर्गंधी पसरलेल्या ज्या एका जिन्याखाली हाशिम उभा होता तिथून हजारो मैल अंतरावर असणाऱ्या या उद्योगाच्या सर्वशक्तिमान सूत्रधारालाच फक्त संपूर्ण सुरक्षा मिळणे शक्य होते.

त्याने आपल्या सिगारेटच्या निळ्या पाकिटामधली शेवटची सिगारेट आपल्या ओठात धरली आणि फेकून देण्यासारख्या स्वस्त लायटरने ती शिलगावली. त्याच क्षणी अंधारामधून कुणीतरी बोलल्याचा आवाज आला. भलत्याच माणसाला आपल्यावर लक्ष ठेवण्याची संधी आपण दिली या विचाराने स्वत:वरच संतापून त्याने मागच्या अंधारात उडी घेतली. त्याचा हात आपोआपच त्याच्या पॅन्टच्या बाजूच्या खिशावर पडला. अल्जेरियातल्या झोपडपट्टीत लहानपणापासूनच तो सदोदित चाकू बाळगायला शिकला होता. खिशावरून हात फिरवतच त्याने चाकू जागेवर आहे याची खात्री करून घेतली.

सैनिक वापरतात तसा पायघोळ ग्रेटकोट अंगावर घातलेली एक दणकट

बुटकी आकृती सोडियमच्या दिव्याच्या प्रकाशात पुढे आली. फॉरिन लीजनमधले सैनिक वापरत तशीच, पण जुनी अशी केपी – हॅट त्या व्यक्तीने डोक्यावर चढवली होती. पाण्याचे ओहोळ त्या केपीवरून खाली ओघळत होते. त्याचा चेहरा हाशिमला नीट दिसत नव्हता. इंग्लिशमध्ये घोगऱ्या पण हळू आवाजात तो माणूस म्हणाला, ''इन फ्लॅन्डर्स फिल्ड्स; द पॉपीज ब्लो.''

अर्थ कळत नसताना फक्त ऐकून पाठ केलेले शब्द हाशिमने उच्चारले, ''बिटवीन द क्रॉसेस, रो ऑन रो.''

''किती?'' त्या दुसऱ्या डीलरने एकच फ्रेंच शब्द बोलताच हाशिमच्या लक्षात आले की तो फ्रेंच नाही.

''पंचवीस हजार.''

रनरने कागदाची एक खाकी कॅनव्हास बॅग जिन्याच्या अगदी खालच्या पायरीवर ठेवली आणि तो पाऊल मागे टाकून उभा राहिला. त्याचे दोन्ही हात आपल्या कोटाच्या खिशात गेले. त्यातल्या एका हातात तरी त्याने पिस्तूल पकडले असणार याची हाशिमला पूर्ण खात्री होती. आपल्या निळ्या पॅन्टच्या मागच्या खिशातून पैसे गुंडाळून ठेवलेली प्लॅस्टिकची पिशवी काढून हाशिमने समोर ठेवली आणि तोही मागे सरकला. नेहमीची पद्धत. एकमेकांशी संपर्क नाही. सुरक्षित अंतर राखायचे. त्या माणसाने वाकून पैसे उचलले, न मोजता खिशात ठेवले आणि मान हलवली. पुन्हा पाऊल मागे घेतले. हाशिमच्या हालचालीची वाट बघत थांबला.

हाशिमने वाकून बॅग उचलली. चांगली जड होती. आजपर्यंत त्याने स्वीकारलेली कुठलीही बॅग इतकी जड नव्हती. तरीही ती इतकी वजनदार नव्हती की, वाळू भरल्याचा संशय यावा. त्याने एकदा ती वर-खाली करून हलवल्यावर आतला माल सरकला. घट्ट पॅक केलेल्या पावडरची पाकिटे. व्यवहार संपला. आता दुसरा माणूस जायची वाट बघत तो थांबला. हेसुद्धा नेहमीचेच. माल घेणारा माणूस कुठल्या दिशेने निघाला आहे हेदेखील माल पुरवणाऱ्याने बघता कामा नये. अज्ञानातच सुरक्षितता.

स्वत: पहिली हालचाल करायची हाशिमची अजिबात तयारी नव्हती. तो दुसऱ्या माणसाकडे बघत बसला. एकाएकी त्याला आसपासच्या आवाजांची जाणीव झाली. वाहतुकीची गडबड, वॉकवेवरून रस्त्यावर पडणाऱ्या पावसाच्या पाण्याचे आवाज.

नक्की काहीतरी घोटाळा होता. हाशिमने भिंतीच्या कडेकडेने चोरट्याप्रमाणे अंधारात नाहीसे होण्यासाठी हालचाल सुरू केली, पण दोन टांगा टाकत त्या दुसऱ्या माणसाने त्याला गाठले आणि त्याचा गळा पकडला. दुसऱ्या क्षणी हाशिमचा चेहरा इतक्या जोराने भिंतीवर आदळला गेला की, त्याच्या नाकाचे हाड

मोडले. काही कळायच्या आत सिमेंट काँक्रीटच्या जमिनीवर त्याला उलटे फेकून त्या माणसाने आपले पिस्तूल त्याच्या कानामागे लावले. सेफ्टी कॅच निघाल्याचा आवाज झाला. त्या माणसाने सराईतपणे दुसऱ्या हाताने हाशिमचे दोन्ही हात मागे खेचून त्याच्या मनगटांवर हातकड्या चढवल्या. अरे देवा! पोलीस, हाशिमच्या मनात विचार आला. पण त्याने कसे....

पुढल्या क्षणी तो उताणा पडला होता. त्या माणसाने खेचतच त्याला जिन्यापर्यंत नेऊन पायऱ्यांना टेकवून बसवले. आपल्या कोटाच्या खिशातून निदान चार इंच लांबीची एक लाकडी पाचर काढली. तिच्या एका बाजूला टोक काढले होते. त्याने दाणकन ते टोक हाशिमच्या तोंडात घुसवून तळहाताने एक दणका दिला आणि मग पिस्तुलाचा दस्ता पुन्हा-पुन्हा हाणून ती पाचर आत घुसवली. पुढले सर्व दात तुटल्याचे आवाज आले. मग त्याने खिशातून एक मोठी पक्कड बाहेर काढली.

तो वाकला आणि प्रथमच हाशिमला त्याचा पिवळसर चेहरा दिसला. अत्यंत अशुध्द फ्रेंच भाषेत तो म्हणाला, ‘‘तोंड उघडणाऱ्या माणसांच्या बाबतीत हेच करतो आम्ही.’’

त्याने ती पक्कड हाशिमच्या तोंडात घुसवली आणि त्याची जीभ पकडीत धरली.

रेने मॅथिस हा *प्लास दे वोस्ज* या चौकाजवळच्या एका छोट्या रेस्टॉरन्टमध्ये आपल्या मैत्रिणीबरोबर जेवण घेत होता. जवळच्या खिडकीच्या खालच्या अर्ध्या भागाला पितळेच्या दांड्यावर जाळीदार पडदे लावलेले असल्याने बाहेरचे काही दिसत नसले, तरी वरच्या भागातून नजरेस पडणाऱ्या चौकाच्या एका कोपऱ्यात उंच स्तंभावरच्या लाल रंगाच्या विटांवर पाऊस पडताना दिसत होता. पावसाचे पाणी वळचणीमधून खाली गळत होते.

शुक्रवार होता आणि तो आपल्या नेहमीच्या आवडत्या कार्यक्रमात दंग झाला होता. दजिएममधले काम संपल्यावर तो मेट्रो ट्रेनने (भूमिगत रेल्वेने) सेन्ट पॉलला आला आणि तिथून मार्‍हे इथे राहणाऱ्या आपल्या मैत्रिणीच्या छोट्या अपार्टमेन्टकडे निघाला. कोशर मटण पुरवणारी, धार्मिक ग्रंथ विकणारी, सात मेणबत्या पेटवण्यासारखे कॅन्डेलाब्रा विकणारी आणि पुस्तकांची दुकाने मागे टाकून तो एका जुनाट, कधी काळी पसरलेला निळा रंग उडालेल्या *पोर्त कोशेर*जवळ पोहोचला. प्राचीन तऱ्हेच्या घंटेची दोरी ओढण्यापूर्वी सवयीनेच आपल्या मागावर कोणी नाही ना याची त्याने खात्री करून घेतली.

एक यशस्वी व्यभिचारी व्यक्ती बनणे गुप्तहेराला किती सोपे असते, असा एक खूश करून टाकणारा विचार त्याच्या मनात येऊन गेला. तो रस्त्याच्या दोन्ही बाजूंना

नजर टाकत असतानाच दरवाजाच्या आतमध्ये पावले वाजली. बुटक्या आणि लठ्ठ अशा मादाम बुअँ या केअरटेकरने दरवाजा उघडून त्याला आत घेतले. जाड भिंगांआडच्या तिच्या डोळ्यांमध्ये एकाच वेळी नाइलाजाने एखाद्या नावडत्या कामात आणि गुप्त कारस्थानात भाग घेत असल्याचे नेहमीचे भाव होते. तिच्या मनात गोंधळ उडत असावा. तिच्या आवडत्या जांभळ्या रंगाच्या फुलांचा गोड वास येणाऱ्या चॉकलेट्सचा बॉक्स देण्याची वेळ आली आहे असा विचार मॅथिसच्या मनात तरळून गेला. कोर्टयार्ड पार करून तो सिल्व्हीच्या अपार्टमेन्टकडे पोहोचवणाऱ्या पायऱ्या चढला.

त्याचा ओला झालेला कोट तिने झटकून ठेवून दिला. नेहमीप्रमाणेच रिकार्ड्स या मद्याची बाटली, पाण्याने भरलेला काचेचा जग, दोन ग्लासेस्, टोस्ट्स हा सरंजाम टेबलावर तयार होता. पण प्रथम त्यांनी शयनगृह गाठले. भिंती, पडदे, उशांची कव्हरे या सर्वांवर फुलांचे डिझाईन छापलेले होते. सिल्व्ही ही चाळीस एक वर्षांची सुंदर विधवा स्त्री होती. गोरी, निळसर झाक असलेले डोळे, रंगवलेले केस. स्वत:ची छान निगा राखलेली. पुरुषाला हवे तसे नाना तऱ्हेने सुख देण्यात एकदम तरबेज. मॅथिस तर कधी कधी प्रेमाने तिला *पूल द ल्युक्स*-प्रिये म्हणायचा. शरीरसुखानंतर बाथरूम, तिचे कपडे बदलणे, त्याच्यासाठी मदिरा आणि मग जेवणाला बाहेर.

मॅथिसला एका गोष्टीचे नेहमी आश्चर्य वाटे. या बेधुंद प्रणयानंतर तिला व्यवस्थित गप्पा मारायच्या असत. *क्लेरमाँ-फेरान्द* इथे असलेले तिचे कुटुंब, तिची मुले, तिच्या मुली आणि तिची श्रद्धा असलेला अध्यक्ष डी गॉल. जेवण जवळजवळ संपत आले होते. सिल्व्ही तिचे फळांचे काप संपवत होती. त्यांच्या जेवणात अडथळा आणणे भाग पडल्याप्रमाणे दु:खी चेहऱ्याने हेड वेटर पिएर त्यांच्याजवळ पोहोचला.

"क्षमा असावी *मोसिय*. फोन आहे आपला."

कुठेही जायचे तरी मॅथिस त्याच्या कार्यालयांमध्ये टेलिफोन नंबर देऊन ठेवत असे. पण शुक्रवार संध्याकाळी फोन? शुक्रवारची संध्याकाळ त्याच्या दृष्टीने अतिपवित्र असते, हे त्याच्या लोकांना माहीत होते.

तोंड पुसून, सिल्व्हीकडे दिलगिरी प्रदर्शित करून तो रेस्टॉरन्टच्या गर्दीमधून बारच्या पलीकडल्या टॉयलेटच्या दरवाजाशेजारच्या छोट्या लॉबीमध्ये पोहोचला. भिंतीवरचा फोन हुकवरून काढून ठेवलेला होता.

"हॅलो?" त्याची नजर सार्वजनिक ठिकाणी मद्यपान करण्यासंबंधीच्या भिंतीवरच्या नोटीसवरून फिरली. सार्वजनिक ठिकाणी मद्यपान करण्यास मनाई आहे. त्या नोटीसच्या शेजारी लहान मुलांची काळजी घ्यावी या अर्थाचेही वाक्य होते.

संभाषणात कोणी नाव घेतले नाही. पण मॅथिसने डेप्युटी सेक्शन हेडचा आवाज ओळखला.

"*बालिय्य*मध्ये खून पडला आहे," तो म्हणाला.

"पण मग पोलीस कशाला आहेत?" मॅथिसने विचारले.

"ते ठाऊक आहे मला. पण परिस्थिती आपण काळजी करण्यासारखी वाटते."

"पोलीस तिथे आहेत अजून?"

"आहेत. काळजीत आहेत. असे बरेच खून पडले आहेत."

"माहीत आहे मला."

"तुला नजर टाकून यायला हवे."

"आत्ता?"

"हो, मी गाडी पाठवतो आहे."

"ड्रायव्हरला मेट्रोवरच्या सेन्ट पॉल स्टेशनवर यायला सांग."

आपला ओलसर रेनकोट आणि हॅट हुकवरून काढताना मॅथिसच्या मनात विचार आला की, आत्ता फोन आला ते ठीक आहे. दोन तास आधी आला असता तर फारच वैताग आला असता.

*

स्टेशनच्या प्रवेशद्वाराजवळच्या *ऱ्यु द रिवोली*वर इंजीन चालूच ठेवलेली एक काळी सिट्रॉन-डी.एस.२१ गाडी उभी होती. हवा थंड असताना आपल्या गाड्यांची इंजिने ड्रायव्हर्स कधीच बंद करत नाहीत. ती गरम होईपर्यंत पुन्हा गाडी चालू होत नाही. मॅथिस गाडीमध्ये मागच्या बाजूला टेकताक्षणी ड्रायव्हरने क्षणात गाडी चालूही केली.

एक अमेरिकन सिगारेट पेटवून, मागे रेलून मॅथिस बोलीवार्डवर असणाऱ्या मोठमोठ्या दुकानांच्या दर्शनी भागांकडे बघत बसला. गालेरी लाफाये-त, मोनोप्री अशी प्रचंड स्टोअर्स मागे पडत होती. अवाढव्य आकार सोडले तर स्वत:चे काही खास वैशिष्ट्य नाही की व्यक्तिमत्त्व नाही अशी स्टोअर्स. *गार द्यु नोर्द*नंतर ड्रायव्हरने *पिगाल*मधून चढ चढताना छोट्या छोट्या रस्त्यांवरून गाडी न्यायला सुरुवात केली. इन्डो-चायनीज रेस्टॉरन्ट्स, त्यावरची पिवळी शेंदरी छपरे, सेकंड हॅन्ड फर्निचरची दुकाने, क्वचित लाल दिवा चमकत असणारे हॉटेल, एखाद्या छत्रीखाली रस्त्याच्या कोपऱ्यावर उभी असणारी, पायांमध्ये काहीच न घातलेली गुबगुबीत अशी स्त्री.

जुन्या शहराच्या हद्दीमधले कालवे, उभे आडवे रस्ते मागे सोडल्यावर आणि *पोर्त द क्लीन्यानकोर्त, साँ देनि* पार केल्यावर उंच चढलेल्या आणि टॉवर ब्लॉक्सच्या वरच्या मजल्यांना समांतर असणाऱ्या रस्त्याने गाडी पुढे निघाली. प्रकाशाने चमचमणाऱ्या पॅरिसमध्ये स्वागत न होण्यासारखे लोक या भागामध्ये हद्दपार केल्यासारखे येत.

हवाही न शिरणाऱ्या बंद आणि अंधाऱ्या खोल्यांमध्ये राहत.

एन-१ वरून ड्रायव्हरने एका छोट्या रस्त्यावर गाडी वळवली आणि दोन-तीन मिनिटांनी *लार्क ऑन सीएल*पुढे उभी केली.

''थांब,'' मॅथिस म्हणाला. ''तिकडे बघ''.

स्टीअरिंग व्हील वळवल्यावर गाडीचे हेडलाईट्सही त्याच दिशेला वळले. एक छोटा जिना आणि पहाऱ्यावर उभा असलेला युनिफॉर्ममधला पोलीस दिसला.

मॅथिसने त्या भकास इमारतीवरून नजर फिरवली. भिंतींवर ठरावीक अंतराने लाकडाच्या फळ्या कापून काहीतरी कलात्मक आकार चिकटवायचा प्रयत्न कधीतरी झाला होता. शक्य आहे की इमारतींना काही तरी वेगळा रंग, खासियत द्यायचा प्रयत्नही असेल. नाहीतरी 'इन्द्रधनुष्य' हेच तर नाव दिले होते त्याला. आता बहुतेक फळ्या शिल्लकच नव्हत्या आणि ज्या शिल्लक होत्या त्यांच्यावर भयानक फराटे मारले होते. शिल्लक राहिलेल्या फळ्यांमुळे एखाद्या जख्ख म्हातारीला चेहऱ्यावर पावडर थापून आणि लिपस्टिक लावून उभे केले असावे अशी विचित्र कल्पना मॅथिसच्या मनात डोकावून गेली.

मॅथिसने पोलिसाजवळ जाऊन आपले कार्ड दाखवले आणि विचारले, ''प्रेत कुठे आहे?''

''शवागारात, सर.''

''ओळख पटली?''

पोलिसाने आपली डायरी उघडली.

''युसूफ हाशिम, वय सदतीस, अल्जेरियात मिश्र विवाहातून जन्मलेला फ्रेंच.''

''पूर्वीचा काही इतिहास?''

''नाही सर. पण त्यालाही विशेष अर्थ नाही. इथले बहुतेक सर्व लोक गुन्हेगार असले तरी आपल्याकडे त्यांचे काही रेकॉर्ड नसते. आपण फार क्वचित इकडे फिरकतो.''

''म्हणजे ते स्वत:ची काळजी स्वत:च घेतात?''

''हा एक घेटो आहे झालं.''

''कशाने मेला?''

''त्याला अगदी जवळून गोळी घातली होती.''

''मी जरा बघून येतो.''

''ठीक आहे सर,'' असे म्हणत पोलिसाने जिन्यावर प्रवेश बंद करण्यासाठी वापरलेली दोरी वर उचलली.

पायऱ्या चढायला लागताच एक प्रकारचा उग्र दर्प त्याच्या नाकात शिरला. रहिवाशांनी आपल्या तकलादू दरवाजांची काळजी घेण्यासाठी लावलेल्या कड्या

आणि साखळ्या वॉकवेवरून चालताना त्याला दिसल्या. एक-दोन दरवाजांमागून रेडिओ, टी.व्ही. चालू असल्यासारखे आवाज आले. कुठे तार स्वरात चाललेल्या भांडणांचे. घाणेरड्या दर्पाबरोबरच मधे-मधे दुसरेच कुठले तरी वास नाकात शिरत होते.

काय नरक आहे हा, मॅथिसच्या मनात विचार आला. अल्जेरियात जन्मलेल्या फ्रेंच माणसाचे आयुष्य इतके भीषण असावे? जनावरांसारखे आयुष्य काढावे लागते आहे त्यांना. कुंपण घालून त्यांना आत डांबून न ठेवता; शहराभोवतीच कुंपण उभारून त्यांना बाहेर ठेवले आहे. सोडून दे असले विचार, त्याने स्वत:ला बजावले. जगामधली विषमता दूर करणे हे काही त्याचे काम नाही. एकाच गोळीचा शिकार होऊन, जीव गमावून बसलेला हाशिम नक्की कोण आहे हे शोधण्याचे त्याचे काम आहे आणि तशी वेगळीच भानगड असेल तर त्याचा दजिएमशी काही संबंध आहे का?

त्याच्या विभागाच्या प्रमुखाला लेखी रिपोर्ट लागेल. तेव्हा *लार्क ऑन सीएल*चे लोक आयुष्य कसे काढतात, तिथे काय घडते याचा थोडा अंदाज तरी घ्यावा. स्वत:च्या कार्यालयात परत गेल्यावर अशाच तऱ्हेच्या खुनांबद्दलच्या फाईल्स वाचू, इमिग्रेशन विभागाशी बोलून या खुनांमागे एखादे समान सूत्र आहे का बघू. काळजी करण्यासारखी परिस्थिती आहे का हे नक्की कळायला हवे. दजिएमचा एक संपूर्ण विभाग फ्रेंच वसाहतींमधल्या युद्धांचे दूरगामी परिणाम शोधण्यात कायम दंग होता. आठ वर्षे चाललेल्या अल्जेरियन स्वातंत्र्यसंग्रामाने फक्त अल्जेरियामध्येच दुफळी माजली नव्हती तर फ्रान्समध्येही दोन तट पडले होते आणि एका मागोमाग एक राजकीय पेचप्रसंग निर्माण झाले होते. दुसऱ्या महायुद्धात सर्व जगभरात नाव कमावलेल्या जनरल डी गॉल यांच्या हातात आश्चर्यकारकपणे सत्ता आल्यावरच अल्जेरियाने निर्माण केलेल्या बिकट परिस्थितीमधून बाहेर पडण्याइतका करारीपणा आणि निश्चय त्यांनी दाखवला होता. डी गॉल यांचे नाव घेताना सिल्व्हीच्या डोळ्यांमध्ये उमटणाऱ्या भक्तिभावाची आठवण येऊन नकळत मॅथिसच्या चेहऱ्यावर क्षणभर हसू उमटले. त्याच वेळी इन्डो-चायनामध्ये किंवा जो प्रदेश आता स्वत:ला व्हिएतनाम म्हणवतो, त्या ठिकाणी फ्रेंच सैन्याचा दारुण पराभव झाला. जगभर फ्रान्सची नाचक्की झाली. दिएन-बिएन फूच्या लढाईतील मानखंडना फ्रान्सच्या आत्म्याला – स्वत्वालाच जाळून गेली. आणि त्या व्रणावर घाईघाईने पडदा सरकवला गेला.

आता फ्रान्सच्या दृष्टीने समाधानाची बाब म्हणजे अमेरिका अगदी तीच आपत्ती स्वत:वर ओढवून घेत होती. पण मॅथिस आणि त्याच्या सहकाऱ्यांच्या मते अल्जेरिया आणि इन्डो-चायना येथील युद्धांचा अर्थ होता, नक्की आकडाच सांगता येणार नाही

अशा हजारो जणांचे फ्रान्समध्ये आगमन. इतर सर्वांपासून अलग पडलेल्या, दुखावलेल्या, हिंसक प्रवृत्तीच्या या गुन्हेगारांपैकी काही जण तर फ्रान्सचे कट्टर शत्रूच होते.

मॅथिसने पद्धतशीरपणे पाहणी केली. खुनी कुठल्या बाजूने जिन्याजवळ पोहोचला असेल याचा विचार केला. एखादा *जॉन्दार्म* – साधासुधा पोलीस – जसा तपास करताना बघेल आणि निष्कर्ष काढेल तशा तऱ्हेने मनामध्ये खून कसा झाला असेल याचे आडाखे बांधले.

दुसरी सिगारेट पेटवून तो जिन्यावरून खाली उतरला. पोलिसाचे आभार मानून गाडीजवळ पोहोचला. सिट्रॉनचे इंजीन चालूच होते. ''शवागाराकडे जाऊ या,'' असे त्याने ड्रायव्हरला सांगितले.

ती मोठी गाडी वळत असताना तळमजल्यातल्या एका दरवाजात उभ्या असलेल्या व्यक्तीवरून हेडलाईट्सचा प्रकाश फिरला. त्याने फॉरिन लीजनमधले सैनिक घालतात तशी केपी डोक्यावर घातली होती. सिट्रॉन वळून मुख्य रस्त्याला लागताच ती व्यक्ती घाईघाईने तिथून निघून गेली. त्या माणसाला ज्या गोष्टी बघायच्या होत्या त्या जणूकाही बघून झाल्या होत्या.

शवागारामध्ये मॅथिसला प्रवेश देण्यापूर्वी ज्या कुणाची संमती मिळवणे आवश्यक होते त्या व्यक्तीकडे तिथला अटेंडन्ट गेला. मॅथिस वाट बघत थांबला आणि त्याने ड्रायव्हरलाही गाडीत थांबायला सांगितले.

''हो सर,'' असे पुटपुटत निर्विकार चेहऱ्याने ड्रायव्हर गाडीकडे परतला.

अटेंडन्ट एका पॅथॉलॉजिस्टला – रोगनिदान तज्ज्ञाला – घेऊन आला. वयाने तो मोठा होता. सोनेरी काड्यांचा चष्मा. नीट राखलेली काळी मिशी. ड्यूमॉन्ट, अशी त्याने स्वत:ची ओळख करून दिली.

अटेंडन्टजवळच्या कागदपत्रांवरचे क्रमांक आणि ड्रॉवरवरचे क्रमांक बघत ड्यूमॉन्टने एका मोठ्या शीतपेटीचा एक ड्रॉवर दोन्ही हातांनी त्यावरचे धातूचे हॅन्डल खेचून उघडला. आतले थंडगार शव करड्या रंगाचे बनले होते. ते स्वच्छ केलेले असले तरी त्याच्या चेहऱ्याची पार दुर्दशा उडालेली दिसत होती.

''मृत्यूचे कारण?'' मॅथिसने विचारले.

''तोंडात पिस्तूल धरून वरच्या दिशेने मारलेली एकच गोळी.''

''पण मग नाक कशाने फुटले?''

''त्याला आधी खूप मारहाण झाली असावी,'' ड्यूमॉन्टने उत्तर दिले. ''पण फक्त नाकच फोडले नव्हते. त्याचा उजवा हात बघ.''

मॅथिसने हाशिमची उजवी मूठ उचलली. एक रक्ताळलेला मांसाचा तुकडा बाहेर

आलेला दिसत होता. ''हे आहे तरी –''

''त्याची जीभ,'' ड्यूमॉन्ट म्हणाला.

मॅथिसने हात खाली सोडला. ''एकदा मेल्यावर कशासाठी त्याच्या अवयवांची कापाकापी करायची? कुठला संदेश देतो आहे खुनी? काय कल्पना आहे तुझी?''

''तो मेल्यावर झालेली कापाकापी नाही ही. माझी खात्री आहे की, तो जिवंत असताना एखाद्या पकडीने वगैरे त्याची जीभ उपटून काढली आहे म्हणून.''

''अरे देवा!''

''असा प्रकार मी पूर्वी बघितला नाही.''

''तू नाही बघितलास? मी बघितला आहे,'' मॅथिस म्हणाला. ''माझी स्मृती चाळवली गेली आहे. नक्की मी कधीतरी, कुठेतरी... असो, आभारी आहे डॉक्टर. तुम्ही ड्रॉवर बंद करा. मला काम आहे आता.''

कॉरिडॉरमधून, लॉबीमधून चालत तो इमारतीबाहेर पडला आणि त्याने पावसात पाऊल टाकले. गाडीत बसता बसता तो उद्गारला, ''तो आवाज बंद कर आधी आणि गाडी ऑफिसकडे घे.''

तोंडातून अवाक्षर न काढता ड्रायव्हरने रेडिओ बंद केला. गाडी पहिल्या गिअरमध्ये टाकली आणि तो झटकन निघाला. पहाटेचे दोन वाजून गेले होते.

भूतकाळातला एक आवाज

रविवारची सकाळ. स्वच्छ सूर्यप्रकाश पडला होता. हजारो यात्रेकरू सेन्ट पीटर्स स्क्वेअरमध्ये गोळा झाले होते. सर्वांची नजर पोप ज्या ठिकाणाहून चार शब्द बोलणार होते त्या वरच्या मजल्यावरच्या बाल्कनीकडे लागली होती.

या सर्व भाविक आणि श्रद्धाळू माणसांमध्ये जेम्स बाँड थोडा वेळ उगीचच इकडे-तिकडे फिरत होता. अत्यंत श्रद्धेने दूरवरच्या बाल्कनीकडे बघत असणारे चेहरे न्याहाळत होता. वृद्ध पोपनी त्यांच्या भाषेत काही शब्द बोलताच या भाविकांच्या चेहऱ्यावर आनंद फुलून आला. यांची साधीसुधी श्रद्धा बघताच क्षणभर तरी जेम्स बाँडला त्यांचा हेवा वाटला. त्याने एकदा डोके हलवले आणि तो कबुतरांमधून पुढे निघाला.

लॅटिन – सर्व जगात समजू शकते, अशी समजूत असणारी भाषा. बाँडच्या मनावर त्या शब्दांचा काही परिणाम झाला नाही. विषण्ण मन:स्थितीतच *कास्तेल सान आन्जलो* मागे टाकत त्याने टायबर नदी ओलांडली आणि तो *विया झानार देल्लीवर* पोहोचला. त्या रस्त्यावरच्या एका बारमध्ये जाऊन त्याने अमेरिकानोची ऑर्डर दिली. जरा झणझणीत वाटणारी एक्स्प्रेसो कॉफी. नेहमीची कॉफी एकाच घोटात संपत असली, तर हिचे दोन घोट तरी घेता येतात. उशिरा ब्रेकफास्ट घेणारे लोक आरामात एकमेकांशी गप्पा मारत होते. वेटर्स आनंदी स्वरात त्यांच्या ऑर्डर्स बारमनला ओरडून सांगत होते. एक-दोन मध्यमवयीन स्त्रिया आपले पाळलेले कुत्रेच घेऊन आल्या होत्या आणि त्यांना टेबलाखाली बसवून केकचे तुकडे भरवत होत्या. बाँडने बारजवळ उभे राहून आपली कॉफी संपवली, काही नाणी बारच्या काउंटरवर ठेवली आणि तो पुन्हा बाहेर पडला.

लंडनमधल्या डॉक्टरांनी सक्तीनेच त्याला तीन महिने रजेवर धाडले होते आणि त्यापैकी दोन आठवड्यांचा काळ अजूनही बाकी होता. सुरुवातीला तो खूप मजेत होता. एम.च्या एका मित्राने बार्बाडोस इथे त्याला एक कॉटेज उपलब्ध करून दिले होते. दिवसभर समुद्रातील उथळ पाण्यात 'स्नॉर्केलिंग' करत जलविहाराचा आनंद घ्यायचा, रात्री बेटावर राहणाऱ्या चॅरिटी नावाच्या एका गुबगुबीत स्त्रीने केलेल्या जेवणाचा समाचार घ्यायचा. ग्रील्ड मासे, भाताच्या निरनिराळ्या डिशेस बनवण्यात

ती तरबेज होती. मग घरीच बनवलेली आइसक्रीम्स, आंब्याच्या किंवा पपयांच्या फोडींचा डोंगर फस्त करायचा. डॉक्टरांच्या आग्रहावरून दारू पिणे पूर्ण बंद होते. दहा वाजण्यापूर्वीच झोपेच्या गोळ्या घ्यायच्या आणि पुस्तक वाचत पडायचे.

दररोज त्याच्या शारीरिक क्षमतेच्या पंचाहत्तर टक्केच निरनिराळे व्यायामाचे प्रकार करायचे. पोहण्याशिवाय तो दररोज निदान तीन मैल तरी धावायचा, समुद्र किनाऱ्यावरच्या बारवर पुल-अप्स घ्यायचा. दिवसातल्या दुसऱ्या शॉवरपूर्वी निदान पन्नास जोर काढायचा. यामुळे तो पार मरगळून जात नव्हता एवढेच. त्याहून अधिक काही नाही.

टेनिस क्लबमध्ये त्याला ऑनररी सदस्यत्व बहाल केले होते. तेव्हा संध्याकाळी हातामध्ये कॉकटेलचा ग्लास घेण्याऐवजी तो तिथल्या पोलीस दलामधला तरुण आणि चपळ पोलीस वेलॅन्डबरोबर टेनिस खेळत असे. आपल्या विद्यार्थीदशेनंतर बाँड फार तर डझनभर वेळा टेनिस खेळला होता. तेसुद्धा फार उत्साहाने नाहीच. पण या बूम-बूम सर्व्हिस करणाऱ्या पोरामुळे स्पर्धेची जबरदस्त ईर्षा त्याच्या मनात निर्माण झाली होती, एवढे मात्र खरे होते. ती काही काकडीची सॅन्डविचेस खाण्याइतकी मामुली गोष्ट नव्हती – घे, घे आणखी दोन, असा प्रकार नव्हता. खांदे उखडून निघतील असा जबर इच्छाशक्तीचा सर्व्ह आणि व्हॉली यांचा खेळ वेलॅन्ड खेळत असे. बाँडची पार दमछाक होई. त्याला कित्येक वर्षे खेळायचा सराव नव्हता. पण त्याच्या खेळात विलक्षण सुसूत्रता होती आणि जिंकण्याची जबरदस्त खुमखुमीही मनात असे. पाच वेळेला त्या पोराबरोबर खेळल्यानंतर त्याने प्रथमच पहिलावहिला सेट जिंकला. पण स्वत:च्या खेळात सुधारणा व्हायला लागल्यावर तो वेलॅन्डच्या खेळाच्या मानसिकतेवरही लक्ष केंद्रित करायला लागला. कोणाचीच हरायची तयारी नसे. दोघांनीही दोन-दोन सेट जिंकले की, ते खेळ थांबवून व्हरांड्यात थंड पेय घेण्यासाठी थांबत.

पण चार आठवड्यांनीच एम.च्या मित्रांना घर पुन्हा हवेसे झाले. बाँडच्या बॉसला सध्या बाँडने ब्रिटनमध्ये पाऊल ठेवायला नको होते. तेव्हा जेम्स बाँड दक्षिण फ्रान्समध्ये पोहोचला. मे महिन्यातल्या एका गरम हवेच्या संध्याकाळी त्याचे विमान मार्सेलीसला उतरले. त्याला कुठेही घाईघाईने पोहोचायचे नव्हते. भरपूर वेळ होता. तेव्हा त्याने विचार केला की, सरळ समुद्रकिनारा गाठण्याऐवजी बंदर विभागातच प्रथम रात्रीचे जेवण उरकावे आणि कुठेतरी एक रात्र काढावी. उत्कृष्ट अशी ख्याती असलेल्या एका ठिकाणी नेण्यासाठी त्याने टॅक्सी ड्रायव्हरला सांगितले. अर्ध्या तासाने नारिंगी रंगाच्या छत्रीखाली बसून तो लेमोनेडचा आस्वाद घेत बंदरामध्ये नांगर टाकून उभ्या असलेल्या जहाजांकडे बघत बसला.

एकट्याने प्रवास करणाऱ्या माणसाला निरीक्षण करायला, चिंतन करायला खूप वेळ मिळतो. त्यात त्या माणसाला जर त्याच्या देशातल्या अत्यंत गुप्त अशा संघटनेने कठोर शिक्षण दिले असेल, वर्षानुवर्षे शिस्तबद्ध विचार करायची सवय लावली असेल, तर सर्वसामान्य माणसांना ज्या गोष्टींचे अस्तित्वही लक्षात येत नाही अशा गोष्टी अंत:प्रेरणेनेच त्याच्या ध्यानात येतात.

मार्सेलीस – मोठे व्यापारी बंदर. बंदरावर सर्व देशांमधले असंख्य लोक त्या रात्री जेवण घेत होते. पण फक्त जेम्स बाँडच्या मनात विचार आला की, या सर्व गर्दीमध्येही काळ्या मर्सिडीज ३००-डी कॅब्रिओलेटमधली दोन माणसे वेगळी दिसत आहेत.

ती गाडी बंदराजवळ येऊन उभी राहिली. अर्ध्या बाह्यांचा बुश-शर्ट घातलेला आणि डोक्यावर फ्रेंच लष्करी केपी चढवलेला बुटका माणूस गाडीमधून उतरला आणि प्रत्येक जहाजाकडे बघत बसला. नंतर गॅन्गवेमधून एका जहाजावर चढला आणि दिसेनासा झाला.

गाडीचा टॉप उघडा ठेवून आतमध्ये बसलेल्या त्याच्या सहकाऱ्याकडे बाँडचे लक्ष वेधले. साधारण त्याच्याच वयाचा असावा. कुठल्या तरी पूर्व युरोपियन देशामधला किंवा स्लाव वंशाचा भासत होता. उंच गालफडे आणि बारीक डोळे. पिवळसर केस तेल लावून मागे वळवलेले. उष्ण हवामानात वापरता येण्यासारखा फिकट तपकिरी रंगाचा सूट त्याने चढवला होता. बहुधा *एअरी आणि व्हीलर*मधून घेतलेला असावा. निळा शर्ट, जर्मिन स्ट्रीटमधल्या कापडाच्या दुकानांच्या चकचकीत खिडक्यात मांडून ठेवलेले दिसतात तसा शेंदरी टाय. गाडीचा काळा रंग पॉलिश केल्यासारखा चमकत होता. आतमधल्या बर्गंडी लेदरच्या सीट्ससुद्धा जणू आताच कारखान्यातून बसवून आणल्या होत्या. त्याच्या फक्त एकाच हातावर ड्रायव्हिंगच्या वेळी घालतात तसा हातमोजा होता. केवळ त्याचमुळे बाँडचे लक्ष त्याच्याकडे वेधले गेले होते.

खिशामधल्या चांदीच्या सिगारेट केसमधून सिगारेट काढून ती पेटवतानाही त्याने हातमोजा काढला नाही. ज्या हातावर त्याने हातमोजा चढवला होता तो दुसऱ्या हातापेक्षा फारच मोठा होता की, त्याची उगीचच तशी कल्पना होत होती?

शारीरिक वैशिष्ट्य असेल ते असेल, पण त्याचे थोडे मागे झुकणारे डोके, ओठांची ठेवण, सिगारेटची राख झटकायची पद्धत या गोष्टी बघताच प्रथमदर्शनी मनात कुठला विचार येत असेल तर या माणसाच्या अंगात अत्यंत उद्दामपणा आहे आणि त्याला इतर सर्वांबद्दल फारच तुच्छता वाटत असली पाहिजे. याशिवाय आणखी काहीतरी होते. त्याची प्रखर एकाग्रता. तो अशा कुठल्या तरी कामगिरीवर

होता की, वाटेत येणाऱ्या प्रत्येकाला तुडवून पुढे जाईल. म्हणूनच तो अलिप्त राहत असेल, बाँडच्या मनात विचार आला. दुसऱ्या लोकांच्या इच्छा आकांक्षा ऐकत बसला तर त्याच्या पवित्र कार्यामध्ये जणू अडथळा निर्माण झाला असता. वर्षानुवर्षे कुठले कडवट अनुभव, पराभव या माणसाने पचवले होते की, याच्या मनात इतका प्रखर द्वेष निर्माण झाला होता?

डोक्यावर विचित्र केपी चढवलेला माणूस हातात एक बॅग घेऊन परत आला होता. त्या केपीमुळे त्याचा चेहरा बाँडला स्पष्ट दिसत नव्हता. चेल्सामधल्या त्याच्या फ्लॅटजवळच्या किंग्ज रोड इथल्या बुटिक्समध्ये चित्रविचित्र लष्करी गणवेश, छातीवरचे विणलेले गोफ, बिन बाह्यांचे शर्ट घातलेली तरूण पोरे बाँडला अनेकदा दिसली होती. पण तशी फॅशन करण्यासाठी हा माणूस हिप्पी नव्हता की, शांततेचा संदेशही त्याला द्यायचा नव्हता. उंचीला बुटका असला तरी त्याच्या चालण्यातला वेग आणि चपळाई बघता तो नक्की आर्मी स्काऊट किंवा ट्रॅकर असावा. त्याने झटक्यात ती बॅग गाडीच्या मागे टाकून इंजीन सुरू केले. तो शेजारचा उद्दाम ऑफिसर क्रूर आणि इमानी 'नॉन कमिशन्ड' ऑफिसर असल्यासारखाच बाँडला भास झाला.

एका क्षणात ती मोठी मर्सिडीज वळवून तो वेगाने निघालाही. एक छोटा कुत्रा डॉक्सवरच्या सीगलच्या अंगावर भुंकत एका कॅफेमधून बाहेर आला आणि गाडीच्या चाकाखाली निमिषार्धात सपाट झाला. त्याचा जीव जाताना तो केविलवाण्या स्वरात केकाटत होता, पण न थांबता ती गाडी निघून गेली.

*कोत दाझूर*वरून विमनस्क अवस्थेत बाँड प्रवास करत होता. दोन रात्री त्याने *का दान्तीब*वरच्या एडन रॉकवर काढल्या होत्या. पण तिथे येणाऱ्या लोकांना तो कंटाळला. त्याच्या कामाच्या स्वरूपामुळे अति श्रीमंतांच्या घोळक्यांमध्ये तो अनेकदा राहिला होता. उंची मद्ये, सुंदर स्त्रिया आणि वेगवान गाड्या यांचा चाहता बनला होता. स्टॉक एक्स्चेन्जमध्ये बसून अफाट पैसे कमावणाऱ्या पुरुषांचा आणि प्लॅस्टिक सर्जन्स आणि हॉटेलमधल्या ब्युटिशिअन्सवर अवलंबून स्वत:चे सौंदर्य राखणाऱ्या स्त्रियांचा आता त्याला वीट आला होता.

मॉन्टि कार्लो इथे *का रकमॉन्स*च्या टेबलावर त्याने थोडेफार पैसे कमावले आणि पोकरमध्ये घालवले. पूर्वी जसा त्याला खेळताना उत्साह वाटायचा तसा या वेळी वाटला नव्हता. ह्यूगो ड्रॅक्स किंवा ल शिफ्र यांच्यासारखे खंदे प्रतिस्पर्धी मिळत नसल्यानेच खेळातली मजा निघून जात असावी, असे त्याला वाटायला लागले होते.

एका संध्याकाळी कान्स शहरातल्या एका कॅफेमधून तो भूमध्य समुद्राकडे

बघत बसला होता. पाईन्सच्या वृक्षांआडून बेडकांचे डराँव-डराँव ऐकू येत होते. सुरेख मंद वारे, दरवळणारा सुगंध, भाजलेले मासे, सॅलड्स, थंडगार वाईन्स. साधेसुधे जीवन. प्रथमच आलेल्या इंग्लिश पाहुण्यांना या मच्छिमार गावाची काय मोहिनी पडली असेल. आता स्वस्त हॉटेल्स, बेसुमार गर्दी, आवाज करत धावणाऱ्या स्कूटर्स आणि मोटार सायकलवरून जाणारे तरुण यांनी या सुंदर शहराची रया बिघडवून टाकली होती. रूंद रस्त्यावर आता एक फेरीस व्हील उभारायचेच बाकी राहिले होते.

हल्ली आपल्या मनात असे विचार फार वेळा यायला लागले आहेत असे बाँडला वाटून गेले.

आपल्या हॉटेलच्या खोलीत प्रथम कडकडीत गरम पाण्याचा आणि नंतर बर्फासारख्या थंडगार पाण्याचा शॉवर घेऊन तो नग्नावस्थेतच आरशासमोर उभा राहिला. आरशामध्ये स्वत:चे प्रतिबिंब बघताना त्याला घृणा आली.

"थकला आहेस तू, पार खलास झाला आहेस, खेळ संपला आहे तुझा," तो मोठ्याने स्वत:शीच बडबडला.

त्याच्या हातापायांवर, दंडावर हाणामारीत घालवलेल्या आयुष्याचा इतिहास सांगणारे लहान मोठे असंख्य व्रण होते. हंगेरीमध्ये धावत्या आगगाडीतून कोसळल्याने त्याच्या मणक्याला धक्का बसला होता. डाव्या हातावर शरीरातल्या दुसऱ्या भागातून काढलेला त्वचेचा तुकडा शिवला होता. शरीरावरचा प्रत्येक चौरस इंच वेगळी कथा सांगत होता. पण महत्त्वाचे जे होते ते त्याच्या डोक्यात होते.

निदान एम.ने त्याला तसे सांगितले होते. "सर्वसामान्य माणसाला सहन करायला लागू नयेत त्यापेक्षा कितीतरी पटीने अधिक अत्याचार तुझ्या शरीराने सहन केले आहेत. तू साधा माणूस असतास किंवा दुसरा कुठला डबल-ओ एजंट असतास तर मी तुला टेबल-खुर्चीत बसून करण्यासारखे कामच दिले असते. पण तू जेम्स बाँड आहेस. तशा प्रकारचा निर्णय तुझा तूच घ्यायचा आहेस. तेव्हा तू सरळ तीन महिने पगारी रजा घे, मौजमजा कर, तब्येत सुधार आणि मग मला भेटून तुझा निर्णय सांग."

बाँडने एक स्वच्छ अंडरवेअर घातला. शर्ट, पांढरे डिनर जॅकेट, काळा कमरपट्टा, सर्व काही त्याच्या मापाचेच राहिले होते. चॅरिटीने घरी शिजवलेले अन्न खाऊन, रिव्हिएरामधल्या रेस्टॉरन्ट्समध्ये चवीढवीने जेवूनही तो लठ्ठ वगैरे झाला नव्हता. टेनिस खेळणे आणि दारूला स्पर्श न करणे या गोष्टींची मदतच झाली असावी. पण त्याच्या मनाचे काय? ते कामातून गेले नव्हते ना?

*

त्याला दक्षिण फ्रान्सचा कंटाळा आल्यावर तो रोमला आला. सी.आय.ए.मधला त्याचा जुना मित्र फेलिक्स लेईटर याने त्याला एकदा फोन केला होता. तो आता पिंकरटन डिटेक्टिव्ह एजन्सीसाठी काम करत असे. त्याने खूप कौतुक केलेले *विया वेनेतो*वरचे हॉटेल बाँडने शोधले. फेलिक्स चांगला माणूस होता. उत्कृष्ट गोष्टीच शोधायचा. सिगारेट आणि नारिंगी रंगाचा संत्र्याच्या ज्यूसचा ग्लास हातात धरून हॉटेलच्या बाल्कनीत उभा राहून बाँड वेगवेगळ्या कॅफेज्‌ना भेट देणाऱ्या खऱ्या आणि भावी फिल्म स्टार्सकडे बघत वेळ काढत होता. 'ते हॉटेल अमेरिकन वकिलातीच्या नको तितके जवळ आहे,' लेईटर त्या हॉटेलबद्दल म्हणाला होता. 'खालपर्यंत बटणे असलेले शर्ट्स आणि कॉकटेल पार्टीज् मलाही खूप पसंत नाहीत. पण तुझ्या परिस्थितीतल्या इंग्रज माणसासाठी ठीक राहील ते, जेम्स.'

रविवारी संध्याकाळी त्याने सेन्ट पीटर्स स्क्वेअरला भेट दिली होती. काळी पॅन्ट, साधे वुलन जॅकेट, काळे लोफर्स चढवून त्याने स्पॅनिश स्टेप्सजवळच्या *विया कारोइझे*वरच्या पारंपरिक रोमन हॉटेलला चालत जायचे ठरवले. हॉटेलची लॉबी पार करत असताना भारी किमतीचा डीऑर सूट घातलेल्या एका तरुणीचा त्याला धक्का लागला आणि तिच्या हातामधली बॅग खाली पडली. खाली वाकून ती उचलून देता देता बाँडच्या नजरेत तिचे कोर्ट शूज, लांबसडक पाय, नायलॉन्स या सर्व गोष्टी बहुधा सवयीनेच लक्षात आल्या.

"माझाच बावळटपणा," ती म्हणाली.

"माझी चूक," बाँड म्हणाला.

"छे ! छे ! मी कुठे जाते आहे याकडे माझे लक्षच...."

"ठीक आहे. ठीक आहे. सर्व दोष स्वतःच्या शिरावर घ्यायला मी तुला एका अटीवर परवानगी देईन. परंतु त्या आधी तुला माझ्याबरोबर ड्रिंक घ्यावे लागेल." त्या तरुणीने घड्याळाकडे एक नजर टाकली. छोटे कापलेले काळेभोर केस, बदामी रंगाचे डोळे.

"चालेल. पण फक्त एकच. माझे नाव आहे लारिसा रोस्सी."

"मी बाँड, जेम्स बाँड." त्याने पुढे केलेला हात तिने हळूच आपल्या हातात घेतला. "पूर्वी एकदा मी दुसऱ्या एका लारिसाला ओळखत होतो."

"खरंच?" कुठल्याही तऱ्हेची भावना आवाजात व्यक्त होणार नाही याची काळजी घेतलेली.

संगमरवरी फरश्या बसवलेली लॉबी ते पार करत होते. "खरंच," बाँड म्हणाला. "रशियन होती. तपकिरी केसांची आणि निळ्या डोळ्यांची."

बारमध्ये शिरताना लारिसाच्या तोंडावर हसू उमटले. "तुमच्या उद्योग-व्यवसायामुळे

संबंध आला असणार बहुधा. अनुवादक वगैरे होती?''

"व्यवसाय होताच तिचा. दुसऱ्याला भुरळ पाडून वाईट मार्गाला लावण्याचा.''

"कमाल आहे,'' लारिसा हसतच म्हणाली. तिला ऐकून धक्का वगैरे बसला नव्हता, मजाच वाटली होती. चांगली लक्षणे आहेत, बाँडच्या मनात विचार आला.

"आणि हे मी दुसरीकडे कधी बोललोही नव्हतो,'' बाँड म्हणाला. "आता तुझ्यासाठी काय मागवू?''

"ड्राय मार्टिनी. खूप चांगली बनवतात इथे. तूसुद्धा घेऊन बघायला हरकत नाही.''

बाँडने निग्रहाने मोह टाळला आणि हसून टोमॅटो ज्यूस मागवला. मद्यपान करायचे नसले की खरं तर दुसरे कुठले पेय घ्यायचेसुद्धा जिवावर येते.

पियानो वादकापासून दूर असणारे एक कोपऱ्यातले टेबल त्यांनी पकडले. ऑलिव्ह टोचलेल्या कॉकटेल स्टिकने ती आपली मार्टिनी ढवळताना बघितल्यावर बाँडला तिचा हेवाच वाटायला लागला. पाकिटातली एक चेस्टरफिल्ड पेटवून तिने पाकीट त्याच्यासमोर सरकवले. त्याने नकारार्थी मान हलवत स्वत:ची सिगारेट बाहेर काढली. मोरलॅन्डमधून आणलेला त्याचा सिगारेट्सचा साठा खरा तर संपला होता. पण *विया कोन्दो-तीवरच्या* एका तंबाखूच्या व्यापाऱ्याने तो ओढू शकेल अशा पाचशे टर्किश सिगारेट्स त्याला बनवून दिल्या होत्या.

"तू रोममध्ये काय करतेस लारिसा?''

"मी माझ्या पतीबरोबर आले आहे. *विया वेनेतोवरची* मोठमोठ्या इन्शुरन्स कंपनींची कार्यालये तू बघितली असशीलच. तशाच एका मोठ्या इन्शुरन्स कंपनीत डायरेक्टर आहे तो.'' आवाज मृदू. इंग्रजी उत्कृष्ट. विविध तऱ्हेच्या लोकांत मिसळणारी असावी.

"आणि संध्याकाळी तुला एकटीलाच सोडून गेला आहे?''

"मी... तसेही असेल. आणि तुम्ही इथे काय करता आहात मिस्टर बाँड?''

"जेम्स... जेम्स म्हण. मी रजेवर आहे. माझा निर्यातीचा व्यापार आहे.''

"रजेवर? आणि एकटाच?''

"आवडते ते मला. जास्त प्रेक्षणीय स्थळे बघता येतात.''

तिने भुवया उंचावून त्याच्याकडे पाहिले. एक पाय दुसऱ्या पायावर ठेवला. त्याचे लक्ष तिच्या पायांकडे वेधण्यासाठी केलेली हालचाल. बाँडच्या लक्षात आले. पण त्याचा अजिबात विरोध नव्हता. लांबसडक पाय. अत्यंत सुडौल. कसरत आणि विशिष्ट आहाराचा परिणाम नव्हता तर तारुण्य, किमती होजिअरी आणि उच्च कुळामधला जन्म यांचा संयोग होता.

तासाभराने *विया कारोइझे*वरच्या एका हॉटेलमध्ये ते जेवत होते. लारिसाने आपल्या नवऱ्याला फोन करून रात्री उशिरापर्यंत बाहेर राहण्याची परवानगी घेतली होती. बाँडने फोन करून त्याने राखून ठेवलेल्या टेबलावर तिची सोय केली होती.

रेस्टॉरन्ट पारंपरिक पद्धतीने लाकडाचा वापर करून बांधलेले होते. सर्व वेटर्स रोमनच होते. तोकडे पांढरे कोट घालून त्यांनी आपले आयुष्य स्वत: शोधलेल्या व्यवसायात घालवले असावे. साधारण एकाच वयाचे. हालचाली जलद असल्या तरी नीटनेटक्या होत्या. वागणूक नम्र असली तरी योग्य मर्यादेपर्यंतच.

ट्रफल ऑईल घातलेल्या चमकदार रॅव्हिओलीचा समाचार घेता घेता ती गप्पा मारत होती. तिने सांगितले की, तिचे वडील रशियन होते आणि आई इंग्लिश. पॅरिस आणि जिनेव्हा इथे शिक्षण पूर्ण झाल्यावर तिने वॉशिंग्टनमध्ये काम स्वीकारले. तिथेच तिची तिच्या पतीशी गाठ पडली. त्यांना मुले नव्हती.

''माझा नवरा खूप प्रवास करतो,'' ऑर्व्हिएटोचा घोट घेता घेता ती उद्‌गारली. ''आम्ही बहुधा पॅरिसमध्येच राहतो. कधी कधी मीसुद्धा त्याच्या बरोबर जाते. अर्थातच चांगल्या ठिकाणी.''

''मला कल्पना आहे,'' बाँड म्हणाला. ''रोम, न्यूयॉर्क, सिंगापूर, हाँगकाँग....''

''हाँगकाँग नाही आवडत मला. तो तिथे गेला तर मी घरीच राहते. तशी स्वत:च्या घरी राहायला आवडणारी मुलगी आहे मी.''

''ते तर दिसतेच आहे,'' बाँड म्हणाला.

तिशीतली आहे. कंटाळलेली. वडिलांच्या बाजूने थोडे ज्युईश रक्त असणार. सुंदर चेहरा आहे. चमकदार त्वचा. पण ही भोळीभाबडी निष्पाप वागणूक म्हणजे देखावा आहे फक्त. तिचे डोळेच सांगत होते की, तिच्या स्वभावात बेधुंदपणाची एक झाक आहे म्हणून. मी 'त्यातली' नाही ही केवळ एक बतावणी आहे. एकूण या खेळात दोघांनाही मजाच येणार आहे.

''तुझे लक्ष दुसरीकडेच आहे जेम्स.''

''सॉरी. लक्षातच नाही आले.''

''अचानक तुझे लक्ष विचलित का झाले, ते तरी सांग.''

या आनंदी, उत्साही, सुंदर मुलीला विश्वासात घेऊन फक्त काही तासच त्याची पत्नी म्हणून जगू शकलेल्या ट्रेसी डी व्हिसेन्झोबद्दल, ब्लोफेल्डच्या माणसांनी तिचा कसा जीव घेतला आणि तो स्वत:ही त्यांच्या तावडीत कसा सापडला याबद्दल, जपानमधल्या भीषण अनुभवांबद्दल, जमैकामध्ये त्याने केलेल्या त्याच्या पापक्षालनाबद्दलच्या थोड्याफार प्रयत्नांबद्दल सर्व बोलून टाकावे, असा क्षणभर तरी त्याच्या मनात विचार आला. पण त्याच्या व्यवसायात दुसऱ्यावर विश्वास टाकणे

ही गोष्ट अशक्य होती. आधीच त्याच्या मन:स्थितीमुळे तो तिच्याशी आवश्यकतेपेक्षा जास्तच बोलला होता.

"परत कधी तरी," तो तिला म्हणाला. "आपण एकमेकांना जास्ती ओळखायला लागल्यानंतर."

त्याने हळूहळू संभाषणाची गाडी पुन्हा तिच्याकडेच वळवली. स्वत:बद्दल बोलायची त्याची टाळाटाळ बघून तिला मात्र त्याच्याबद्दल जास्तच कुतूहल निर्माण झाल्यासारखे दिसत होते. प्रथम अनिच्छेने पण एकदा बोलण्यात गुंतल्यावर सहजपणे तिने आपल्या आयुष्याबद्दल अनेक गोष्टी त्याला सांगितल्या.

ते परत हॉटेलच्या दारात पोहोचल्यावर तिने हळूच बाँडचा दंड धरला. "आज रात्री माझ्या नवऱ्याला नेपल्सला जाणे भाग पडले आहे," ती गोंधळल्यासारखी स्वत:च्याच पावलांकडे नजर टाकत ओठांवरून जीभ फिरवत बोलत होती. "मी फोन केला होता तेव्हाच त्याने मला तसे सांगितले. तुला आवडत असेल तर तू आमच्या स्यूटमध्ये येऊन एखादे ड्रिंक घेऊ शकतोस."

त्याने तिच्या मोठ्या मोठ्या बदामी डोळ्यात बघितले. तिचे ओठ विलग व्हायला लागले, भावना अनावर होऊ लागल्या आणि अशा परिस्थितीत आयुष्यात त्याच्या तोंडातून कधीही न निघालेले तीन शब्द त्याने स्वत:च ऐकले. "नको, थँक यू."

"काय?" तिने खरोखरच तो काय बोलला ते ऐकले नव्हते असे वाटले.

"नको, थँक यू लारिसा," बाँड पुन्हा स्पष्टपणे म्हणाला. "या क्षणी हेच योग्य –"

"स्पष्टीकरण नको," ती म्हणाली आणि टाचा वर करून तिने त्याच्या गालावर ओठ टेकले. "आज घालवलेल्या सुरेख संध्याकाळबद्दल आभारी आहे तुझी."

रिसेप्शन डेस्कजवळ जाऊन आपल्या स्यूटची चावी घेऊन ती लिफ्टपर्यंत पोहोचेस्तोवर तो एका जागी उभा राहून बघत होता. लिफ्टमध्ये पाय टाकता टाकता ती क्षणभर घुटमळली आणि मग मागे वळून तिने हात केला.

काय मुलगी आहे, बाँडच्या मनात विचार आला. त्याने सिगारेट काढली आणि ती ओढायला हॉटेलबाहेर पाऊल टाकले.

अशाच कुठल्या तरी खुणेची तो वाट बघत होता का? अगदी दोन वर्षांपूर्वीसुद्धा त्याने रेस्टॉरन्टमध्ये कॉफी घेण्यात वेळ दवडला नसता. सरळ तिला घेऊन आपल्या हॉटेलरूमवर गेला असता. कधी त्याला या खेळाचा कंटाळा आला होता, कधी घृणाही आली होती, पण आयुष्यभर आपली स्त्रियांबद्दलची ही ओढ कायम राहणार आहे, याची त्याला खात्री होती.

आणि आज रात्री... नक्कीच त्याच्या आयुष्याचा एक महत्त्वाचा कालखंड

समाप्त झाला होता. लंडनला परत गेल्यावर एम.ला काय सांगायचे हे त्याच्या ध्यानात आले. संपले आहे सर्व काही. उरलेले आयुष्य टेबलाशी बसून, इतरांनी पाठवलेले संदेश वाचत, इतर विभागांशी चर्चा करत, कागद हलवत काढणार आहे तो. फारच कंटाळा आला तर थोडेसे मन रिझवायला सेक्रेटरी लिलिया पॉन्सन्बी होतीच. दोन गुटगुटीत मुलांना जन्म देऊन आता निदान ती कामावर परतली होती.

जमैकामध्ये स्कारामांगा प्रकरण संपल्यानंतर अठरा महिने-त्याहून जास्तच काळ असे त्याला उगीचच वाटे – तो ऑफिसमध्ये कागदपत्रे हलवत बसला होता. मग एम.ने त्याला जबरदस्तीने रजेवर पाठवले होते. बाँडने, फक्त बाँडने स्वत:च नंतर ठरवायचे होते की, तो आपले खरे काम पुन्हा हातात घेण्यासाठी सक्षम आहे की नाही. लिलिया नसल्याने ऑफिसमधला काळ खरोखरच अत्यंत कंटाळवाणा गेला होता. अनेक स्त्रिया तिच्या जागेवर काम करायला आल्या आणि गेल्या. दोन महिन्यांपुरतीच अत्यंत कार्यक्षम आणि हसरी हॉली कॅम्पबेल तिच्या जागेवर आली, तर एम.ने तिला बढती देऊन तिथून हलवले होते.

अत्यंत अस्वस्थ मन:स्थितीतच बाँडने सिगारेटचे थोटूक रस्त्यावर फेकले आणि तो परत हॉटेलमध्ये शिरला. खोलीची चावी घेत असताना क्लार्कने एक संदेशही त्याच्या हातात ठेवला. 'ताबडतोब युनिव्हर्सलला फोन करणे.' एवढेच शब्द होते.

तो परत हॉटेलबाहेर पडला आणि त्याने एक टेलिफोन बूथ शोधला. निरनिराळे प्रयोग केल्यानंतर शेवटी आपल्या गुप्त संघटनेने जुनेच नाव वापरायचे ठरवले याचा त्याला मनातून आनंद झाला होता. या एकाच नावाची त्याच्यावर जबर मोहिनी होती. त्याला काहीही करायला लावण्याची आश्चर्यकारक शक्ती होती. मोठा प्रतिध्वनी, नंबर मिळायला होणारा उशीर, हळू आवाजातला गूंऽगूंऽ आवाज ऐकल्यावर आपण फिरवलेला नंबर दुसरीकडे वळवला जातो आहे, याची त्याला खात्री पटली.

शेवटी त्याच्या कानावर आवाज पडला. थोड्या विकृत स्वरूपात, दूरवरून आल्यासारखा वाटला तरी ओळखीचा – ज्या एकाच व्यक्तीबद्दल या जगात त्याच्या मनात सर्वोच्च आदराची भावना होती अशा माणसाचा,

"बाँड?"

"सर"

"पार्टी संपली आहे."

"काय?"

"तुझी गरज आहे इथे. उद्याचे पहिले विमान पकड."

"सर, मला वाटत होते....''

"एका ठिकाणचा सेल्स फोर्स वेगळ्याच हालचालींबद्दल कळवतो आहे.''

"कुठला?''

"पॅरिसची शाखा. मध्यपूर्वेमधली आयातही वाढताना दिसते आहे.''

"पण माझी रजा सर? ती तर –''

"रजाबिजा गेली खड्ड्यात. त्याबद्दल ऑफिसमध्ये बोलू. लक्षात आले?''

"हो सर, उद्या भेटतो.''

"थँक यू आणि त्या निळ्या आणि चंदेरी चांदीमध्ये गुंडाळलेल्या चॉकलेट्सचा एक बॉक्स घेऊन यायला विसरू नकोस.''

माकडाचा हात

मे ही बाँडचा अमूल्य स्कॉटिश ठेवा होती. ती बाँडच्या चेल्सा इथल्या फ्लॅटची देखभाल करायची. तो येण्यापूर्वी सर्व काही ठीकठाक करण्यासाठी तिची जीव तोडून धडपड चालली असतानाच बाहेरच्या शांत रस्त्यावर विमानतळावरून बाँडला घेऊन येणारी टॅक्सी थांबल्याचा तिला आवाज आला.

"मला थोडीशी तरी सूचना द्यायची नाही का मिस्टर बाँड?" आत येऊन हॉलमध्ये आपल्या सूटकेसेस ठेवणाऱ्या बाँडला ती म्हणाली. "बिछान्याला धड हवा दाखवता आलेली नाही. तुमचे आवडते मार्मलेड घरात नाही. कपाटे बघणाऱ्या पोराने तर जादाच्या खोलीत पार गोंधळ माजवून ठेवला आहे."

"सॉरी मे... ड्यूटी, रात्री उशिरा फोन आला."

"तुमच्यासाठी मी काही जेवण बनवू?"

"नको. थँक्स. पटकन शॉवर घेऊन मला ऑफिसला पळायचे आहे."

"निदान स्वच्छ टॉवेल्स बारवर आहेत. मी तोपर्यंत कॉफी तयार ठेवते."

"थँक्स. काळी आणि कडक."

"थोडा ऑरेंज ज्यूस?"

"संत्री ताजी आहेत?"

"अर्थातच मिस्टर बाँड."

"मे, तू म्हणजे खरोखर एक चमत्कार आहेस. आलोच दहा मिनिटात आणि गाडीही बोलावून घे."

शॉवर घेऊन स्वच्छ शर्ट, नेव्ही वुर्स्टिड सूट, विणलेला काळा टाय घातल्यावर त्याला अगदी युनिफॉर्ममध्ये परतल्यासारखे वाटले. सकाळी सहा वाजता रोममधले हॉटेल सोडण्यापूर्वी त्याने दाढी केली होती. आठवडाभरापूर्वी केसही कापले होते. अगदी पूर्वीप्रमाणे चकाचक नसला तरी असे जायला हरकत नव्हती.

बैठकीच्या खोलीत त्याने भराभरा त्याच्या गैरहजेरीत येऊन पडलेला पत्रांचा गठ्ठा बघायला सुरुवात केली. थोडक्या वेळात त्यातला अर्धा कचरा फेकूनही दिला. मेच्या कडकडीत कडक कॉफीचे घुटके घेत त्याने कॉफीच्या टेबलावरच्या खोक्यातून सोब्रानिए ही एक बाल्कन सिगारेट काढली.

“मे, आता सांग मला; मी नसताना काय काय घडलं ते.”

तिने क्षणभर विचार केला. “तो म्हातारा माणूस आपल्या छोट्या शिडाच्या जहाजातून जगाची प्रदक्षिणा करून परत आला आहे.”

“चिचेस्टर.”

“बरोबर. तेच नाव आहे त्याचे. आता पेन्शनर असताना हा नसता उद्योग त्याने कशासाठी करावा हे मला विचारू नकोस.”

“पुरुषांना नेहमी स्वत:बद्दल काहीतरी सिद्ध करायची गरज भासत असावी. अगदी म्हातारे असले तरी... आणि काय?”

“त्या पॉपसिंगर्सना मादक द्रव्ये बाळगली म्हणून पकडले आहे.”

“बीटल्स?”

“बीटल्स नाहीत. खांद्याएवढे केस वाढवून भयंकर ढाण्ऽढाण्ऽ आवाज करतात ते. रोलिंग स्टोन्स मला वाटतं.”

“कुठले मादक द्रव्य होते? मारिजुआना?”

“ते मला विचारण्यात अर्थ नाही. मादक द्रव्यांच्या संदर्भात सर्व घडले एवढेच ठाऊक आहे मला.”

“ठीक आहे. बाहेर हल्ली खूप आहेत तशी.” बाँडने आपली सिगारेट ॲश-ट्रेमध्ये विझवली. “मी बाहेर पडलो की मोरलॅन्डमध्ये फोन करून सिगारेट्सचा असा आणखी एक बॉक्स मागवून घे. लवकरात लवकर. एखादे वेळी मला पुन्हा प्रवासासाठी निघावे लागेल.”

“पुन्हा प्रवास?” मेने विचारले. “मला तर वाटतं होतं की –”

“माझीदेखील तशीच समजूत होती. बाहेर गाडीचाच आवाज आला ना?”

*

आपली बेन्टले कॉन्टिनेंटल बाँडने स्वत:ला जशी हवी तशी पुन्हा बांधून घेतली होती. ‘लोकोमोटिव्ह’ असेच तो आपल्या गाडीला म्हणायचा. दहा मिनिटांत आपल्या लोकोमोटिव्हने तो स्लोन स्क्वेअरमध्ये पोहोचला. तो लंडनमध्ये नसण्याच्या काळात फार फरक पडलेला दिसत होता. किंग्ज रोडवरच्या प्रत्येक झेब्रा क्रॉसिंगवर लांब केसवाली तरुण पोरे आरामात रस्ता क्रॉस करत होती, उभे राहून गप्पा मारत होती. एका ठिकाणी तर एक जण सरळ मांडी ठोकूनच रस्त्यावर बसला होता. कन्व्हर्टिबलचा टप खाली असल्याने सिगारेटमध्ये घालून ओढल्या जाणाऱ्या मारिजुआनाचा दरवळणारा वास त्याला येत होता. क्षणभर आपण लंडनमध्ये नसून मोरोक्कोच्या कुठल्या तरी छोट्या शहरामधून जातो आहोत, असे त्याला वाटायला लागले. स्लोन स्ट्रीट मागे टाकून हाईड पार्कमधून जाताना त्याने साठचा वेग पकडला होता.

बाँडने सांगितलेल्या तपशिलाप्रमाणे गाडी बनवली गेली असल्याने ती जरा वजनदारच होती. मात्र आर्नोल्ड सुपरचार्जरमुळे तसे वाटत नव्हते; पण तरीही नेहमीच्या कौशल्याने आपण ती वळवू शकत नाही, असे त्याला वाटत होते. सराव नव्हता एवढेच; बाकी तशी गंभीर बाब नव्हती. बाँड खूश होता. लंडनमधला उन्हाळ्याच्या सुरुवातीचा एक दिवस होता. चेहऱ्यावर वारा होता, आणि तो आपल्या बॉसला भेटायला निघाला होता.

बघता बघता तो रीजन्ट पार्कमध्ये आणि सर्व्हिसेसच्या हेडक्वार्टर्समध्ये पोहोचला. चकित होऊन बघणाऱ्या दरवानाकडे किल्ल्या फेकत तो लिफ्टने आठव्या मजल्यावर गेला. एम.च्या केबिनच्या दरवाजाबाहेर मनिपेनी आपल्या स्थानावर बसली होती. ग्रीक पुराणांमधला जो काही नरक असेल त्याची राखण करणाऱ्या तीन डोक्यांच्या सेरिब्रस या कुत्र्याची त्याला उगीचच आठवण आली. आत असलेल्यांना पळून जाता येऊ नये, पण त्याचबरोबर नसत्या जिज्ञासेने भलत्यासलत्यांना आत प्रवेशही मिळता कामा नये.

''जेम्स,'' त्याला बघताच ती म्हणाली. तिच्या स्वरातला आनंद लपू शकला नाही. ''काय बरं वाटतं आहे तुला बघून. सुट्टी कशी गेली?''

''सुट्टी नाही. सक्तीची विश्रांती मनिपेनी. फरक आहे दोघांत. पण छान गेले दिवस. थोडी लांबलीच सुट्टी. आणि माझी आवडती रखवालदार कशी आहे?''

''इतकी चांगली कधीच नव्हती. थँक यू, जेम्स.''

खरंच बोलत होती ती. तिने काळ्या पांढऱ्या चौकटीचा सूट चढवला होता. पांढरा ब्लाऊज. गळ्याशी निळा नक्षीदार ब्रूच.

''आणि आपले म्हातारबुवा?'' त्याने दाराकडे मान वळवत विचारले.

तिने आवाज करत जोराने श्वास आत ओढून घेत म्हटले, ''प्रामाणिकपणे बोलायचे तर सध्या डोके फिरले असावे.'' तिने बोट वाकवूनच त्याला जवळ बोलावले आणि त्याच्या कानामध्ये ती कुजबुजली. ''त्याने –'' बाँडला तिच्या ओठांचा स्पर्श जाणवला.

''योगा!'' बाँडच्या तोंडातून मोठ्यानेच शब्द निसटला. ''आता देवाशपथ –''

आपले बोट ओठांवर ठेवत मनिपेनी मोठ्याने हसली.

''माझ्या गैरहजेरीत सर्व जगाचेच डोके फिरले आहे की काय?''

''शांत हो जेम्स आणि तुझ्या हातामधल्या त्या सुंदर लाल बॅगेमध्ये काय आहे ते सांग बरं.''

''चॉकलेट्स.'' बाँड म्हणाला. ''एम.ने मला रोमहून आणायला सांगितली होती.'' तत्काळ लक्षात येणाऱ्या निळ्या आणि चंदेरी कागदात गुंडाळलेला पेरूजिआन बाचीचा बॉक्स त्याने तिला दाखवला.

"बाचीचा अर्थ इटालिअनमध्ये काय होतो, हे तुला माहीत आहे जेम्स? ...चुंबन."

"म्हणजे त्याच्या बायकोसाठी असणार ती."

"जेम्स तू फारच –" तिच्या तोंडातून अपशब्द अगदी उच्चारला जाता जाता तिने स्वत:ला आवरले.

"शू ऽऽऽ...."

ती आणखी काही बोलायच्या आत तिच्या मागचा वॉलनटचा दरवाजा आवाज न करता उघडला. डोके एका बाजूला कलते ठेवून एम. दरवाजात उभा होता.

"आत ये, 007," तो म्हणाला. "तू परत आलेला बघून बरे वाटले."

"थँक यू, सर." त्याच्या मागे आत जाता जाता तळहात ओठांवर टेकवत त्याने तो मनिपेनीला दाखवला. तिला सतावायची संधी बाँड कधी सोडत नसे.

बाँड, एम. समोरच्या खुर्चीमध्ये बसला. डझनावारी काड्या फुकट घालवल्यावर एम.चा पाईप त्याला हवा त्याप्रमाणे पेटला. बाँडच्या सक्तीच्या रजेबाबतच्या वायफळ गप्पा संपताच त्या अनुभवी खलाशाने एकदा खिडकीमधून बाहेर नजर टाकली. रीजन्ट पार्कपलीकडे जशी काही शत्रूची जहाजे होती. मग पुन्हा वळून त्याने बाँडच्या नजरेला नजर भिडवली.

"मला एका बाबतीत तुझ्या मदतीची गरज आहे, 007. मलाही या क्षणी नीटशी माहिती नाही. पण माझ्या मनाला सारखे वाटते आहे की, फार मोठी भानगड निर्माण होणार आहे. फारच मोठी. तू डॉ. ज्यूलिअस गॉर्नर हे नाव कधी ऐकले आहेस?"

"तुम्ही मला आणखी कुठल्या डॉक्टरकडे पाठवणार आहात की काय? मला वाटते मी तुमची खात्री पटवली होती की –"

"छे! छे! ही सन्माननीय पदवी आहे. मला वाटते सोरबोन शहरामधून मिळालेली. तशा डॉक्टर गॉर्नर यांनी ऑक्सफर्ड आणि लिथुआनियामधल्या व्हिलनिअस या विद्यापीठांमधून पदव्या मिळवलेल्या आहेत. व्हिलनिअस ही पूर्व युरोपमधल्या जुन्या विद्यापीठांपैकी एक आहे. ऑक्सफर्डमधून त्याने आधुनिक काळातल्या उच्च विषयात प्रथम वर्गाच्या पदव्या मिळवल्या आहेत. राजकारण, तत्त्वज्ञान, अर्थशास्त्र. आश्चर्य म्हणजे डॉक्टरेटसाठी त्याने रसायनशास्त्र हा विषय निवडला होता."

"जॅक ऑफ ऑल – ट्रेड्स दिसतो. अनेक विषयांमधले थोडे थोडे ज्ञान कमावलेले दिसते."

एम.ने हळूच आपला घसा जरा साफ केला. "उलट तो मास्टर ऑफ ऑल – ट्रेड्स आहे म्हणावे लागेल. तो प्रत्येक विषयात तज्ज्ञ आहे. मी फक्त तुला त्याची पार्श्वभूमी सांगितली. आणि या सर्व गोष्टी त्याने विनासायास प्राप्त केल्या आहेत.

युद्ध सुरू झाले तेव्हा वय कमी असताना तो स्वतःहून सैन्यात भरती झाला. विशेष म्हणजे दोन्ही बाजूंनी लढला. सुरुवातीला नाझींसाठी आणि स्टालिनग्राडच्या लढाईत रशियन्ससाठी. त्यांचा देश दुसऱ्या कोणत्या देशाने व्यापला आहे आणि कोणाशी लढणे त्यांना भाग पडते आहे, त्यावर अवलंबून बाल्टिक राज्यांमधल्या अनेक जणांना असे करण्याशिवाय गत्यंतर नव्हते. गॉर्नरच्या बाबतीत म्हणायचे तर कोण जिंकेल याचा विचार करून त्याने स्वेच्छेने बाजू बदलल्या होत्या.''

''केवळ पैशांसाठी लढणारा?'' बाँडने विचारले. त्याचे कुतूहल वाढायला लागले.

''बरोबर. पण त्याला उद्योगधंद्यांची खरी आवड आहे. एक वर्ष तो हार्वर्ड बिझिनेस स्कूलमध्ये होता. तिथला शिक्षणक्रम त्याला आव्हानात्मक वाटला नसावा. त्याने ते कंटाळून सोडले. मग त्याने इस्टोनियात औषधे बनवायचा छोटा उद्योग सुरू केला. पॅरिसजवळ कारखाना उभारला. आता उद्योजकांच्या दृष्टीने विचार केला तर तुला वाटेल की, इस्टोनियामध्ये उत्पादन कमी खर्चात शक्य आहे तेव्हा कारखाना इस्टोनियात आणि ऑफिस पॅरिसमध्ये असायला पाहिजे. पण डॉ. गॉर्नरचे वैशिष्ट्य आहे की, तो इतरांच्या अपेक्षेप्रमाणे वागत नाही.''

''कुठल्या तऱ्हेच्या औषधांचे उत्पादन करत होता तो?''

''ॲनालजेसिक्स म्हणजे वेदनाशामक औषधे. काही काळानंतर पार्किन्सन्स डिझीझ, मल्टिपल स्क्लेरोसिस वगैरेंवर गुणकारी ठरतील अशा न्यूरॉलॉजिकल औषधांची उत्पादने निर्माण करण्याची त्याला आशा होती. पण इथे स्पर्धा होती फायझर, जॉन्सन ॲण्ड जॉन्सन अशा मातब्बर औषध निर्मात्यांशी. काही कंपन्या गेली शंभर वर्षे या उद्योगात आहेत. पण या विचाराने त्याने मुळीच कच खाल्ली नाही. औद्योगिक हेरगिरी, स्वस्त उत्पादने आणि विक्रीच्या तंत्रात दमदाटीचा अवलंब करून त्याने मार्केटमध्ये पाय रोवला आणि एक दिवस त्याचे पॉपीकडे लक्ष गेले.''

''पॉपी?'' योगामुळे एम.च्या विचारपद्धतीत काही गडबड निर्माण झालेली नाही ना? डोक्यावर उभा राहिला असेल? धोतर नेसून? याची मात्र तो कल्पनाही करू शकेना.

''वेदनाशामक किंवा झोपेसाठी जी औषधे निर्माण करतात ती या पॉपीपासून बनवतात – अफू – हॉस्पिटल्समध्ये रुग्णांना बधिरता आणण्यासाठी, गुंगी आणण्यासाठी या औषधांचा सर्रास उपयोग करतात. आपल्या सैनिकांच्या पॅकमध्येही मॉर्फिन असते. तुमचा अर्धा पायच कुठल्या गोळ्याने उडवला, तर अत्यंत ताकदवान आणि त्वरित गुणकारी अशाच औषधाची गरज असते. खोकल्यासाठी म्हणून बायर या जर्मन कंपनीने प्रथम हेरॉईन हे कायदेशीरपणे बाजारात विक्रीला आणले. पण या औषधांची लागणारी चटक आणि व्यसने लक्षात घेऊन आता फार कडक कायदे

झाले आहेत. औषधोपचारासाठी अफूचा वापर करून बनवलेल्या वैद्यकीय उत्पादनांचा कायदेशीर वापर चालू असला तरी बेकायदेशीर व्यापारही मोठ्या प्रमाणात चालतो.''

''आणि आपला माणूस कशात गुंतला आहे?''

''कायदेशीर व्यवहार अर्थातच आहेत. पण आम्हाला संशय आहे की वाढत्या प्रमाणातल्या बेकायदेशीर व्यापारामध्येसुद्धा त्याचा हात आहे. पण ते सिद्ध करायचे तर आपल्याला माहितीची गरज आहे.''

''आणि म्हणून मला बोलावले आहे?''

''बरोबर.'' एम. उभा राहिला आणि पुन्हा खिडकीजवळ गेला. ''तसा विचार केला तर मी तुझ्यावर अगदी साधे काम सोपवणार आहे. सत्य शोधून काढायचे. गॉर्नरला शोध. त्याच्याशी बोल. नक्की कशासाठी तो या गोष्टीमध्ये गुंतला आहे जाणून घे.''

''हा तर त्याच्या मानसिक प्रवृत्तीचा वेध घेण्याचा प्रकार आहे.''

''खरं आहे.'' पण एम. बोलताना जरा अस्वस्थच वाटला.

''आणि म्हणून मला परत बोलावले आहे? मी पुन्हा माझ्या कामाला लागायचे की नाही हा निर्णय सर्वस्वी माझा असेल अशी माझी समजूत होती.''

''तो तसा आहेच जेम्स.''

बाँड नाही, 007 नाही, तर जेम्स? बाँडला धोकाच दिसायला लागला. नक्की कुठल्या तरी वाईट बातमीची प्रस्तावना दिसते.

''तू डॉक्टरांकडून आणखी काही टेस्ट्स करून घे आणि आर.शी बोल.''

''मानसोपचार तज्ज्ञांच्या बॉसशी?''

''सायकॉलॉजिकल फिटनेस ॲसेसर,'' एम.ने दुरुस्ती केली. ''मानसिक स्थिती अजमावणारा मानसोपचार तज्ज्ञ. हल्लीच मी त्याच्या खात्यामध्ये एका असिस्टंट थेरपिस्टची नेमणूक केली आहे. श्वास कसा घ्यायचा, कसा सोडायचा, मन शांत कसे राखायचे याचा एक कोर्स देईल तो.''

''अरे देवा ! सर –''

''सर्व डबल-ओ एजंट तो करत आहेत,'' एम. जरा अवघडल्याप्रमाणे म्हणाला. ''009 ने तर खूप उपयोग झाला असे कळवले आहे.''

''कळवणारच.''

''आणि तुला सांगायचे विसरतच होतो. मी 004 च्या जागी एका नवीन डबल-ओ एजंटची नेमणूक केली आहे. तुला कळलेच असेल की दुर्दैवाने –''

''हो. पूर्व जर्मनीत तो एका आगगाडीखाली सापडून... तो नवीन माणूस कधी आपले काम सुरू करणार आहे?''

"कुठल्याही दिवशी," एम. पुन्हा खाकरला. "तर मी सांगत होतो, त्याप्रमाणे सर्वच जण तो कोर्स करत असताना तुझ्या बाबतीत अपवाद करायची माझी तयारी नाही."

बाँडने सिगारेट पेटवली. एम.च्या डोक्यात एकदा कुठला किडा वळवळायला लागला की त्याच्याशी वाद घालण्यात अर्थ नसे. "डॉ. गॉर्नरबद्दल आणखी कुठल्या माहितीची गरज आहे मला?"

"आहे," एम. म्हणाला. "त्याच्यापासून देशाच्या सुरक्षिततेला धोका संभवतो म्हणून आपल्या संघटनेला लक्ष घालायला सांगितले आहे. देशामध्ये भीतिदायक प्रमाणात मादक द्रव्ये आणली जात आहेत. युनायटेड स्टेट्समध्ये साडे सात लाख लोक तरी या आधीच त्यांच्या आहारी गेले आहेत. आपली त्याच दिशेने वाटचाल सुरू आहे. आणि सर्वच काही बेघर असणारी माणसे वगैरे नाहीत. आपल्या तरुण पिढीलाच चटक लागायला लागली आहे. ती एक फॅशन बनायला लागली आहे. इतर वर्तमानपत्रांचे सोड पण, 'टाइम्स' सारख्या वृत्तपत्राने या द्रव्यांच्या आहारी गेलेल्या पॉप सिंगर्सच्या बाबतीत दया दाखवावी, असे मत व्यक्त केले आहे. मादक द्रव्ये जर आपल्या संस्कृतीचा भाग बनली, तर विकसनशील देशांसारखी आपल्या देशाचीही अवस्था होईल. जगण्याची इच्छाच ही मादक द्रव्ये नष्ट करतात. लाओस, थायलंड, कंबोडिया या देशांकडे बघ जरा."

"मला तर क्रिस्टाटोस आणि इटलीमधल्या कामगिरीची आठवण येते आहे."

"डॉ. गॉर्नरच्या नसत्या उद्योगांशी तुलना करता तो आठवड्याच्या शेवटी केलेला चोरट्या मालाचा व्यापार ठरेल. गोल्डफिंगरला भेटण्यापूर्वीची तुझी मेक्सिकोतली कामगिरीही छोटीच ठरावी."

"आणि हा गॉर्नर मला कुठे सापडेल?"

"तो नाना देशांमध्ये फिरत असतो. विमाने हा त्याचा एक छंद आहे. त्याच्याकडे स्वतःची दोन खाजगी विमाने आहेत. बराच काळ त्याचे पॅरिसमध्ये वास्तव्य असते. त्याला ओळखणे हीदेखील कठीण बाब नाही."

"ती कशी काय?"

"त्याचा डावा हात." एम. खाली बसला आणि त्याने बाँडच्या नजरेला नजर भिडवली. "त्याच्या डाव्या हाताचा पंजा माकडासारखा आहे."

"काय?"

"फारच क्वचित आढळून येणारा जन्मजात दोष. अंगठाही इतर बोटांना समांतर असा सरळ रेषेत असतो. त्यामुळे त्याला हातात काही पकडता येत नाही. दोन बोटांनी पेन्सिल उचलण्याचा प्रकार असतो तो." एम.ने प्रात्यक्षिकच करून दाखवले. "तशी उचलता येते, पण व्यवस्थित नाही. होमो सेपियन्सच्या बाबतीत

पूर्वजांपासून पुनरुत्पादनाच्या काळात एक महत्त्वाचा बदल झाला – म्युटेशन म्हणतात त्याला – आणि अंगठा निर्माण झाला. पण गॉर्नरचा सगळा हातच माकडासारखा आहे. मनगटापर्यंत आणि पुढे वरपर्यंत केसाळ आहे.''

बाँडची स्मृती चाळवायला लागली. ''म्हणजे त्याचा डावा हात उजव्या हातापेक्षा मोठा असणार.''

''बहुतेक क्वचितच घडणारी गोष्ट असली तरी अद्वितीय म्हणता येणार नाही. माझी तरी निदान तशी समजूत आहे.''

''आणि त्याच्याबरोबर कायम फॉरिन लीजनची हॅट घालणारा एक साथीदार असतो का?''

''मला काही कल्पना नाही,'' एम.ने उत्तर दिले.

''मला वाटते मी मार्सेलीसमध्ये बघितले होते त्याला.''

''बंदरावर?''

''हो. ''

एम.ने एक सुस्कारा टाकला. ''तशी दाट शक्यता आहे.''

''तो माझ्याच वयाचा दणकट माणूस आहे? मोठे लांब केस मागे वळवणारा? स्लाविक –''

''थांब जरा,'' असे म्हणत एम.ने एक फोटो त्याच्यासमोर सरकवला. ''हा माणूस?''

''हो,'' बाँड म्हणाला. ''तोच.''

''तुझे विधिलिखित. दुसरे काय?''

''विधिलिखितावर माझा विश्वास नाही.''

''पण आता विश्वास ठेवायची वेळ आली आहे समज. एस.आय.एस.ला मिळालेला एक उत्कृष्ट 'डिफेक्टर' स्वतःच्या देशाचा त्याग करून आलेला रशियन मिलिटरी इन्टलिजन्समधला एक कर्नल पेन्काव्स्कि नावाचा माणूस होता. अंकारा इथल्या एका कॅफेमध्ये उदासवाणा बसलेला त्यांच्या एका माणसाला आढळला. त्याने त्याच्याकडे बघितले आणि तो त्याच्याबरोबर निघाला. विधिलिखित.''

''आणि निरीक्षण,'' आपली सिगारेट विझवत बाँड म्हणाला. ''मग याचा अर्थ असा समजायचा का, की मी पुन्हा पूर्वीच्या कामावर हजर झालो आहे म्हणून?''

''एका झटक्यात नाही. एकेका पावलाने. असे माझ्या तरी मनात आहे.'' एम.ने सांगितले. ''तू जरा नजर टाकून ये. आर. बरोबरचा कोर्स पूर्ण कर. मग बघू आपण.''

अचानक एक वेगळीच शंका बाँडच्या मनात आली. 007ला यातले काही सांगितलेले नाही ना? किंवा त्या नवीन 004ला? दुसऱ्या कुठल्या एजंटसाठी मी

उगीचच पायपीट करणार नाही.

एम. जरा चुळबुळ करायला लागला, आणि जरा बेचैन झाला. ''ऐक जरा 007. हा डॉ. गॉर्नर आजपर्यंत आपल्याला भेटलेल्या माणसांपेक्षा अत्यंत घातकी माणूस ठरेल असे वाटते. मादक द्रव्यांचा व्यापार करणाऱ्या कुठल्या म्हाताऱ्यामागे लागायला मी तुला सांगितलेले नाही. कोट्यावधी माणसांचे जीवन उद्ध्वस्त करायचा कुटील हेतू मनात बाळगून पश्चिमी राष्ट्रांचा दबदबा खच्ची करण्याचा डाव रचणाऱ्या माणसामागे मी तुला पाठवतो आहे. त्यासाठी मी कितीही एजंट्सचा वापर करेन... तो हक्क मी राखून ठेवतो आहे.''

आपल्या बॉसचे भुरे डोळे आपल्याकडे रोखून बघत आहेत, याची बाँडला जाणीव झाली. तो निदान मनापासून बोलत होता. एम.ने पुन्हा एकदा घसा खाकरला. ''या बाबतीतल्या रशियन संबंधाचीही सरकारला काळजी वाटते आहे. शीतयुद्ध अनेक तऱ्हेने लढले जाऊ शकते. तेव्हा सहा दिवसांत तुझा रिपोर्ट मला माझ्या टेबलावर दिसायला हवा.''

चर्चा वाढवण्यात बाँडला काही अर्थ दिसला नाही. ''दजिएमचा यामध्ये सहभाग असणार आहे?''

''हो. पॅरिसमध्ये पोहोचताच मॅथिसची भेट घे. मिस मनिपेनीने तुझे विमानाचे तिकीट काढलेले आहे आणि हॉटेलमध्ये जागाही राखून ठेवली आहे.''

''थँक यू सर,'' असे म्हणत बाँड उठला.

''आणि जेम्स, काळजीपूर्वक वाग. मादक द्रव्यांचा व्यापार हा शस्त्रास्त्रे किंवा हिऱ्यांसारखा व्यापार नाही. हा माणूस खतरनाक आहे असे सारखे माझ्या मनात येते. त्याचे हात आधीच अनेकांच्या रक्ताने बरबटले आहेत.''

बाँडने मान डोलावली आणि बाहेर पडून दरवाजा ओढून घेतला.

मनिपेनीने मान वर करून बघितले. तिच्या हातात एक सील केलेले तपकिरी रंगाचे पाकीट होते. ''नशीबवान माणूस. वसंतऋतूमध्ये पॅरिसला भेट? मी तुझ्यासाठी एक मस्त हॉटेल शोधले आहे आणि एम.ला त्याची चॉकलेट्स द्यायला विसरलास तू.''

बाँडने ती लाल बॅग तिच्या डेस्कवर ठेवली. ''तूच घे ती आता,'' तो म्हणाला.

''किती गोड आहेस तू जेम्स. थँक यू. तुझे विमान सहा वाजता आहे. खोल श्वास घेऊन मन शांत कसे करायचे, याच्या पहिल्या सेशनसाठी मी दुपारी अडीच वाजताचे बुकिंग केले आहे; दुसऱ्या मजल्यावर. तेवढ्यासाठीच कसाबसा वेळ आहे तुझ्याकडे.''

''मी पॅरिसहून आल्यावर बघ,'' लिफ्टकडे जाता जाता बाँड म्हणाला. ''मग मी तुला जोराजोराने श्वास टाकत बसायला कारण देतो.''

"या दोघांमध्ये फरक आहे जेम्स.''

"तू उगाच नसते फाटे फोडत बसणार असशील, तर मला काही तरी परिणामकारक उपायच शोधावा लागेल. तुला अशा ठिकाणी फटके मारेन की आठवडाभर बसता येणार नाही.''

"खरेच जेम्स, हल्ली तू फक्त तोंडच चालवण्यात हुशार झाला आहेस.''

त्याने यावर काही उत्तर देण्यापूर्वीच लिफ्टचा दरवाजा बंद झाला. लिफ्ट खाली खाली जात असताना त्याला रोममधल्या हॉटेलच्या दरवाजातला, कोड्यात पडल्याप्रमाणे त्याच्याकडे बघणाऱ्या, लारिसाचा चेहरा आठवला. फक्त गप्पाच. शक्य आहे की मनिपेनी खरंच बोलत होती.

ज्यूलिअन बर्टन नावाच्या माणसाबरोबर बाँडने पंचेचाळीस मिनिटे घालवली. विनाकॉलरचा शर्ट परिधान केलेल्या त्या माणसाने अगदी पोटापासून कसा श्वास घ्यायचा याबद्दल त्याला सूचना दिल्या.

"एखादा जग तू पाण्याने भरतो आहेस असा विचार कर. त्यालाच श्वासोच्छ्वास म्हणतात. घेतलेला श्वास अगदी खोलवर, तुझ्या शेवटच्या मणक्यापर्यंत आणि किडनीपर्यंत पोहोचू दे. तो सगळा जग कसा भरतो याचा अनुभव घे. आता डोळे मिट. कुठल्या तरी आनंददायक दृश्याचा विचार कर. सुरेख असा समुद्रकिनारा किंवा झाडांमधून झुळझुळ वाहणारा ओढा वगैरे. स्वत:ची अशी खास जागा. दिवसातल्या सगळ्या चिंता झटकून फक्त त्या शांत दृश्यावर मन केंद्रित कर. श्वास घेतच राहा. अगदी खोलपर्यंत. कुठल्याही विचारांना मनामध्ये थारा देऊ नको. आपल्या खास जागेत राहा.''

खास जागा म्हणजे कुठली? छान झाडे-झुडुपे असणाऱ्या बागेचा वगैरे विचार बाँडच्या मनात डोकावत नव्हता. त्याला आठवत होती हॉटेलच्या बारमध्ये त्याचे लक्ष गेलेली लारिसाच्या मानेवरची, घशावरची गोरी गुलाबी त्वचा. शक्य आहे की या म्हाताऱ्याच्या अंगात अजून थोडी मस्ती शिल्लक असेलही. सेशनच्या शेवटी बाँडने ज्यूलिअनला वचन दिले की, खोलपर्यंत श्वास घेण्याचा व्यायाम तो दररोज करेल म्हणून. खाली जाण्यासाठी लिफ्टसाठी न थांबता तो धावत पायऱ्या उतरला. कामाला लागायचे तर पूर्ण धडधाकट व्हायला पाहिजे. प्रत्येक छोटी गोष्टही त्यासाठी मदत करेल.

डॉ. ज्यूलिअस गॉर्नरचा नुसता विचार मनात आल्याबरोबर त्याच्या नसानसातून उत्साह सळसळायला लागला. बघता क्षणी दुसऱ्या कोणत्याही व्यक्तीच्या बाबतीत त्याला एवढा तिरस्कार कधी वाटला नव्हता. एखाद्या देशावर हल्लाच चढवायचा तर सरळ बंदुका आणि सैन्याचा वापर करावा. त्यासाठी त्या देशातल्या भोळ्या

तरुणांची फसवणूक करून त्यांचे जीवन उद्‌ध्वस्त करणे, हे अत्यंत निंद्य कृत्य होते.

त्याला एम.वर छाप पाडायची उत्सुकता लागली होती. आपले लोकोमोटिव्ह बेजवॉटर रोडवरून हाईड पार्कमध्ये नेताना त्याच्या मनात असाही विचार आला की आजपर्यंतचे त्याचे कर्तृत्व बघता त्याची काही गरज नव्हती त्याला – बहुधा इतर डबल-ओ एजंट्सच्या उल्लेखानेच त्याची मन:स्थिती बिघडली असेल. ठार मारायची मुभा असलेले इतर एजंट नेहमी असणारच. एजंटला जीवघेणा अपघात होईपर्यंतचा सर्वसाधारण काळ लक्षात घेतला, तर नवीन एजंट नेमणे आणि त्यांना खास शिक्षण देऊन तयार करणे यासाठी कायम स्वरूपाची यंत्रणा आवश्यकच होती. पण बाँडचा स्वत:चा विश्वास होता की तो एक अद्वितीय एजंट आहे. बाँडने पूर्ण लक्ष केंद्रित करावे म्हणून एम.ने या वेळी मुद्दामच त्याला संपूर्ण माहिती दिली नसेल. जास्त विचार केल्यावर तर त्याची तशी खात्रीच पटायला लागली. एम. फार धूर्त होता.

तो आपल्या फ्लॅटवर परत आला तेव्हा त्याला आढळले की, इटलीहून त्याने आणलेले सर्व कपडे 'मे' ने धुऊन, इस्त्री करून ठेवले होते. चहाची वेळ असली तरी त्याला काय हवे असते हे तिला माहीत होते. बुड्ढ्या स्त्रियांचे पेय तो कसला घेणार? तिने त्याच्या बेडरूमचा दरवाजा ठोकला तेव्हा तिच्या हातातल्या चांदीच्या ट्रेमध्ये सोडा, बकेटभरून बर्फाचे खडे, एक कट-ग्लासचा टम्बलर, जॉनी वॉकर ब्लॅक लेबलची अख्खी बाटली या गोष्टी होत्या.

"तुमच्या उत्कृष्ट प्रकृतीसाठी मिस्टर बाँड," अनेक खण असलेल्या पेटीवर ट्रे ठेवत मे म्हणाली. "आणि तुमचे सामान मी पॅक करून देते तुम्हाला."

मद्यपान सोडून त्याला तीन महिनेही झाले नव्हते. पण एम.च्या मते तो जर परत काम करण्याइतका धडधाकट असेल तर... त्याने थोडीशी व्हिस्की ग्लासमध्ये ओतली. बर्फाचे खडे आणि तेवढाच सोडा ओतला.

"तुझ्याही चांगल्या प्रकृतीसाठी," तो ग्लास उंचावत म्हणाला आणि त्याने एका घोटात व्हिस्की संपवली.

हॅमरस्मिथ मागे सोडून ग्रेट वेस्ट रोडला लागताना मागची मोटरसायकल बाँडला गाडीच्या आरशात दिसली आणि त्याचा पाय आपोआप ब्रेकवर पडला. हे ट्रॅफिक पोलीस सगळीकडेच असतात आणि त्याची खास बनवलेली भपकेदार गाडी त्यांच्या नजरेत आली की लगेच मागे लागतात. चुंबकासारखी ही गाडी त्यांना आकर्षित करून घेते. पण त्याने ब्रेक दाबताच त्या मोटरसायकलनेही वेग कमी केला. सिग्नल न देताच डावीकडचे वळण घेऊन त्याने ट्विकनहॅमचा रस्ता धरला. लंडनमधून

बाहेर पडणारी गर्दी त्याने मागे सोडली. पहिला सिग्नल लाल होता होता ॲक्सिलरेटर दाबून त्याने गाडी पुढे काढली. आरशात नजर टाकली. मोटरसायकल अजूनही मागे दिसत होती.

डॉ. ज्यूलिअस गॉर्नरच्या धोकादायक संकटाचा मुकाबला करण्यासाठी तो निघालेला असताना एक नवशिका ट्रॅफिक पोलीस आपला पाठलाग करतो आहे हे दिसल्यावर त्याचे पित्त खवळले. चेसविक ब्रिज येता येता त्याने खाडकन गाडीचे चाक उजवीकडे वळवले.

या वेळी त्याचा वेगाचा अंदाज बरोबर होता याबद्दल त्याची खात्री होती आणि चाकांनीही रस्ता घट्ट पकडून ठेवला होता. त्याने पुन्हा आरशांमध्ये नजर टाकली. आता त्याला एक सोडून दोन मोटरसायकली दिसत होत्या – मोठ्या बी.एम.डब्ल्यूज– आणि कोणतीही गाडी गर्दीच्या रस्त्यांवर मोटरसायकलशी स्पर्धा करू शकत नाही. प्रथमच त्याच्या मनात काळजी उमटली. मोटरसायकल स्वारांनी मुंड्या खाली केल्या आणि ॲक्सिलरेटर्स फिरवले. त्यांच्या बव्हेरियन फ्लॅट ट्विन्सच्या आवाजांनी शांत असा क्यू स्ट्रीट दणदणला.

काही क्षणातच बेन्टलेच्या दोन्ही बाजूंनी एक एक मोटरसायकल धावत होती. गंभीरपणेच त्यांना विचारात घ्यायची आवश्यकता निर्माण झाली होती. आता आपण ॲस्टन मार्टिन या गाडीमध्ये असतो तर किती छान झाले असते, असे त्याला वाटून गेले. त्या गाडीत सीटखालच्या खास कप्प्यात एक कोल्ट-४५ पिस्तूल असे. एवढ्या अंतरावरून त्याच्याकडे असणाऱ्या वॉल्थर पी.पी.के.ची ताकद किती परिणामकारक ठरेल याबद्दल त्याला खात्री वाटत नव्हती. दुसरा पर्यायही नव्हता. पण होल्स्टरमधून पिस्तूल काढण्यापूर्वीच पुढल्या पॅसेंजरच्या बाजूच्या खिडकीची काच एका गोळीने दाणकन उडवली. त्या जागेमधून एक गोळी झाडत बाँडने खाडकन ब्रेक दाबला. मोटर बाईक्सपेक्षा गाड्यांचे ब्रेक्स मात्र शक्तिमान असतात. त्या क्षणात त्याला पुढे सटकलेला दुसरा मोटरसायकलस्वार दिसला. पॅसेंजर सीटवर वाकून त्याने फुटलेल्या खिडकीतून डाव्या हातानेच पिस्तूल झाडून त्याला टिपले. खांद्यामध्ये गोळी बसलेला स्वार पुढे कोलमडला. आवाज करणारी जर्मन मोटरसायकल त्याच्या ताब्यातून निसटली आणि रस्त्यावर ठिणग्या उडवत घसरत गेली.

प्रथम दिसलेला मोटरसायकलस्वार त्याच्या उजव्या बाजूच्या खिडकीबाहेर दिसत असतानाच बाँडच्या लक्षात आले की, रस्ता उजवीकडे वळतो आहे. आपण पन्नासच्या वेगाने जातो आहोत असा त्याचा अंदाज होता. त्याच्या डोक्यात एक योजना आकार घेत होती आणि ती यशस्वी करायची तर वेग कमी करणे आवश्यक होते. मोटरसायकलस्वाराचा डावा हात गोळी झाडण्यासाठी वर उचलत होता.

उजवा हात मोटरसायकलच्या हॅन्डलबारवर होता आणि क्लचवर कंट्रोलच नव्हता.

बाँडने पायाने ब्रेक दाबला, गाडी उजवीकडे वळवली आणि हॅन्डब्रेक खेचला. हॅन्डब्रेक नेहमीप्रमाणे डॅशबोर्डखाली नव्हता. गाडी बांधून घेताना त्याने तो गिअर्सच्या लिव्हरमागे बसवून घेतला होता. टायर्स घासत, जळल्याचा आवाज येत असतानाच ती मोठी गाडी थरथरली आणि तिची मागची बाजू वळून सरळ मोटरसायकलस्वाराच्या पुढल्या चाकासमोर आली. बी.एम.डब्ल्यू. दाणकन आदळताच मोटरसायकलस्वार उडाला आणि उलटी उडी खात पुढल्या जंक्शनमध्ये पाठीवर आदळला. त्याच्या पिस्तुलातली गोळी त्या दणक्यानेच उडाली.

आपल्याला फ्लाईट पकडता येईल याची खात्री करून घेण्यासाठी बाँडने घड्याळावर नजर टाकली. क्यू स्ट्रीटवरून उत्तर दिशा पकडली. ग्रेट वेस्ट रोडवर परत येताना त्याला रेने मॅथिसची आवडती म्हण आठवली. *का रकमॉन्स* – सर्व पुन्हा सुरू होत आहे....

आता खेळू या?

बाँडच्या हॉटेलवर मनिपेनीच्या विशिष्ट तऱ्हेची हॉटेल्स राखून ठेवायच्या सवयीची छाप होती. नदीचा उजवा काठ, डोळ्यात भरणारे नाही, विशेष कल्पकता नाही. बाँडने भराभर बेडरूम, बाथरूम, छोटीशी बैठकीची खोली तपासली. इलेक्ट्रॉनिक्सची चोरून ऐकण्याची साधने (बग्ज) बसवली नाहीत ते तपासले. सिक्रेट सर्व्हिस इतक्या वेळा हॉटेल्स बदलायची की तो इथे येणार आहे हे कुणाला कळायची शक्यता नव्हती. पण मोटरसायकलचा अनुभव लक्षात घेता त्याच्या मागावर कुणी तरी होते हे नक्की. त्याला वाटत होते की, मोटरसायकलचा संबंध त्याच्या आधीच्या कुठल्या तरी कामगिरीशी असणार. हा ज्यूलिअस गॉर्नर कितीही धोकादायक असला, तरी त्याच्याकडे अतींद्रिय शक्ती असणे शक्यच नव्हते. आणि तसाच विचार केला तर बाँड मरावा अशी किती तरी वर्षे इच्छा बाळगणारे लोक या जगामध्ये काही कमी नव्हते. कामगिरी अगदी यशस्वीपणे पार पडली तरी त्यामुळेच त्याच्यावर डूक बाळगणारी माणसे असणारच.

त्याच्या मताप्रमाणे कुठल्याही खोलीत बग्ज नव्हते. त्याने पडदे लावून घेतले, डोक्यावरचा एक केस उपटून तो बाथरूमच्या दरवाजाची मूठ आणि दरवाजा बंद केल्यावर दिसणारी फट यांच्यावर चिकटवून टाकला. आपल्या सूटकेसच्या तळाशी असलेला चोरकप्पा उघडून त्याने गोळ्या काढल्या आणि वॉल्थर पिस्तुलात भरल्या. पिस्तूल पुन्हा खांद्यावरच्या होल्स्टरमध्ये ठेवून दिले. कोटाखाली फुगवटा दिसत नाही याची खात्री केली. सूटकेस बंद करून कॉम्बिनेशन लॉकवर त्याने करड्या रंगाची टाल्कम पावडर टाकली. मगच हॉटेल सोडून पुन्हा एकदा फ्रेंच टेलिफोन सिस्टिमशी झगडण्यासाठी *प्यु साँ रोश*वर पोहोचला.

हातामध्ये धरलेले नाणे उलटसुलट करत असताना त्याला आठवण झाली की, रोममध्ये ब्रेकफास्ट घेतल्यानंतर त्याने काहीच खाल्ले नव्हते. वेळेतला एक तासाचा फरक लक्षात घेता पॅरिसमध्ये आता नऊ वाजले होते. मॅथिसही टेलिफोनवर भेटला नाही. गेला असणार त्याच्या त्या मैत्रिणीबरोबर जेवायला. दजिएमच्या वैतागलेल्या टेलिफोन ऑपरेटरकडे त्याने निरोप ठेवला.

गेल्या काही महिन्यापासून बऱ्याच वेळा बाँडला एकट्यानेच बाहेर जाऊन

जेवावे लागल्यामुळे तो पार कंटाळला होता. त्यात पाऊसही पडताना दिसल्यावर त्याने हॉटेल रूमवर परत जाऊन रूम सर्व्हिसकडून एखादे आम्लेट वगैरे मागवून लवकर ताणून द्यायची ठरवले.

पितळेचे वजन आणि शेंदरी रिबिन लावलेली किल्ली पोर्टरने हातात ठेवली. संगमरवरी फरश्यांनी बनवलेली लॉबी क्रॉस करून बाँडने लिफ्टचे बटण दाबले. मग विचार बदलून तो धावतच तीन जिने चढला. स्वतःच्या विचारात असतानाच ३२५ क्रमांकाच्या आपल्या खोलीच्या मंद प्रकाश असणाऱ्या पॅसेजमध्ये जाऊन त्याने दिव्याचे बटण लावले आणि वजनदार किल्ली बेडवर उडवली. टेबलाशी जाऊन फोन उचलला आणि शून्य क्रमांकावर फोन केला. फोन करता करता तो वळला आणि त्याला एक विलक्षण दृश्य दिसले.

लुई-१५ आरशाच्या प्रतिकृतीखाली, सोनेरी मुलामा दिलेल्या, बसण्यासाठी अजिबात आरामदायक नसणाऱ्या आर्म-चेअरमध्ये आपला एक पाय दुसऱ्या पायावर ठेवून आणि वक्षस्थळांवर हातांची घडी घालून एक स्त्री अत्यंत आत्मविश्वासाने आणि शांतपणे बसली होती. लांबसडक काळे केस लाल रिबिनीने अर्ध्या पोनी-टेलमध्ये बांधले होते, तिने पांढरा ब्लाऊज, काळे स्टॉकिंग्ज आणि छोट्या टाचांचे काळे शूज घातले होते. लाल लिपस्टिकने रंगवलेले ओठ हळूच हसून क्षमायाचना करत होते.

"तुम्हाला आश्चर्याचा धक्का दिल्याबद्दल दिलगीर आहे मिस्टर बाँड," ती म्हणाली. "पण मला तुम्हाला भेटायचेच होते. पुन्हा नाही म्हणायची संधी द्यायची नव्हती." ती हळूच पुढे वाकली आणि प्रकाशात तिचा चेहरा बाँडला दिसला.

"लारिसा!" तो उद्गारला. त्याचे पिस्तूल त्याच्या हातात होते.

"मी पुन्हा क्षमा मागते. ही माझी वागण्याची नेहमीची पद्धत नक्कीच नाही. पण काहीही करून मला तुमची भेट हवी होती."

"तुझे केस! ते लांब आहेत की खूप."

"आता दिसते तीच खरी मी आहे. रोममध्ये मी केसांचा टोप घातला होता."

"आणि तुझा नवरा...."

"माझे लग्नच झालेले नाही मिस्टर बाँड आणि कधी करायचेच ठरवले तर इन्शुरन्स कंपनीत काम करणाऱ्या माणसाशी नक्कीच करणार नाही. माझे नावसुद्धा खरे तर लारिसा नाही."

"फार वाईट झाले. लारिसासाठी मी खूप योजना आखल्या होत्या."

"निदान या वेळी माझे ओळखपत्र देण्याइतपत वेळ मला द्याल अशी आशा आहे."

बाँडने मान डोलावली. ती उभी राहताना त्याचे तिच्यावर पूर्ण लक्ष होते.

पडद्यांमागे कोणी नाही याची त्याने खात्री करून घेतली. तिने पुढे केलेले बिझिनेस कार्ड हातात घेत पायानेच बाथरूमचा दरवाजा उघडला आणि आत पिस्तूल रोखले. आत कोणी दडून बसलेले नाही ना बघितले.

ती मुलगी काहीही न बोलता बघत उभी होती. तिची वागणूक लक्षात घेता, तो जणूकाही योग्य तऱ्हेनेच वागत असावा.

मगच बाँडने कार्डकडे नजर टाकली. 'मिस स्कार्लेट पापावा. इन्व्हेस्टमेन्ट मॅनेजर, डायमंड अॅण्ड स्टॅण्डर्ड बँक. १४ *बि ऱ्यु द्यु फोबोर्ग साँ ऑन्रे.*

''मी खुलासा करू शकते.''

''तेच बरे होईल,'' बाँड म्हणाला. एव्हाना तो सावरला होता. त्याला जबरदस्त कुतूहल निर्माण झाले होते आणि त्याच वेळी तिचे खूप कौतुकही वाटत होते. कणखर मनाची आहे ही पोरगी. ''पण त्यापूर्वी रूम सर्व्हिसला सांगून मी पेय मागवणार आहे. तुला काय आवडेल?''

''काही नको. थँक यू. पाण्याचा एखादा ग्लास वगैरे....''

बाँडने सरळ बुरबॉंचे दोन मोठे पेग आणि विटेलची बाटली मागवली. तिने तिचा विचार बदलला नाही, तर तोच दुसराही पेग संपवेल.

फोन खाली ठेवून तो म्हणाला, ''ठीक आहे. बोल आता. तुला तीन मिनिटे वेळ आहे.''

मिस स्कार्लेट पापावा किंवा आधीच्या लारिसा रोस्सीने मोठा सुस्कारा टाकला. चेस्टरफिल्ड पेटवली आणि पुन्हा ती आर्म-चेअरमध्ये बसली. निदान सिगारेटचा ब्रॅण्ड तोच होता.

''तू खरा कोण आहेस हे मला माहीत आहे,'' स्कार्लेट म्हणाली.

''तू किती काळ अर्थतज्ज्ञ म्हणून काम करते आहेस?''

''सहा वर्षे. तू बँकेमधून खात्री पटवून घेऊ शकतोस. बँकेचे मुख्य कार्यालय चीपसाईड येथे आहे.''

बाँडने मान डोलावली. त्याचे अंतर्मनच त्याला सांगत होते की रशियन वडील, शिक्षण या लारिसा म्हणून तिने सांगितलेल्या गोष्टी खऱ्याच आहेत. तिच्या पतीबद्दल तिने ज्या तऱ्हेने त्याला पूर्ण बनवले होते त्यामुळे तो अस्वस्थ होताच, पण ती आपल्यासारखी एक सिक्रेट एजंट असावी या कल्पनेनेही बेचैन होता.

''तुझा विश्वास बसत नाही असे दिसते,'' स्कार्लेट म्हणाली. ''पण तू तुझ्या इच्छेप्रमाणे कुठेही चौकशी करून बघ.''

''मग रोममध्ये काय करत होतीस तू?''

''प्लीज, बाँड. प्रश्न विचारून मला दिलेल्या तीन मिनिटांमधला वेळ तू फुकट घालवतो आहेस.''

“ठीक आहे. पुढे बोल.”

“मी रोममध्ये तुलाच शोधायला आले होते. माझ्या बहिणीची सुटका करण्यासाठी मला तुझ्या मदतीची अत्यंत गरज आहे. तिला तिच्या इच्छेविरुद्ध अत्यंत वाईट प्रवृत्तीच्या माणसासाठी काम करणे भाग पडते आहे. त्याने तिला जवळजवळ कैदेतच डांबून ठेवले आहे.”

“मी काही खाजगी गुप्तहेर नाही,” बाँडने जरा तिखट स्वरात उत्तर दिले. “संकटात सापडलेल्या तरुणींची सुटका करणे हा माझा व्यवसाय नाही. माझी सूचना आहे की, तू पिंकरटनशी संपर्क साध किंवा तशाच तऱ्हेची फ्रान्समधली एखादी डिटेक्टिव्ह एजन्सी. बहुतेक तिचे नाव *शेर्शे ला फाम* आहे.”

स्कार्लेट हळूच हसली. “खरं तर मी ते आधीच केले आहे.”

दरवाजावर टकटक झाली. बुरबॉ घेऊन बेलबॉय आला होता. दोन मोठे पेग ग्लासमध्ये ओतून तो मागे सरकला.

“बाटली राहू दे तशीच,” ट्रेमध्ये एक नोट ठेवत बाँडने सांगितले.

“थँक यू सर.”

“काय केले आहेस म्हणालीस?” बेलबॉय गेल्यावर बाँडने विचारले.

“पिंकरटन डिटेक्टिव्ह एजन्सीला फोन केला होता,” स्कार्लेटने उत्तर दिले. “शेवटी फेलिक्स लेईटर नावाचा माणूस बोलला माझ्याशी.”

बाँडने मान डोलावली. त्याच्या चेहऱ्यावरचे भाव बदलले. त्याला कल्पना यायला हवी होती.

“लेईटर म्हणाला की, हे काम तो स्वत: करू शकणार नाही. अगदी असाधारण बाब असेल तरच तो अमेरिका सोडतो. पण तो दुसऱ्या कुणाचे तरी नाव सुचवू शकतो. त्याने तुझे नाव सुचवले. तू निवृत्त व्हायच्या बेतात आहेस आणि भरपगारी सक्तीच्या विश्रांतीवर आहेस असेही काही तरी बोलला. पुढे असेही म्हणाला की, आता तू कुठल्या तरी भानगडीत पडायला खूप उत्सुक असशील आणि हे काम तर जेम्सची खासियत असते. तू नुसता तरुणीचा उल्लेख कर की...” स्कार्लेटने खांदे उडवले. “याचा अर्थ नक्की काय ते कळले नाही मला. ते जाऊ दे. तू कुठे आहेस हे त्याला माहीत नव्हते, पण रोमला जाणार आहेस असे त्याने ऐकले होते. तुला शिफारस केलेल्या हॉटेलचा पत्ता त्याने मला दिला. मी काही फोन केले आणि –”

“फारच हुशार दिसतेस.”

“थँक यू आणि तिथे पोहोचायलाही तू फार वेळ घेतलास. प्रत्येक दिवशी हॉटेलला फोन करण्यात माझे अमाप पैसे खर्च झाले आहेत.”

“कामावर असताना फोन केले नसशील अशी आशा आहे माझी.”

"नक्कीच नाही. मी *र्‍यु दे सॉन्त*वरल्या माझ्या अपार्टमेन्टमधून सर्व फोन केले. आणखी एक गोष्टही मुद्दामच स्पष्ट करते. या प्रकरणाचा माझ्या कामाशी काडीमात्र संबंध नाही."

"अर्थातच."

सर्वसाधारणपणे एस. आय. एस. आपले एजंट्स वकिलातीच्या नोकरवर्गात शार्ज आफेर, व्हिसा ऑफिसर किंवा आणि कोणीतरी म्हणून घुसवतात. आधीच परकीय सरकारांशी खोटे बोलण्यासाठी पाठवलेल्या या वकिलातींमधल्या दुर्बल प्रकृतींच्या मुत्सद्यांचा बाँडला फार तिरस्कार होता आणि त्यांच्या नोकरवर्गामधल्या एजंट्सचा तर जास्तच. कुठे हाणामारीची पाळी आली, तर यांच्यापैकी कुणी तीस सेकंद टिकणार नाही. पण वकिलातींप्रमाणे इतरांचाही उपयोग केला जाई. सर्व देशांच्या आर्थिक परिस्थितीची अद्ययावत माहिती गोळा करणारे अर्थतज्ज्ञ देशोदेशी प्रवास करत. त्यांनाही एजंट म्हणून काम करण्यासाठी उद्युक्त करत. बाँडला आजपर्यंत स्त्री ब्रिटिश एजंट कधी भेटली नव्हती. पण काळाबरोबर राहण्याच्या मिषाने एस.आय.एस.ने तसा विचार कधीही केला असता म्हणा.

"मला माहिती आहे की, तुझा माझ्या बोलण्यावर अजिबात विश्वास बसलेला नाही," स्कार्लेट म्हणाली. "आणि त्यात काही गैर नाही म्हणा. पण मी तुझा विश्वास संपादन केल्याशिवाय राहणार नाही. वचन देते मी तसे."

बाँडने उत्तर दिले नाही. त्याने बुरबॉंचा ग्लास रिकामा केला. दुसरा भरला.

"मला वाटते की, ज्यूलिअस गॉर्नरला शोधण्यासाठी मी तुला मदत करू शकते. शनिवारी सकाळी तो कुठे असेल हे मी सांगू शकते. *ब्वा द बुलॉय्न*वरच्या क्लब *स्पोर्तिंग द तेनिस*वर."

"मला वाटतं तुला दिलेली तीन मिनिटे संपली आहेत."

स्कार्लेटने आपले पाय पुन्हा एकमेकांवर ठेवले. रोममध्ये अगदी याच गोष्टीकडे त्याचे लक्ष वेधले होते. या मुलीचे अस्तित्व अनेक तर्‍हेने त्याला चिंतेमध्ये टाकत होते खरेच. तिचे वयदेखील आता त्याला कमी वाटायला लागले होते. लारिसा रोस्सी बत्तीस एक वर्षांची असावी, असा त्याने अंदाज बांधला होता. स्कार्लेट पापावा अठ्ठावीस वर्षांची वाटत होती.

तिचे सर्व लक्ष त्याच्यावरच खिळले होते. जसा काही पुढला डाव काय खेळावा याच विचारात ती होती. "ठीक आहे. तू गॉर्नरची चौकशी करण्यासाठीच आला आहेस, हे मला माहीत आहे."

"कसे काय?"

"माझ्या बहिणीने सांगितले. फोन आला होता तिचा. गॉर्नरपासून लांब राहा अशी धोक्याची सूचना तुला द्यायला तिने मला सांगितले आहे."

“आणि तुझ्या बहिणीला हे –”

स्कार्लेटने मान डोलावली. “गॉर्नरनेच सांगितले.”

बाँडने एकदा मोठा श्वास घेतला, म्हणून त्या मोटरसायकल्स. एम.ने सांगितल्याप्रमाणे गॉर्नरच्या उद्योगांची व्याप्ती असेल तर कोणीतरी त्याची चौकशी करायला लागले आहे हे त्याला कळणारच. त्याचे हेरखाते उत्कृष्ट असणार हा विचार मनाला त्रासदायक वाटत असला तरी त्याच्या कामात काही अडथळा निर्माण होईल असे मात्र बाँडला अजिबात वाटत नव्हते.

“मी पॅरिसला येतो आहे, हे तुझ्या बहिणीला माहीत होते?”

“हो. आज सकाळी फोन केला होता तिने.”

“आणि कुठल्या हॉटेलमध्ये उतरणार तेही?”

“नाही. मी विमानतळावर थांबले. तुझ्या मागोमाग टॅक्सीने आले. खोलीत कशी शिरले म्हणशील तर... लिफ्टमधून एकट्याच वर जाणाऱ्या स्त्रियांची पॅरिसमधल्या हॉटेल-स्टाफला सवय आहे. फक्त हुशारीने वागायला लागते. मी रूम नंबर विचारून तुझी खोली उघडून देण्यासाठी रूम-सर्व्हिस करणाऱ्या मुलाला कॉरिडॉरमध्ये पैसे दिले. सांगितले की माझी चावी हरवली आहे. सगळे सोपे होते फार.”

“मनिपेनीने कोणीही सहज येऊ जाऊ शकेल अशा हॉटेलात माझ्यासाठी जागा राखून ठेवली होती तर. बोललेच पाहिजे तिच्याशी.”

स्कार्लेटचा चेहरा लाल पडला. “फसवणूक केल्यासारखे वाटत असेल, तर मला खूप खेद वाटतो. पण मला तुला भेटायचेच होते. मी फोन केला आणि तू भेट घ्यायला नकार दिलास अशी परिस्थितीच मला येऊ द्यायची नव्हती. रोममध्ये सकाळी भेटून मी खरं खरं सांगणार होते. पण... पण तुझ्या... थंड प्रतिसादाने मला काही करायचे सुचले नाही. नंतर रिसेप्शनकडे चौकशी केल्यावर कळले की, दिवस उजाडता उजाडता तू हॉटेल सोडून गेला आहेस.”

“आणि आता दुसरी संधी तुला मिळाली आहे. तुझ्या खाजगी कामासाठी ज्या माणसाची मी भेट घ्यावी असे तुला वाटत होते, त्याच माणसाची चौकशी करण्यासाठी मला अधिकृतपणे सांगितले गेले आहे.”

स्कार्लेट हसली. “विधिलिखितावर विश्वास आहे तुझा?”

बाँडने उत्तर दिले नाही. पायामधले काळे लोफर्स उडवून तो बिछान्यावर टेकून बसला. पिस्तूल टेलिफोनजवळ ठेवून त्याने बराच वेळ विचार केला. त्याला या पोरीची कमाल वाटत होती. एकटेपणाला कंटाळलेली विवाहित स्त्री, कामात दंगलेली बँकर, रात्री एक वेगळीच भासणारी... छे ! लाल रंगवलेले ओठ विलग करून, स्वत:वरच नाखूश असल्याचे हसू चेहऱ्यावर खेळवत असलेली ही स्कार्लेट वादातीतपणे चक्रावून टाकणारी होती आणि तिचा नवरा मिस्टर रोस्सी. इन्शुरन्स....

आता ती कल्पनासुद्धा किती अशक्य कोटीतली वाटत होती. पण मानायला हवे तिला. निराश झालेल्या, कंटाळलेल्या घरगुती स्त्रीचे तिने रोममध्ये वठवलेले सोंग अप्रतिम होते. शक्य आहे की रेस्टॉरंटमध्ये तिच्या बहिणीबद्दल बोलणे तिला सुरक्षित वाटले नसेल. त्यासाठी त्याला आपल्या खोलीत नेण्याची तिने वाट बघितली असेल का, तिच्या मनात दुसराच कुठला वैयक्तिक हेतू होता?

झालं ते झालं. ही वेळ त्याचा अनुभव आणि त्याची प्रेरणा यावर अवलंबून पुढे काय करायचे हे ठरवण्याची होती. तिने खूप उलटसुलट कथा सांगितली असली तरी. मिळत असलेले सिग्नल्स धोकादायक असले तरी मनोवेधक होते.

"ठीक आहे स्कार्लेट. आज गुरुवार आहे. उद्या मी माझ्या जुन्या मित्राला भेटतो. आम्ही दोघेच भेटणार आहोत, तेव्हा आमच्यामध्ये टपकायचा विचार मनात आणू नकोस. तो काय सांगतो यावर अवलंबून शनिवारी सकाळी आपण टेनिस क्लबवर जाऊ. या नंबरवर उद्या सहा वाजता मी तुला फोन करेन." त्याने हातामधले, तिने दिलेले कार्ड वर करत म्हटले. "मग तू आमची ओळख...."

"नाही, मी ओळख करून देऊ शकत नाही. गॉर्नरने मला बघता कामा नये, नाहीतर पॉपीला धोका निर्माण होईल. मी लांबूनच त्याच्याकडे बोट दाखवेन."

"चालेल. पण मी निघेपर्यंत तुला क्लबवर थांबायला हवे."

"तुझ्यासाठी सिक्युरिटी म्हणून?"

"आता बँकेत सिक्युरिटीशीच तर संबंध येतो तुझा," बाँड जरा उपरोधिक स्वरातच म्हणाला, "सौदा मंजूर?"

"मंजूर," असे म्हणत तिने आपला हात पुढे केला.

बाँडने तिचा हात हातात घेतला. "लारिसाने माझ्या गालाचे चुंबन घेतले होते," तो म्हणाला.

"परत कधीतरी," स्कार्लेट हसत म्हणाली. "पण काहीतरी वेगळेही करेन."

कॉरिडॉरमधून ती लिफ्टकडे जाताना तो बघत होता. या वेळी तिने हात केला नाही, पण लिफ्टचा दरवाजा बंद होता होता ती म्हणाली, "टेनिस चांगला खेळत असशील अशी आशा आहे."

रेने मॅथिसला शुक्रवारी लवकरच भेटायची इच्छा होती. "शुक्रवार संध्याकाळ म्हणजे खूप कामे उरकायची असतात जेम्स. त्यापेक्षा आपण दुपारी बरोबर जेवण घेऊ. *ऱ्यु द्यु शेर्श मिदी*वरच्या *शे आन्द्रे*मध्ये भेट. माझे नेहमीचे हॉटेल नसल्याने खूपच चांगले."

सवयीप्रमाणे बाँड पाच मिनिटे आधीच पोहोचला आणि त्याने हॉलभर लक्ष ठेवता येईल अशी खिडकीपासून दूर असलेली जागा निवडली. ट्रॅफिकबद्दल तक्रार

करत घाईघाईने पोहोचलेल्या मॅथिसला बघून त्याला खरंच आनंद झाला.

"छोटा बिस्त्रो आहे हा जेम्स. स्पेशल असे काही नाही. पब्लिशर्स, लेक्चरर्स असे लोक येतात इथे. तुला ज्यांना भेटायचे नाही असा कोणी इथे फिरकणार नाही."

मॅथिस अस्खलितपणे इंग्लिश भाषा बोलायचा. बाँडने त्याला अडवण्यापूर्वी त्याने दोन रिकार्ड्सची ऑर्डर देऊनही टाकली.

"ज्यूलिअस गॉर्नरबद्दल काय माहिती आहे तुला?" बाँडने विचारले.

"विशेष नाही. तुला काय माहिती आहे?"

बाँड बोलत असताना मॅथिस कान देऊन ऐकत होता. मधूनमधून मान डोलावत होता. ठाऊक असलेल्या गोष्टींबद्दलही आपण पार अनभिज्ञ आहोत असे दाखवायची त्याला सवय असली तरी तो विश्वास ठेवण्यासारखा आहे हे बाँडला माहीत होते.

"कोणीतरी या माणसाच्या आतल्या गोटात शिरायची आवश्यकता दिसते," बाँडचे बोलणे संपल्यावर मॅथिस म्हणाला. "इतक्या व्यापक प्रमाणावर काम करणारी माणसे त्यांच्या हालचालींचा माग कधी लागू देत नाहीत. त्यांच्या अगदी जवळ पोहोचता आले पाहिजे."

"माझ्यापुढे तसा एक मार्ग आहे. पण जरा धोकादायक आहे."

मॅथिस हसला. "आपल्या उद्योगात दुसरा कुठला मार्ग असू शकतो का जेम्स?"

वेटरने कोर्निशोन, तेरीन आणि पावाची टोपली आणून टेबलावर ठेवली.

"तुझ्या आयुष्यभराच्या सवयी सोड. वाईन प्यायला लाग आता," मॅथिस म्हणाला. "वाईनशिवाय कोणीही तेरीन खाऊ शकत नाही."

त्याने शातो बाताये १९५८ची बाटली मागवली. स्वत:च्या ग्लासमध्ये अर्धा इंच तरी ओतली. बाँडच्याही. "लातोरच्या काही मीटर पश्चिमेला तयार होते आणि अत्यंत कमी किंमत. पिऊन तर बघ."

बाँडने हळूच ग्लास तोंडाला लावला. वेगळीच चव. सांगता येत नव्हती. वासही तसाच.

"शिशाच्या पेन्सिली? तंबाखू? ब्लॅकबेरी? रोस्ट बीफ?" बाँडने बोट वर करून त्याला थांबवले. जिभेवर तिची चव रेंगाळू दिली. "वाईट नाही."

"वाईट नाही? अरे चमत्कार आहे ही वाईन म्हणजे. बोर्दोचे एक मोठे रहस्य."

*लार्प आ लॉन्सिऑन*च्या प्लेट्स काढून वेटरने चीजबोर्डच्या प्लेट्स टेबलावर ठेवेपर्यंत त्यांनी दुसरी बाटली उघडली होती. वाईनबद्दल बाँडचे तोपर्यंत बरेच मतपरिवर्तन झाले होते.

"स्कार्लेट पापावा या स्त्रीबद्दल काही ऐकले आहेस?"

"अरे देवा, ती तर रशियन वाटते."

"मला वाटते तिचे वडील रशियन आहेत किंवा होते. एक काम करशील? तुझ्या कुठल्या सहकाऱ्याने ती एस.आय.एस.ची एजंट असावी असे सुचवले आहे का बघ किंवा भलत्याच कुणाची तरी.''

"स्मेर्श? के.जी.बी.?''

"खरे तर तसे वाटत नाही. पण रशियाशी संबंध आला की खूप काळजी वाटते.''

"तातडीचे काम आहे?''

"मला साडेपाच वाजेपर्यंत कळायला हवे,'' बाँडने स्कार्लेटचे व्हिजिटिंग कार्ड मॅथिसपुढे सरकवले. बाँडने आधीच सर्व नंबर लक्षात ठेवले होते. "ठेव तुझ्याकडे.''

"अरे देवा, जेम्स, तुझ्यात काही बदल नाही. बघतो काय करता येते ते. माझ्या सेक्रेटरीला फोन कर. मी तिच्याकडे निरोप ठेवतो. साधा कोड; हिरवा, नारिंगी, लाल रंग. आता आणखी थोडीशी वाईन?''

जेवणानंतर बाँडने *बुल्वार्द साँ अर्मेन*वरच्या एका स्पोर्ट्स शॉपमधून टेनिससाठी कपडे, एक डनलॉप मॅक्सप्लाय रॅकेट या गोष्टी विकत घेतल्या. टॅक्सीने हॉटेलवर परत आला. या वेळी तो कोटाच्या खिशातल्या पिस्तुलावर बोट ठेवून, काळजी घेऊन खोलीत शिरला. खोली स्वच्छ करून मेड निघून गेल्यावर त्याने पुन्हा दरवाजाची मूठ आणि दरवाजा बंद केल्यावर दिसणारी फट यामध्ये स्वत:चा एक केस लावून टाकला होता. सूटकेसच्या कुलपावर टाल्कम पावडर पसरली होती. दोन्ही गोष्टी जागेवर होत्या. लिलिया पॉन्सन्बीने त्याच्या कागदपत्रांबरोबर मुद्दाम ठेवलेल्या न्यूज-वीकच्या अंकातला मादक द्रव्यांच्या चोरट्या व्यापारावरचा लेख त्याने वाचला. साडे-पाच वाजता तो हॉटेलबाहेर पडला आणि त्याने *न्यु दानु*वरचा एक टेलिफोन बूथ शोधला. लिलियाला फोन करून विमानतळावर सोडलेल्या त्याच्या गाडीच्या खिडक्यांच्या काचा बदलण्याची विनंती केली.

"पुन्हा भयानक तऱ्हेने मोटर चालवली नसशील अशी आशा आहे मला.''

"तू नको काळजी करूस. चहा संपव तुझा, लिल.''

"मला लिल म्हणत जाऊ नकोस असे मी पूर्वीही...'' बोलायला उशीरच झाला थोडा. बाँडने दजिएमचा नंबर फिरवायला सुरुवातही केली होती.

"रेने मॅथिस यांचे कार्यालय?''

"एक सेकंद सर.''

फोनवर वेगवेगळे आवाज, खरखराट आणि मग आदल्या दिवशी बाँडने ऐकलेला आवाज कानांवर पडला.

"हॅलो?''

काय वैताग आहे. हिला एकदा चार –

"बाँडसाठी काही निरोप आहे? जेम्स बाँडसाठी?"

"जरा थांबा सर."

"काही चिठ्ठी वगैरे?"

"काही तरी पासवर्ड आहे. हिरवा."

"थँक यू मॅडम आणि दुर्दैवाने जो कुणी तुझा नवरा बनला असेल, त्याला माझ्या शुभेच्छा सांग," रिसिव्हर खाली ठेवता ठेवता तो पुटपुटला.

तो ज्या रस्त्यावर होता त्या रस्त्याचे नाव त्याला ओळखीचे वाटले. *र्‍यु दानु.* बरोबर. हॅरीज बार. *सान्क रो दो नू*बद्दल विचारा, हेरॉल्ड ट्रिब्यूनच्या जाहिरातीत वाचकांसाठी लिहिले होते. त्याने घड्याळाकडे नजर टाकली. स्कार्लेटला फोन करण्यापूर्वी एक बुरबॉ आणि विटेलसाठी वेळ होता. चामड्याच्या कुशन्सच्या आर्म-चेअरमध्ये बसून आपली दिवसाची दुसऱ्या पाकिटातली शेवटची सिगारेट ओढताना बाँड खुशीत होता. त्याची कामगिरी, मुलगी, मॅथिसबरोबर घेतलेली वाईन आणि आता सर्व ठीक असा सिग्नल!

निरर्थक असा बिलाचा प्रचंड आकडा बघत त्याने टेबलावर एक नोट फेकली आणि तो पुन्हा कॉल बॉक्सजवळ पोहोचला. काही खटखट न होता स्कार्लेटच्या ऑफिसला फोन लागला.

"स्कार्लेट? जेम्स बाँड. उद्यासाठी तयार?"

"मी तयारच आहे. तुझे काय?"

"किती वाजेपर्यंत पोहोचायला हवे आपण?"

"दहा. नऊ वाजता मी तुला तुझ्या हॉटेलवर घ्यायला येऊ? वार्म अपसाठी थोडा वेळ मिळेल तुला."

"बरं." तो क्षणभर थबकला.

तिच्या तत्काळ ते लक्षात आले. "आणखी काही?"

तो तिला रात्रीच्या जेवणाबद्दल विचारायच्या बेतात होता. "नाही," त्याने उत्तर दिले. "पण लक्षात ठेव प्रोबेशनवर आहेस तू."

"आहे लक्षात," असे म्हणत तिने फोन खाली ठेवला.

स्क्रॅम्बल्ड एग्ज हे जेवण, बुरबॉंचे तीन मोठे पेग, गरम पाण्याचा शॉवर घेतल्यावर बाँड हॉटेलच्या आपल्या खोलीवर लहान मुलासारखा गाढ झोपला. औषधांची गरजच पडली नाही.

वेलॅन्डने बार्बाडोसमध्ये शिकवल्याप्रमाणे सकाळी त्याने हात-पाय-पाठ ताठ करून भरपूर व्यायाम केला. खिडकीजवळच्या टेबलाशी फक्त टॉवेल गुंडाळून ब्रेकफास्ट घेतला. कॉफी निदान चांगली होती. जाम म्हणता येण्याइतपत काहीतरी

पदार्थ होता. क्रासाँ तर त्याला आवडतच नसत.

शॉवर घेऊन बाँडने एक, कुठल्याही बेटावर शोभेल असा अर्ध्या बाह्यांचा शर्ट चढवला, काळी पॅन्ट आणि ब्लेझर. *क्लब स्पोर्तिंग द तेनिस*वर काही ड्रेस कोड आहे का, त्याला माहीत नव्हते. पण त्याच्या अनुभवाप्रमाणे फ्रान्समधल्या अशा क्लबमध्ये ब्रिटिशांपेक्षा ब्रिटिश असण्याच्या नादात चौकटीच्या डिझाइन्सचे कपडे आणि भडक रंगांचे टाय यांच्याकडे कल असे. त्याने आपले टेनिस खेळण्यासाठी आणलेले कपडे एका छोट्या बॅगेत भरले आणि तो बाहेर पडला.

नऊ वाजायला एक मिनिट असताना पांढऱ्या रंगाची सनबीम अल्पाइन आवाज करतच त्याच्या शेजारी येऊन उभी राहिली. टप खाली घेतलेला. ड्रायव्हिंग सीटमध्ये, फारच तोकड्या लाल लिनन ड्रेसमध्ये, डोळ्यांवर गॉगल चढवलेली स्कार्लेट पापावा बसली होती.

''बस जेम्स. हवी असेल तर सीट मागे घे.''

तो नीट बसायच्या आधीच क्लच सोडून तिने गाडी भरधाव वेगाने *द ला कॉन्कोर्द*च्या दिशेने हाणली.

बाँड हसला, ''घाईत आहोत का आपण?''

''वाटतं तसं. डॉ. गॉर्नरबरोबर तुला खेळवता येणे शक्य झाले, तर तुझा खेळ उत्कृष्ट होणे आवश्यक आहे. तो नेहमीच स्पर्धेत खेळल्याप्रमाणे खेळतो. तुला आधी थोडा सराव करता आला तर ठीक होईल.''

*शॉन्जे-लिझे*वर पोहोचताच तिने ॲक्सिलरेटर दाबला. ''या फ्रेंच ड्रायव्हर्सशी तसेच वागायला हवे. त्यांच्याच खेळात हरवायला पाहिजे. घाबरण्यात काही अर्थ नसतो.''

''टायगरच्या ऐवजी अल्पाइन का घेतली?''

''माझ्या वडिलांनी माझ्यासाठी घेतली ही, सेकंड हॅन्ड. टायगर मोठी असते ना?''

''तिला व्ही-८ इंजीन बसवलेले असते. सनबीमचा सांगाडा तेवढा वेग सहन करू शकणार नाही. जाऊ दे. तू ज्या तऱ्हेने गाडी चालवतेस त्याचा विचार केला तर तुला टायगर गाडीची गरज नाही.''

*एत्वाल*वर पंधरा रस्त्यांचा ट्रॅफिक येऊन मिळतो. जगण्याचीच लढाई सुरू होते. स्कार्लेट सर्वांना पुरून उरली. काही जीवघेण्या सेकंदांनंतर, इतर अनेक ड्रायव्हर्स रागाने हॉर्न वाजवत असताना, तिने गाडी *आवेन्यु द न्वीया*वर वळवली. तिचे काळे केस वाऱ्याने उडत असताना तिच्या ओठांवर विजयाचे स्मित झळकत होते.

गर्द झाडीच्या वाळू उडणाऱ्या एका अव्हेन्यूवर वळले की, सर्व गर्दीपासून दूर अशा ठिकाणी टेनिस क्लब होता. कार पार्कमधून चालत जाताना नजरेस न येणारे स्प्रिंकलर्स लॉन्सवर पाणी शिंपत होते. पायऱ्या चढून ते एका प्रशस्त आणि अत्याधुनिक क्लबहाउसवर पोहोचले.

"इथेच उभा राहा जरा,'' स्कार्लेटने सांगितले. "आलेच मी.''

ती सेक्रेटरीच्या ऑफिसकडे चालत निघालेली असताना बाँडचे लक्ष अर्ध्या मांड्या दाखविणाऱ्या लांबसडक पायांवर आणि वरखाली होणाऱ्या कटिप्रदेशावर खिळले होते. स्वत:वर पूर्ण विश्वास असणाऱ्या क्रीडापटूची मोहक चाल.

त्याने नोटीसबोर्डवरच्या सूचनांकडे बघितले. क्लब टूर्नामेंट्स, प्लेट्स, नॉक-आऊट्स, सीनिअर्स कॉम्पिटिशन्स, ज्युनिअर्स कॉम्पिटिशन्स. भाग घेतलेल्यांमध्ये पॅरिसमधल्या प्रतिष्ठित कुटुंबातल्या व्यक्तींची नावे होती. दुसऱ्या चौकोनातल्या वरच्या नावाकडे त्याचे लक्ष गेले. डॉ. गॉर्नर. वरच्या भागातली नावे पहिल्या दोन उत्कृष्ट टीम्सची असणार. धंदेवाईक खेळांडूच्या जवळपास पोहोचणारी विशीतली तरुण पोरे. गॉर्नर उत्कृष्ट खेळाडू असणार. गोल्फच्या भाषेत सात किंवा आठ हॅण्डिकॅप असणारा. जबरदस्त खेळाडूच. गोल्फ बाँडला चांगला कळणारा खेळ होता.

"जेम्स,'' स्कार्लेट हाक मारून बोलवत होती.

"सेक्रेटरी म्हणाला की, डॉ. गॉर्नर एवढ्यात येईलच. दुसऱ्या कुणाबरोबर खेळण्यासाठी त्याचे बुकिंग झालेले नाही. तुझे नशीब जोरावर दिसते.''

"तू कसे काय हे जुळवून आणलेस?''

क्षणभर तरी तिचा चेहरा पडला. "पॉपीकडून मला कळले आहे की, गॉर्नरला पैज लावायला आवडते. मी सेक्रेटरीला सांगितले की, तू उत्कृष्ट खेळाडू आहेस आणि डॉ. गॉर्नरला चांगली झुंज देशील. तसेच तुलाही पैजा लावायला आवडतात. माझ्या बोलण्यावरून त्याची अशीही समजूत झाली असण्याची शक्यता आहे की, तू त्याच्याविरुद्ध जिंकण्याइतका चांगला खेळाडू नाहीस, पण तू एक सभ्य गृहस्थ आहेस आणि आपले देणे भागवल्याशिवाय राहत नाहीस.''

"त्याच्या तोंडाला पाणीच सुटले असणार मग!''

"मला वाटते क्लबचे नेहमीचे मेंबर्स गॉर्नरविरुद्ध खेळायला तयार नसतात.''

"का ते कळत नाही मला आणि पैज कितीची आहे?''

"फक्त शंभर पौंड,'' अगदी निष्पाप चेहऱ्याने तिने उत्तर दिले. "आता मी नाहीशी होते इथून.''

"पण क्लब सोडून जायचे नाही.''

"शक्यच नाही. मलाही सामना बघायचाच आहे. सुरक्षित अंतर राखून. ती गाडी... मला वाटते तोच येतो आहे.''

काचेच्या मोठ्या दरवाजांमधून केपी घातलेला माणूस चालवत असलेली काळी मर्सिडीज ३००-डी त्याला दिसली. पायऱ्यांजवळ येऊन उभी राहत असताना तो बघत होता. अटेंडंटकडे किल्ल्या फेकून ड्रायव्हर वळसा घेऊन पॅसेंजर सीटचा

दरवाजा उघडायला गेला.

गाडीतून एम.च्या फोटोमधला आणि त्याने मार्सेलीसमध्ये बघितलेल्या माणसाने बाहेर पाऊल टाकले. त्याने लांब हातांचा पांढरा फ्लॅनेलचा शर्ट आणि करड्या रंगाची पॅन्ट घातली होती. डाव्या हाताच्या मोठ्या तळव्यावर पांढरा हातमोजा चढवला होता. ते दोघे त्याच्या शेजारून ऑफिसच्या दिशेने जात असताना बाँड नोटीसबोर्ड बघत होता. स्कार्लेट कुठे दिसतच नव्हती.

भिंतीवर अनेक टेलिव्हिजनचे पडदे होते. बाहेरच्या वेगवेगळ्या कोर्ट्सवर चालू असणारे सामने त्यावर दिसत होते. बाजू बदलताना कोर्टजवळच्या लिंकवरून खेळाडूच स्कोअर बदलत होते. हे वेगळेच तंत्रज्ञान होते. टेलिव्हिजन स्टुडिओबाहेरच्या या सुविधेसाठी क्लबने किंवा पर्यायाने मेंबर्सनी बरीच मोठी रक्कम मोजलेली असणार.

या कोर्ट्सखाली असलेल्या बेसमेंट कॉम्प्लेक्समध्ये इन्-डोअर गेम्सची सोय होती. या मॅचेस बघण्यासाठी भोवती इन्डोअर गॅलरी बांधली होती.

मिनिटभराने बाँडने जवळ येणाऱ्या पावलांचा आवाज ऐकला. केपी घातलेला माणूस जवळ पोहोचत होता.

''एक्स्क्यूज मी,'' तो इंग्लिशमध्ये म्हणाला. ''मिस्टर बाँड? माझे नाव शाग्रिन.''

बाँड त्याच्याकडे वळला. पिवळसर कातडी. अतिपूर्वेतल्या आशियाई देशातल्या माणसांसारखे बारीक डोळे आणि पापण्या. एखाद्या झोंबीसारखा वाटत होता, अर्धवट मृतावस्थेत किंवा पूर्ण जिवंत नसल्यासारखा, बाँडच्या मनात विचार आला. अशी निर्जीव कातडी त्याने एकदा एका पॅरॅलिसिसचा झटका आलेल्या माणसावर बघितली होती. त्याच्या हालचाली मात्र फार चपळ वाटत होत्या हे विशेष.

''मला वाटते तू डॉ. गॉर्नरशी खेळणार आहेस.'' शाग्रिनची बोलण्याची लकब चायनीज किंवा थाई वाटत होती.

''त्याला खेळायची इच्छा असली तरच,'' बाँड निष्काळजीपणे म्हणाला.

''आहेच. तो शोधतो आहे तुला. मी ओळख करून देतो.'' वरवर चढणाऱ्या गोलाकार पायऱ्यांच्या बाजूने शाग्रिनने त्याला प्रेक्षकांसाठीचा मोठा विभाग, बार्स आणि रेस्टॉरंट्स असणाऱ्या भागात नेले.

प्लेट ग्लासच्या मोठ्या खिडकीतून गॉर्नर जवळच्या कोर्ट्सकडे बघत होता.

तो वळला आणि त्याने रोखून बाँडच्या डोळ्यात बघितले. उजवा हात पुढे केला.

''आनंद झाला भेटून मिस्टर बाँड. आता खेळू या?''

हे क्रिकेट नाही!

मोठी स्टीम रूम, चार सोना-बाथ यांसह कपडे बदलण्याची व्यवस्था खालच्या बाजूला होती. मेफेअरमधल्या ट्रम्पर्सचा एक वर्षांचा स्टॉक होईल इतकी आफ्टरशेव्ह्ज आणि कलोन्स होती. शॉवरसाठी एकच स्टॉल आणि थंडगार बिअर पुरवणारा लाकडी बार असणारा बार्बाडोसचा क्लब आणि लंडनमधल्या क्वीन्स क्लबच्या मागच्या बाजूला असणाऱ्या जुन्या अव्यवस्थित खोल्या यांची बाँडला सवय होती. पण एक गोष्ट खरी. किमती सेंट्सचा अमाप वापरही घाणेरड्या मोज्यांची दुर्गंधी लपवू शकत नव्हता.

दूरच्या एका खोलीत कपडे बदलून गॉर्नर बाहेर आला तेव्हा त्याने लाकोस्टेची नवीन पांढरी शॉर्ट चढवली होती. पिळदार मांड्या, उन्हाने तांबूस पडलेले पाय स्पष्ट दिसत होते. लांब हाताचा कॉटनचा शर्ट आणि मोठ्या डाव्या हातावरचा पांढरा हातमोजा कायम होता. उजव्या खांद्यावर लटकावलेल्या बॅगेमध्ये अर्धा डझन कोऱ्या करकरीत विल्सन रॅकेट्स होत्या.

बाँड त्याच्यामागे येणारच हे गृहीत धरल्याप्रमाणे एक अक्षर न बोलता गॉर्नर पायऱ्या चढून वर गेला आणि तिथून बाहेर कोर्ट्सच्या दिशेने निघाला. उत्तम निगा राखलेली, गवताचा पृष्ठभाग असणारी डझनभर तरी कोर्ट्स होती आणि जमीन ठोकून बारीक लाल माती पसरलेलीही तेवढीच. दणक्यात पण एकाच वेगाने चेंडू वर उसळणाऱ्या, पायाचे गुडघे आणि घोटे यांना त्रासदायक न ठरणाऱ्या या टेनिस कोर्ट्सचा क्लबला सार्थ अभिमान होता. प्रत्येक कोर्टवर पंचाला बसण्यासाठी उंच खुर्ची, खेळाडूंसाठी चार लाकडी खुर्च्या आणि स्वच्छ पांढऱ्या टॉवेल्सची चळत. थंडगार पेये आणि स्लॅझेन्जर टेनिस बॉल्सचे खोके ठेवण्यासाठी फ्रीज होता. हिरव्या आणि चॉकलेटी पट्ट्यांचे पोशाख चढवलेले मार्शल्स सर्व कोर्ट्सवर फिरत त्यांच्या व्यवस्थेने मेंबर्स खूश राहतील याची खात्री पटवून घेत होते.

"चार नंबरचे कोर्ट रिकामे आहे डॉ. गॉर्नर," त्यांना बघताच धावत येऊन एक मार्शल इंग्लिशमध्ये म्हणाला. "आज ग्रासकोर्टवर खेळायची इच्छा असेल, तर सोळा नंबरचे कोर्टही उपलब्ध आहे."

"मला दोन नंबरचे कोर्ट हवे आहे."

"तुमचे नेहमीचे?'' तो माणूस काळजीत पडला. ''या क्षणी तिथे इतर जण खेळत आहेत सर.''

रोगजर्जर झालेल्या म्हाताऱ्या घोड्याला जीवघेणे इन्जेक्शन देण्यापूर्वी एखादा पशुवैद्य त्याच्याकडे जसा बघेल तशी एक नजर त्या मार्शलवर टाकत गॉर्नरने पुन्हा तेच शब्द हळूहळू, एक एक करत उच्चारले. ''मला – दोन – नंबरचे – कोर्ट – हवे आहे.'' गंभीर आणि खालच्या पट्टीतल्या आवाजात बाल्टिक देशांची झाक होती.

''अं... हो... हो अर्थातच. मी तिथल्या सद्गृहस्थांना चार नंबरच्या कोर्टवर खेळायची विनंती करतो.''

''दोन नंबरचे कोर्ट खूप चांगले आहे,'' गॉर्नर बाँडला म्हणाला. ''उन्हाचा त्रासही होत नाही.''

''जशी तुझी इच्छा,'' बाँड म्हणाला. सुंदर दिवस होता. सूर्य बराच वर चढला होता.

फ्रीजमधून टेनिस बॉल्सचा नवीन बॉक्स काढून गॉर्नरने तीन चेंडू बाँडकडे टाकले आणि तीन स्वत:जवळ ठेवले. बाँडला न विचारता त्याने कोर्टची दुसरी बाजू स्वत:साठी निवडली. त्या बाजूमध्ये विशेष काय होते हे बाँडला खरे तर कळलेही नाही. त्यांनी थोडा वेळ नुसतीच ठोकाठोकी केली. बाँड स्वत:ची लय शोधत होता. फोरहॅन्ड, बॅकहॅन्ड यांचा सराव करत होता. गॉर्नरच्या खेळावर लक्ष ठेवत तो कुठे कमी पडतो आहे का, ते बघत होता. बहुतेक खेळाडू या वेळी आपला बॅकहॅन्ड दाखवत नाहीत. बाँडने आजूबाजूला मारलेले फटके गॉर्नरने सहज बाँडच्या बेसलाईनकडे परतवले. त्याचा फोरहॅन्डचा फटका मात्र टेनिसचा नव्हताच. तो नेटला चिकटून जवळजवळ सरळच चेंडू मारत होता. टॉपस्पिन करून त्याला फोरहॅन्ड मारता येत नसेल किंवा तो तसे दाखवत नसेल. पण त्याला लक्ष द्यायला भाग पाडणारी गोष्ट.

''तयार,'' गॉर्नर म्हणाला. तो बाँडला टाकलेला प्रश्न नव्हता. आज्ञा होती.

नेटजवळ जाऊन त्याने तिथे टांगलेल्या धातूच्या पट्टीने मोजायला सुरुवात केली. ''तुला वाटत असेल की मी वेळ फुकट घालवतो आहे. पण विचार कर तूही. आपल्या सारख्या खेळांडूच्या बाबतीत प्रत्येक फटका नेटपासून फक्त काही इंचांवरून जात असतो. गेममध्ये एकदा तरी तो नेटकॉर्डवर आदळतो. सर्व्हिसेसचा विचार केला तर आकडा थोडा वाढेलही. अटीतटीच्या सामन्यात साधारण दोनशे पॉइंट्स असतात आणि विजयी ठरणाऱ्याचे फार तर दहा पॉइंट जास्त होतात. पण या दोनशे पॉइंट्सपैकी सर्व्हिस धरून तीस पॉइंट्सचा संबंध तरी या बाबीशी असतो. मॅच जिंकायला लागणाऱ्या पॉइंट्सपेक्षा तिप्पट जास्त. तेव्हा दुर्लक्ष करण्यासारखी बाब नाही.''

“तुझ्या युक्तिवादाने मी अगदी थक्क झालो आहे,” बाँड म्हणाला. त्याने हातामधली रॅकेट इकडे-तिकडे फिरवली. खांदा ढिला केला.

गॉर्नरने नेटची चेन खेचून नेट त्याला हवे तसे घट्ट करून घेतले. रॅकेट कॉर्डवर तीनदा दाणदाण हाणली. खांबापासून नेट वर-खाली करायला असलेले हॅन्डल मात्र बाँडला दिसले नाही. नेटकॉर्डच खांबावरून खाली जमिनीवरच्या धातूच्या एका प्लेटमध्ये नाहीशी झालेली दिसली. खाली एखादे चाक असेल आणि स्टाफ ती हवी त्याप्रमाणे ताणून बसवत असतील बहुधा. थोडा फार फरक करण्यासाठी चेनची सोय होती.

“ठीक आहे,” गॉर्नर म्हणाला. “तू टॉस करशील?”

बाँडने रॅकेट जमिनीवर उभी धरून फिरवली. “रफ का स्मूथ?”

“स्किन,” बाँडच्या रॅकेटकडे बघत गॉर्नर म्हणाला. “स्किनच. माझी सर्व्हिस.”

स्किन म्हणजे काय याचा विचार करतच बाँड सर्व्हिस घ्यायला तयार झाला. कुठली भलतीच भाषा असली तरी हा शब्द रफ किंवा स्मूथ दोघांसाठीही वापरता येईल असा एक विचार तरी त्याच्या मनात डोकावून गेला.

सरावाच्या वेळी दोघांनी फटके मारले असले तरी गॉर्नरची खरी ॲक्शन त्याने अजून बघितलेलीच नव्हती. ‘चेंडूवर लक्ष दे,’ तो स्वत:शी पुटपुटला.

बोलणेच सोपे होते. गॉर्नरने स्वत:समोर रॅकेटने चेंडू आपटायला सुरुवात केली. एकदा-दोनदा-तीनदा आणि चक्क स्वत:भोवती फिरायला लागला. पूर्ण वर्तुळ फिरल्यावर त्याने डाव्या हाताने चेंडू उंच फेकला. पांढरा ग्लोव्ह घातलेला हात ताठ धरला आणि शेवटच्या सेकंदाला सेंटर लाईनवरून दणक्यात सर्व्हिस केली. हा सगळा प्रकार बघण्यात गुंतलेल्या बाँडला हालचाल करायचेही भान राहिले नाही.

“पंधरा,” गॉर्नर ओरडला आणि कोर्टच्या दुसऱ्या बाजूला गेला. त्याच्या गिरकीकडे न बघायचे ठरवून बाँडने आपले सर्व लक्ष चेंडूवर केंद्रित केले. जमिनीवर पाय घट्ट दाबून बॅकहॅन्डने चेंडू परत तरी धाडला. तोपर्यंत नेटजवळ पोहोचलेल्या गॉर्नरने आपली व्हॉली कोर्टाच्या कोपऱ्यामध्ये हाणली. “तीस.”

पहिल्या गेममध्ये बाँड फक्त एक पॉइंट जिंकू शकला. फ्रीजमधली एव्हिअनची बाटली उघडून गॉर्नरने ग्लासमध्ये थोडे पेय ओतले. एक घोट घेतला. बाँडनेही तसेच करावे यासाठी त्याचे लक्ष वेधण्यासाठी डाव्या हाताने फ्रीजकडे बोट दाखवले. क्षणभर तरी शर्टाच्या बाहीचे टोक हातमोजापासून सरकले. निघता निघता गॉर्नरने सहजच रॅकेट दोन वेळा नेटवर आपटली.

गॉर्नरचे क्षणभरच दिसलेले केसाळ मनगट मनातून दूर करत बाँड सर्व्हिस करायला तयार झाला. मॅचचे स्वरूप नेहमी प्रत्येकाच्या पहिल्या सर्व्हिस गेमवर

अवलंबून असते. बाँडची स्वत:ची पहिली सर्व्हिस सणसणीत असे. पण वेगाऐवजी त्याने अचूकपणावर लक्ष केंद्रित करायचे ठरवले. गॉर्नरला खूप धावपळ करायला लावून व्हॉलीसाठी म्हणून तो स्वत: नेटजवळ पोहोचला की, गॉर्नर चेंडू लॉब करायचा. शेवटी ३०:४० स्कोअरच झाला. दोन वेळेला त्याची सर्व्हिस नेटवर आपटून चेंडू त्याच्याच बाजूला पडला. डबल फॉल्ट. स्वत:ची सर्व्हिस गमवायचा नामर्दपणाच हा.

गॉर्नरची लय कोणत्या मार्गाने बिघडवायची हे बाँडच्या ध्यानात येत नव्हते. तो बार्बाडोसमध्ये वेलॅन्डबरोबर खेळताना कधी कधी काय घडायचे हे त्याला आठवले. वेलॅन्ड गेमची लयच हळू करायचा. मग बाँडच्या मनाचा तोल ढळायचा. वेलॅन्ड त्याला हल्ला चढवायला उद्युक्त करायचा आणि त्या नादात बाँडचा फटका बाहेर जायचा. गॉर्नर काही चूक करत नव्हता. त्याच्या फोरहॅन्डवर व्हॉली करणे तो बाँडला अशक्य करत होता. चेंडूचा स्पिन नष्ट करण्यासाठी त्याला रॅकेट पुढे घ्यावी लागे – अर्थात व्हॉलीची संधी गॉर्नर त्याला देतच नव्हता. बाँड पुढे पाऊल टाकताच तो लॉब करायचा आणि अगदी नियमितपणे चेंडू बेसलाईनच्या जरासा आत पडायचा. लाल पृष्ठभागावर स्वच्छ खूण सोडायचा.

बाँडने सर्व्हिस केली की, गॉर्नर पटकन 'आऊट' ओरडायचा आणि चेंडू खेळायचा प्रयत्नही करायचा नाही. तो मागच्या जाळीवर आदळायचा आणि पडायचा. बाँड दुसरी सर्व्हिस करायच्या बेतात असताना गॉर्नर त्याला थांबवायचा, आधी पडलेला चेंडू बाजूला करायचा. "कितीही काळजी घेतली तरी कमीच पडते," असे स्पष्टीकरण द्यायचा. "गेल्याच आठवड्यात चेंडूवर उभे राहिल्याने एका माणसाचे घोट्याचे हाड मोडले होते. हं, कर सुरू आता." या वेळेपर्यंत बाँडची लय पार बिघडलेली असायची. सेकंड सर्व्हिस नीटपणे पडली तरी त्याला आनंद व्हायचा.

अत्यंत चिवटपणे बाँड आपली सर्व्हिस गेम जिंकत राहिला तरीही शेवटी गॉर्नरची सर्व्हिस आली तेव्हा तो ५-४ असा पिछाडीवर होता. ही सर्व्हिस तो भेदू शकला नाही तर सेट हरणारच होता. त्याने मागे राहून चेंडू दोन टोकांना टोलवत गॉर्नरला धावपळ करायला लावायची असे ठरवले. एखादे वेळी चमत्कार घडेलही. चक्क एका टप्प्यावर ३०:४० असे पॉइंट्स होते आणि बाँडला ब्रेकपॉइंट मिळाला होता. गॉर्नरने खूप खोल सर्व्हिस केली, पण या वेळी बाँडच्या बॅकहॅन्डने त्याला साथ दिली आणि त्याने तिरका फटका मारत रॅलीला सुरुवात केली. बाँडने बेसलाईनला खोलवर मारलेला एक फटका परतवताना गॉर्नरने अर्ध्या कोर्टपर्यंत चेंडू उंच उडवला. बाँड ही संधी गमावणार नव्हता. चेंडूवरची नजर न ढळवता त्याने फोरहॅन्डचा विजयी फटका कोपऱ्यामध्ये मारला. गॉर्नर तिथे पोहोचूही शकला नाही. "आऊट," गॉर्नर ओरडला. "ड्यूस."

धक्का बसलेला बाँड काही बोलण्याच्या आत गॉर्नरने सर्व्हिस करतानाचे चाळे करायला सुरुवातही केली. गॉर्नरने तो गेम आणि अर्थात सेटही ६:४ असा जिंकला. बाजू बदलून दुसऱ्या सेटच्या आपल्या पहिल्या सर्व्हिससाठी मागे जाताना त्याचा चेंडू कुठे पडला होता हे बाँडने बघितले. साईडलाईनपासून चांगला तीन इंच आत चेंडूचा टप्पा पडला होता.

बाँडने मनावर ताबा मिळवला. गॉर्नर इकडे तिकडे उड्या मारत होता, रॅकेट फिरवत होता, पुढे येतो आहे दाखवत मागे सरकत होता. सगळ्या जुन्या युक्त्या. बाँडला माहीत होत्या पण तो काही करू शकत नव्हता. त्याने चेंडूवर लक्ष ठेवायचा प्रयत्न केला आणि मध्यरेषेवरून चेंडू फटकावत सर्व्हिस केली. "आऊट," गॉर्नर वेळ न घालवता ओरडला.

"मला नाही तसे वाटत," बाँड म्हणाला. "चेंडू कुठे पडला ते दाखवतो मी," नेटजवळ जात त्याने खूण केली.

"जुनी खूण."

"अजिबात नाही. मी माझी सर्व्हिस तिथे पडताना बघितली. मी सर्व विचार करूनच चेंडू मारला होता. सहा इंच तरी आत पडला आहे."

"बाँड मित्रा, न्यायीपणाने वागण्याची तुझी इंग्लिश व्याख्या सुचवत असेल की, एखाद्या माणसाच्या शब्दाविरुद्ध त्याला त्याच्याच क्लबमध्ये प्रश्न विचारायचे तर मला वाटते तू ती कल्पना सोडून दे. तो पॉइंट पुन्हा खेळ." पायाच्या तळव्यावर रॅकेट आपटत त्याने तिथली धूळ उडवली. "चल सुरू कर," गॉर्नरने त्याला पुन्हा सांगितले.

बाँडची पहिली सर्व्हिस फारच दूर गेली. फॉल्ट. दुसरी नेटकॉर्डवर आदळून पडली.

"डबल फॉल्ट," गॉर्नर म्हणाला. "यालाच काव्यात्मक न्याय म्हणतात."

बाँड संतापायला लागला होता. नंतर त्याने गॉर्नरच्या बॅकहॅन्डच्या बाजूने सर्व्हिस केली तेव्हा त्याला काही करता आले नाही. "आऊट," गॉर्नर खात्रीपूर्वक ओरडला.

त्याने पुन्हा सर्व्हिस करण्यासाठी तयारी केली आणि गॉर्नर म्हणाला, "काळजी घे. मागे बघ."

"काय?"

"मला वाटले मी तुझ्या मागेच चेंडू बघितला एक."

"माझ्या बाजूचे चेंडू माझे मी बघेन. तू नको कष्ट घेऊ."

"पण माझ्या पाहुण्याला काही झाले तर मला आवडणार नाही मिस्टर बाँड. ठीक आहे. सेकंड सर्व्हिस."

इतर खेळांपेक्षा टेनिसमध्ये मनाचे खेळ खेळण्याचीही जास्त संधी असते. आपल्या विरुद्ध खेळणाऱ्यावरचा राग कह्यात ठेवून पूर्ण लक्ष केंद्रित करावे लागते.

गॉर्नरविरुद्धच्या आपल्या खेळात फरक करायला हवा हे बाँडला पटत होते. त्याचे नशीबही सारखेच एवढे खराब कसे? फारच जास्त प्रमाणात त्याच्या सर्व्हिसेस नेटकॉर्डवर आदळून मागे पडत होत्या. याउलट आडवे फटके मारणाऱ्या गॉर्नरचा चेंडू नेटला कधी स्पर्शही करत नव्हता. रेषेजवळ चेंडू मारण्यात अर्थ नव्हता. प्रत्येक शॉट दोन फूट तरी आत पडायला हवा तरच 'आऊट' अशी नाहक बोंब ऐकू आली नसती. हे सर्व लक्षात घेऊन बाँडने ड्रॉप शॉट्स मारायला सुरुवात केली. नेटवरून काही फूट उंचावरून खाली पडणाऱ्या चेंडूच्या बाबतीत गॉर्नर चूक तरी कुठली काढणार? अर्थात ड्रॉप शॉटमुळे क्लब टेनिसमध्ये कुणी पॉइंट मिळवत नसतो. ड्रॉप शॉट मारणाऱ्या खेळाडूला तत्काळ अत्यंत सावध बनायला लागते. वेगवान फटके मारणाऱ्या वेलॅन्डकडून खूप किंमत मोजून बाँडने हा धडा शिकला होता. गॉर्नर वेलॅन्डइतका चपळ नक्कीच नव्हता. बाँड त्याच्या लॉब शॉट्ससाठी आणि फ्लिक्ससाठी तयार असे.

गॉर्नर आता सर्व्हिस करण्यापूर्वी एकदा सोडून दोन वेळा गिरकी घ्यायला लागला. सर्व्हिसच्या वेळी पांढऱ्या टेनिस बॉलसमोर आपला पांढरा हातमोजा घातलेला हात जास्तीत जास्त वेळ धरायचा प्रयत्न करायला लागला. बाँड लक्ष देऊन सर्व्हिस करत असतानाच त्याला मागे पडलेला, खिशातून चुकून पडलेला चेंडू त्याच्या मागे दिसायला लागला. पण बाँडही आता मनाचा तोल ढळू देत नव्हता. पूर्ण लक्ष देऊन सर्व्हिस करत होता. अजिबात विचलित होत नव्हता. सेटच्या आठव्या गेममध्ये फोरहॅन्डने कोर्टाच्या मध्यावरच्या व्हॉलीवर प्रथमच बाँडने गॉर्डनची सर्व्हिस असताना गेम जिंकला. बाहेरच्या कुठल्याही रेषेच्या जवळ चेंडू नव्हता. गॉर्नरला काही बोलता आले नाही.

बाँडच्या पहिल्या दोन सर्व्हिसेस गॉर्नरला परतवता आल्या नाहीत – ३०:००. मग एक साधा बॅकहॅन्ड बाँडने नेटमध्ये मारला. लॉबवर एक पॉइंट गमावला – ३०:३०. पुढली सर्व्हिस आजूबाजूला कुठे न मारता त्याने सरळ सेंटरवरून हाणली. गॉर्नरला हालचाल करायला वाव न मिळता गॉर्नरच्याच दिशेने जाणारा चेंडू त्याने कसाबसा उडवला. या बदलामुळे तो पार बावचळला असावा. उडालेला चेंडू बाँडने मजेत हाणून पॉइंट मिळवला.

४०:३० – बाँडसाठी सेट पॉइंट. त्यासाठी तो सर्व्हिस सुरू करणार इतक्यात गॉर्नर म्हणाला, "सॉरी बाँड." त्याची करंगळी वर गेली. "मिनिटभरात आलोच."

तो जॉगिंग करत क्लबहाउसच्या दिशेने निघाला.

बाँडने वैतागून आपल्या ओलसर केसांमधून हात फिरवला. तो माणूस पार

निर्लज्ज होता. इतकी लाज सोडलेल्यांच्या बाबतीत काही करताच येत नाही.

अंपायरच्या खुर्चीजवळच्या फ्रीजमधून बाँडने एक बाटली काढली. काही घोट घेतले. तो चांगला खेळत होता हे त्याला ठाऊक होते. पण न हरण्यासाठी गॉर्नरकडे अजून कुठल्या युक्त्या राहिल्या आहेत, हे त्याच्या लक्षात येत नव्हते.

गॉर्नर घाईघाईने क्लबहाउसमधून परत आला. ''सॉरी, मिस्टर बाँड. कुठे थांबलो होतो आपण? माझी सर्व्हिस आहे ना?''

''नाही. माझी सर्व्हिस आहे – ४०:३०. ५:४.''

''कसा विसरलो मी? म्हणजे सेट पॉइंटच आहे तुला.'' स्कोअरबद्दल बोलणे जणूकाही त्याच्या दृष्टीने अप्रतिष्ठितपणाचे होते असे त्याचा स्वर सांगत होता. अत्यंत निष्कपटी मनाने त्याला जसा प्रोत्साहन देत होता.

बाँड काहीही बोलला नाही. काहीतरी नवीन करायला हवे. त्याची सर्व्हिस दाणकन मध्यरेषेजवळून पुढे सणसणत गेली. गॉर्नरचा अंदाज बरोबर होता. तो योग्य ठिकाणी पोहोचलाही होता. पण चेंडू उडून एकाएकी गॉर्नरच्या छातीच्या उंचीवरच गेला. त्याने तो कसाबसा उडवला. पण तो अलगद नेटपाशी येऊन पडला. सकाळभरच्या खेळात बाँडला प्रथमच नशिबाची साथ मिळाली होती. रेषेवरच्या टेपमुळेच चेंडू असा विचित्र उडतो. गॉर्नर या वेळी 'आऊट' असे ओरडू शकला नाही.

ते खुर्च्यांवर बसले. ''तू लढवय्या आहेस अगदी. बरोबर मिस्टर बाँड?''

''त्याचा त्रास होता तुला?''

''अजिबात नाही.'' गॉर्नर एका बाजूला उभा राहून हातपाय ताठ करत बसला. ''माझी सूचना आहे की, पैजेची रक्कम वाढवावी,'' तो बाँडकडे न बघता बोलत होता, रॅकेटवरच्या स्ट्रिंग्ज बघत होता.

''चालेल की. शंभर पौंड ठरवले होते ना?''

''शंभर... शंभर हजार चालतील?'' अजूनही तो बाँडकडे बघत नव्हता. वाकून बॅगमधून नवीन रॅकेट काढत होता. दुसऱ्या रॅकेट्स दोऱ्यांवर आदळून त्या किती ताठ आहेत बघत होता. ''अर्थात मला फ्रॅन्क्स म्हणायचे आहेत, मिस्टर बाँड.''

''जुने?''

''छे! छे! नवीन. जितके नवीन शक्य असतील तितके नवीन.''

बाँड आकडेमोड करायला लागला. सात हजार पौंडांहून जास्तच. गाढवपणा आहे. त्याला खरी तर परवडणारी पैज नाही. पण स्पर्धा चमत्कारिक होत चालली होती आणि माघार घ्यायची त्याची अजिबात तयारी नव्हती. ''ठीक आहे, डॉ. गॉर्नर. तुमची सर्व्हिस.''

''ओ! इंग्रजांचा पारंपरिक सभ्यपणा! माझी सूचना झिडकारणे म्हणजे हे क्रिकेट

नव्हे म्हणण्यासारखे आहे.'' त्याने इतक्या कडवटपणे हे शब्द उच्चारले होते की त्यातला विनोदाचा भाग त्याच्या लक्षात यायला वेळच लागला. 'क्रिकेट नव्हे,' तो पुटपुटला 'हा! हा! टेनिस तर आहे.'

पैजेची रक्कम, रॅकेटशी केलेले चाळे, बाजूला उभे राहून केलेला व्यायाम या सर्व गोष्टी बाँडला धमकीसारख्या वाटत होत्या. तू मला हरवू शकत नाहीस, तसा प्रयत्नदेखील गाढवपणाचा ठरेल असेच गॉर्नर जणू त्याला सुचवत होता. डोके वापर, वास्तवाला तोंड दे आणि मला जिंकू दे. तुझ्या भवितव्याच्या दृष्टीने तेच श्रेयस्कर ठरेल.

ज्या कपटीपणाने आणि मार्मिकतेने गॉर्नरने त्याचा हेतू स्पष्ट केला होता त्याला दाद द्यायलाच हवी, बाँडच्या मनात विचार आला. पण कोणी धमकी दिली तर तीच गोष्ट करण्याचा बाँडचा निश्चय बळावत असे हे गॉर्नरचे दुर्दैव होते.

पहिले सहा गेम्स सर्व्हिस करणाऱ्यांनीच जिंकले. स्कोअर ३:३. नंतर गॉर्नरची सर्व्हिस असताना तो १५:४० असा मागे पडला. हा अत्यंत महत्त्वाचा क्षण आहे याची बाँडला जाणीव होती. पुढली रॅली बराच वेळ रंगली. संपूर्ण एकाग्र चित्ताने खेळत असताना बाँडचे डोळे दुखायला लागले. गॉर्नर धापा टाकायला लागला होता आणि एका वेळी नेटजवळ चेंडू उडवल्यावर धावत येणाऱ्या गॉर्नरला चेंडूपर्यंत पोहोचता आले नाही. गेम बाँडने जिंकला.

''बॅड लक,'' बाँड उगीचच म्हणाला.

गॉर्नर काही बोलला नाही. त्याने रॅकेट दाणकन नेट पोस्टवर आदळली. लाकडी फ्रेमचे तुकडे उडाले. ती रॅकेट बाजूला फेकून गॉर्नरने बॅगमधून नवीन रॅकेट काढली.

संतापलेल्या गॉर्नरने बाँडची सर्व्हिस असलेला गेम सहज जिंकला. ४:४. बाँड स्वत:लाच शिव्या घालत होता.

बाँडच्या आठवणीत प्रथमच पहिल्या सर्व्हिसच्या वेळी गॉर्नरचा चेंडू नेटकॉर्डवर आदळून त्याच्या बाजूला उडाला. दुसऱ्या सर्व्हिसच्या वेळी क्रॉस कोर्ट फटका मारून बाँडने पॉइंट घेतला. पुढल्या सर्व्हिसच्या वेळी पुढे धावत येणाऱ्या गॉर्नरच्या पायांजवळच बॅकहॅन्डचा दणदणीत फटका मारून तोही पॉइंट घेतला. ०:३०. बाँडचे पाय नाचायलाच लागले. थकवा दूर पळाला.

बाँडचा आत्मविश्वास बळावला. नेटपासून एक इंचावरून आलेल्या सर्व्हिसवरचा परत मारलेल्या फटका गॉर्नरला परतवता आला नाही. ०:४०. बाँडला आता तीन ब्रेकपॉइंट होते.

या वेळी सर्व्हिस करताना गॉर्नरने तीन वेळेला स्वत:भोवती फेरी मारली, चेंडू उंच उडवला आणि जीव ओतून सर्व्हिस केली. नेटवर आपटून चेंडू त्याच्याच

बाजूला पडला. दुसऱ्या सर्व्हिसच्या वेळी तसाच आपटून कॉर्डवरून तीन एक फूट उडून पुन्हा त्याच्या बाजूला पडला.

"हे अविश्वसनीय आहे," तो नेटजवळ जाऊन ओरडला. त्याने तीन वेळेला नेटवर रॅकेट हाणली.

"सावकाश, सावकाश. सेक्रेटरी येऊन पोहोचेल इथे," बाँड म्हणाला, "५:४. माझी सर्व्हिस मला वाटते."

बाँडने ग्लासभर एव्हिअन प्यायले. मॅच संपत आली होती. पोटाची काळजी बाळगायचे कारण नव्हते.

बॉल आपटताना बाँडने काय करायचे ते नक्की ठरवले.

पहिली सर्व्हिस मध्यावरून. दुसरी बॅकहॅन्डच्या दिशेने, पण थोड्या कमी वेगात करायची. स्कोअर ३०:०० झाला, तर तिसरी सर्व्हिस फोरहॅन्डच्या दिशेने आणि शेवटची पुन्हा मध्यावरून.

गॉर्नर हळूहळू जागेवर पोहोचला. बाँड सर्व्हिस करण्याच्या बेतात असताना गॉर्नर सर्व्हिस लाईनपर्यंत पुढे आला आणि वेगात मागे झाला. त्याने बॅकहॅन्डने चेंडू परतवला खरा पण साईडलाईनच्या दोन फूट आत व्हॉली करून बाँडने पॉइंट घेतला.

गॉर्नर नेटजवळ येऊन म्हणाला, "मी विचार करतो आहे मिस्टर बाँड की आपली पैजेची रक्कम वाढवावी. दुप्पट चालेल?"

बाँडकडे स्वत:चे पैसे नव्हते. सर्व्हिस हा खर्च मंजूर करेल याची खात्री बाळगण्यासारखी स्थिती नव्हती. पण त्याची खात्री होती की गेल्या दोन गेम्सपासून तोच जिंकायची शक्यता वाढली होती.

"तुझा आग्रहच असेल तर. १५:००."

पहिली सर्व्हिस नेटमध्ये गेली. दुसरी टॉपस्पिन करून खोलवर केली. गॉर्नरचा परतीचा शॉट जवळ पडला आणि बाँडने बॅकहॅन्डवर चूक करायला गॉर्नरला भाग पाडले.

त्याने मनात ठरवल्याप्रमाणे पुढली सर्व्हिस गॉर्नरपासून दूर हाणली. गॉर्नरने ती परत मारल्यावर त्याला व्हॉलीवर चकित केले. तीन मॅच पॉइंट्स.

आता मध्यरेषेवरून, बाँड विचार करत होता. त्याने चेंडू नेहमीपेक्षा जरा कमी उंच उडवला आणि आपल्यापासून थोडासा जास्त दूरही. सर्व जोर काढून मध्यरेषेवरून मारला. सर्व्हिस बॉक्सच्या कोपऱ्यात आपटून, चेंडू गॉर्नरच्या रॅकेटपासून दूर वळत मागच्या जाळ्यात उंचावर अडकून बसला. लाल पडलेला पांढरा चेंडू.

बाँड नेटजवळ गेला आणि त्याने हात पुढे केला. गॉर्नर पुढे झाला आणि भेट झाल्यापासून प्रथमच त्याने बाँडच्या नजरेला नजर मिळवली.

त्याच्या डोळ्यांमधला प्रखर आणि हिंस्त्र प्रवृत्तीच्या भयानक द्वेषाचा विखार नजरेला पडताच बाँडचा मॅच जिंकल्याचा आनंद क्षणार्धात विरून गेला.

"पुन्हा एकदा खेळू या. लवकरच," गॉर्नर म्हणाला. "दुसऱ्या वेळेला तुझे नशीब एवढे बलवत्तर ठरेल असे वाटत नाही मला."

पुढे एक अक्षर न बोलता तो आपल्या वस्तू गोळा करायला निघून गेला.

काय पोरगी आहे!

शॉवर घेऊन बाँड बाहेर आला तेव्हा त्याला गॉर्नर कुठेही दिसला नाही, पण त्याच्या रॅकेटवर एक पांढरे पाकीट होते. नोटांनी खच्चून भरलेले. त्यावर लिहिले होते 'लवकरच भेटू पुन्हा.'

बाँडने स्कार्लेटला शोधायला सुरुवात केली. ती त्याला वरच्या मजल्यावरच्या एका बारमध्ये दिसली. खिडकीजवळ एका स्टुलावर बसून मजेत काहीतरी पीत बसली होती.

"मजा आली का खेळायला, जेम्स?"

"व्यायाम तरी चांगला झाला. मला वाटते मी थोडे फार पौंड्स गमावले पण गॉर्नरइतके नाहीत."

"म्हणजे जिंकलास?"

"हो."

"आणि आनंद साजरा करण्यासाठी तू मला बाहेर जेवायला घेऊन जाणार आहेस ना?"

आपले ओले केस बाँडने मागे सारले आणि उत्सुकतेने त्याच्याकडे बघणाऱ्या मुलीकडे एक नजर टाकत तो हळूच हसला. "प्रथम काहीतरी पिऊ या तर."

तिच्यासाठी ताजे लेमोनेड आणि स्वत:साठी विटेलची लिटरची बाटली आणि बिअरची बाटली घेऊन तो तिच्याजवळ पोहोचला.

पायावर पाय टाकत ती बाँडकडे वळली. "शेवटी शेवटी अगदी तुझ्या मनाप्रमाणे मॅच चालली होती."

"बघत होतीस तू?"

"सुरक्षित अंतरावरून. गॉर्नर किंवा शाग्रिन यांच्या दृष्टीस पडण्याची माझी इच्छा नव्हती."

बाँडने मान डोलावली.

"शेवटच्या तीन गेम्सपर्यंत दैवाची साथ तुला लाभत नव्हती. बरोबर आहे ना?" स्कार्लेटच्या चेहऱ्यावर एक गूढ हसू उमटले होते.

"तसे कोणत्याही खेळामध्ये घडू शकते," बाँड म्हणाला. "गोल्फ, टेनिस...."

“मला तो योगायोग वाटत नव्हता, म्हणून मी थोडा शोध घेतला.”

“काय केले म्हणते आहेस तू?”

“दर वेळेला तुझा शॉट नेटकॉर्डवर आदळला की तो बाहेर जात होता. गॉर्नरचे शॉट्स मात्र नेटला स्पर्शसुद्धा करत नव्हते. म्हणून मला संशय आला.”

बाँड पुढे वाकून बसला. काहीतरी भानगड होती तर. त्याची जिज्ञासा जागृत झाली. “आणि?”

“माझ्या लक्षात आले की फक्त तुझ्याच कोर्टवर नेट ताठ करण्यासाठी नेट पोस्टवर हॅन्डल नव्हते. दोरी सरळ दृष्टीआड होत होती.”

“हो, मला वाटले की तिथे जमिनीत एखादे चाक असेल.”

स्कार्लेट हसली. “इतक्या घाईने निष्कर्ष काढू नको जेम्स. नेट पोस्टच्या खालीच कुठली जागा येत असेल ते शोधायला मी सुरुवात केली. इन-डोअर कोर्ट्सच्या आसपासची एखादी स्टोअर रूम आढळेल असा माझा तर्क होता. मी त्या खोलीजवळ पोहोचले आणि काचेमधून आत नजर टाकली. तिथे शाग्रिन टेलिव्हिजन बघताना दिसला.”

“टेलिव्हिजन?”

“हो, क्लोज्‌ड सर्किट टेलिव्हिजन. प्रवेशद्वाराजवळच्या हॉलमध्ये आहेत तसे. पण या खोलीत एक मॉनिटर आणि कन्सोल होता. बाहेरची कुठलीही मॅच बघता आली असती. लक्षात आले ना? टेलिव्हिजन स्टुडिओमधल्या डायरेक्टरच्या रूमप्रमाणे आणि तिथून शाग्रिन तुमची मॅच बघत होता.”

“पुढे?”

“कॉंक्रीटच्या भिंतीवर एक चाक बसवले होते. त्याला पितळी हॅन्डल होते. नेटकॉर्डसारखे काहीतरी त्यावरून खाली लोंबकळत होते. कुणाची सर्व्हिस आहे त्यावर अवलंबून शाग्रिन ते हॅन्डल या किंवा त्या बाजूने वळवून नेटकॉर्ड वर किंवा खाली करू शकत होता. अगदी साधी गोष्ट. नेटकॉर्ड खूप लांबवर पोहोचली होती.”

“तरीच दोन नंबरच्या कोर्टवरच खेळायचा गॉर्नरचा अट्टाहास होता.”

“टेलिव्हिजनच्या पडद्यावर तुझी पाठ वळेपर्यंत शाग्रिन थांबत होता,” स्कार्लेट म्हणाली. “आणि तुझ्या सर्व्हिसच्या वेळी नेटकॉर्ड इतकी ताठ ओढत होता की तुझ्या कोणत्याही शॉटचा नेटला ओझरता स्पर्श झाला तरी चेंडू बाहेर उडत होता.”

“आणि गेम संपला की गॉर्नर त्याची रॅकेट नेटकॉर्डवर आपटत होता. आधीच ठरवलेली कुठली तरी संदेशांची पद्धत असणार. मग काय केलेस तू?”

“मी पळत वर गेले. माझ्या ओळखीचा एक जण भेटेपर्यंत सर्वत्र बघत राहिले. रॉथ्सचाईल्डसाठी काम करणारा मॅक्स नावाचा एक तरुण पोरगा. त्याने काही वेळा बाहेर जाण्यासाठी मला विचारले होते आणि माझी खात्री होती की, तो मला मदत

करेल. सगळा स्टाफच मला वाटते गॉर्नरच्या या कपट कारस्थानात सामील आहे. तेव्हा मी सेक्रेटरीकडे किंवा दुसऱ्या कुणाकडे जाऊ शकत नव्हते. थोडक्यात मी मॅक्सला म्हटले की, स्टोअररूममध्ये जाऊन शाग्रिनला सांग की तो बनवाबनवीचे काय उद्योग करतो आहे हे त्याच्या लक्षात आले आहे आणि त्याने त्याचे चाळे थांबवले नाहीत तर तो कोर्टवर जाऊन गॉर्नरसमोरच तुला सर्व सांगेल.''

''खेळाच्या कुठल्या वेळी हे घडले?''

''मला नक्की खात्री नाही. पण मॅक्सने शाग्रिनला तिथून बाहेर काढले आहे असे मला येऊन सांगेपर्यंत तिसरा सेट चालू होऊनही बराच वेळ झाला असावा.''

''आणि मग काय केलेस तू?''

स्कार्लेटचा चेहरा लाल पडला. ''मीच शाग्रिनची जागा घेतली. फिटंफाट!''

बाँड हसला. ''तेव्हाच मला वाटतं त्याने रॅकेट तोडली. तो डबल फॉल्ट करू शकतो यावर त्याचा विश्वास बसू शकत नव्हता.''

''बहुतेक तसंच. मी खरं तर अगदी थोडेसेच नेट वर केले होते. शाग्रिन करत होता तेवढे नक्कीच नाही.''

''आणि माझ्यासाठी?''

''योग्य उंचीवर खाली आणत होते. तेव्हा तू जे सगळे पॉइंट्स मिळवत होतास ते अगदी खरेखुरे होते.''

''तू अगदी विलक्षण मुलगी आहेस स्कार्लेट,'' बाँड हसत म्हणाला.

''मग आता मला जेवणाचे निमंत्रण आहे ना?''

''मला वाटतं ते... विधिलिखितच आहे.''

स्कार्लेटने स्टुलावरून खाली उडी मारली. ''प्रथम मी तुला *सॉन्त शापेल* दाखवते. आधी संस्कृती, मग खादाडी. तू कधी तिथे गेला असशील असे वाटत नाही. मी गाडी आणते. तू पायऱ्यांशी थांब.''

*सॉन्त शापेल*बाहेर थोडी माणसे रांगेत उभी होती. पण दहा मिनिटांमध्ये त्यांना आत प्रवेश मिळाला. तळमजल्यावरची बहुतेक सर्व जागा नानाविध स्मृतिचिन्हे वगैरे विकणाऱ्या स्टॉलने व्यापली होती.

''सगळा बाजार मांडलेला दिसतो आहे हा,'' बाँड म्हणाला.

''माझ्या वडिलांनी एकदा मला सांगितले की, जेरुसलेममधल्या 'चर्च ऑफ होली सेप्युल्चर' बाहेर त्यांना कोणी तरी 'द कॉक दॅट क्र्यू'चे अंडे विकायचा प्रयत्न केला होता.''

''द कॉक दॅट... कुठला कोंबडा हा?''

''पीटरने तिसऱ्यांदा जीझसला नाकारले तेव्हाचा.''

"अशक्य!"

"अर्थातच. अनेक कारणांमुळे."

"आणि या जागेचे वैशिष्ट्य?"

"माझ्या मागोमाग ये," स्कार्लेट म्हणाली.

ती एका दगडी जिन्याने वर चढायला लागली. मागोमाग वर चढणाऱ्या बाँडचे लक्ष, तिच्या तोकड्या लिननच्या पोशाखाने अधूनमधून नजरेत भरणाऱ्या तिच्या पोटऱ्या आणि मांड्यांवर खिळत होते.

वरती असणारा चॅपेल नानाविध रंगातल्या काचांमधून येणाऱ्या प्रकाशांनी झगमगत होता.

"हा इंजिनिअरिंगमधला एक चमत्कार आहे," स्कार्लेट म्हणाली. "कोणत्याही आधारांशिवाय त्यांनी तो बांधला आहे, नाही तर काचांमधली चित्रे तुम्ही नीट बघू शकला नसता."

काही मिनिटे स्कार्लेट चॅपेलमधून फिरत होती. बाँडची नजर दगडी फरशीवर चमकणारी रंगीच काचांची प्रतिबिंबे आणि रंगीत काचांचा आनंद लुटणाऱ्या तिच्या सडपातळ शरीरयष्टीवर फिरत होती. ती खरोखरच आनंदाने त्या दृष्याचा आस्वाद घेत होती. ती एक तर त्याला आजपर्यंत भेटलेली सर्वोत्कृष्ट अॅक्ट्रेस तरी होती नाही, तर ती दावा करत होती तशीच मुलगी होती.

फिरून ती परत आली आणि तिने हलकेच त्याच्या दंडावर हात ठेवला. "आजच्या पुरते संस्कृतीदर्शन खूप झाले. आता तू मला *ला सिगाल वेर्त*ला घेऊन जा. फक्त पाच मिनिटांवर आहे. गाडी इथेच ठेवून नदीकाठाने चालत जाऊ या."

*इल सॉं लुईव*रच्या तिने शोधलेल्या या रेस्टॉरंटला सीन नदीच्या बाजूला लांबलचक टेरेस होता. नदी आणि रेस्टॉरंटची टेबल्स यामध्ये फक्त फूटपाथ होता.

"मॅच ज्या तऱ्हेने चालू होती ते बघून मी टेबल राखून ठेवण्यासाठी फोन केला होता. तू माझ्याबरोबर इथे येशील असे गृहीत धरले मी. सॉरी. पण लोकप्रिय ठिकाण आहे हे. शनिवार-रविवारी खूप गर्दी असते."

हेड वेटरची नजर स्कार्लेटवरून ढळायला तयार नव्हती. तो त्यांना अगदी नदीकाठावरच्या टेबलाशी घेऊन गेला.

"तुला शेलफिश आवडतात?" स्कार्लेटने विचारले. "यांच्याकडे माशांचे नानाविध प्रकार मिळतात. लान्गुस्टीन, खेकडे. चपट, टोकदार रागीट भासणारे कुठले तरी मासे अगदी शाग्रिनसारखेच दिसतात. आणि तोंडाला पाणी सुटेल असे मेअनेझही बनवतात. पॅरिसमधले सर्वोत्कृष्ट. तुझ्यासाठी मीच ऑर्डर देऊ का? विश्वास ठेवशील माझ्यावर?"

"तुझ्यावर विश्वास? का नाही? मग कामाबद्दल बोलू."

“अर्थातच.”

टेनिस खेळल्याने तो उत्साहात होता आणि त्याला भूकही लागली होती. वेटरने हाँ पेरिनिआँची थंडगार बाटली आणि काही ऑलिव्हची फळे टेबलावर आणून ठेवली. बाँडच्या कोरड्या पडलेल्या घशाला चांगलाच दिलासा मिळाला.

“आता बोल स्कार्लेट. डॉ. ज्यूलिअस गॉर्नरबद्दल सर्व काही.”

“पहिल्यांदा मी त्याच्याबद्दल माझे वडील अलेक्झान्द्र यांच्याकडून ऐकले,” स्कार्लेट शिंपल्यातून लान्गुस्टीनची शेपटी खेचत म्हणाली. “रशियन क्रांतीच्या काळात माझे आजोबा इंग्लंडला आले. आमचे मॉस्कोला घर होते. सेन्ट पीटर्सबर्गला इस्टेट होती. ते इंजिनिअर होते. येताना थोडा पैसाअडका आणण्यात त्यांना यश आले. त्यांनी केंब्रिजजवळ घर घेतले. ते रशियाहून पळाले तेव्हा माझे पपा फक्त सात वर्षांचे होते. त्यांना रशियाची विशेष आठवण नाही. त्यांनी इंग्लिश भाषा शिकून घेतली, उत्कृष्ट शाळांमध्ये शिक्षण घेतले आणि केंब्रिजमधल्या एका कॉलेजात फेलोशिपही मिळवली. तिथे ते अर्थशास्त्र हा विषय शिकवायचे. युद्धकाळात त्यांनी ब्रिटिश आर्मी इंटलिजन्ससाठी काम केले. युद्धानंतर ऑक्सफर्डने त्यांची नेमणूक उच्च पदावर केली. तिथेच त्यांचा प्रथम गॉर्नरशी संबंध आला.”

“म्हणजे तुझे वडील शिकवत होते त्याला?”

“गॉर्नर खूप सीनिअर विद्यार्थी होता. त्याला माहीत नाही असे काही असू शकते हे कबूल करायला तो अत्यंत नाराज असे.”

“पण हुशार होता?”

“थोडीशीच नम्रता असती तर तो ऑक्सफर्डमधला सर्वोत्कृष्ट अर्थतज्ज्ञ बनू शकला असता असे त्यांचे मत होते. जेव्हा भानगडी सुरू झाल्या तेव्हा त्याने माझ्या वडिलांनाच त्याबद्दल दोष दिला.”

“काय झाले?”

“माझ्या वडिलांच्या माहितीप्रमाणे, त्याच्या वागणुकीमुळे लोक त्याच्यापासून दूर राहत.”

“म्हणजे त्या वेळीही तो तसाच होता तर.”

“त्याची बोलण्याची ढब बाल्टिक किंवा लिथुआनियन होती, आणि त्याचा तो हात – खरं तर लोकांना त्याच्याबद्दल सहानुभूती वाटे. पण तो स्वभावाने सरळ नव्हताच. कपटी होता. लबाड होता. खूप हुशार असूनही आणि गरज नसताना परीक्षांच्या वेळी तो लुच्चेगिरी करायचा. पदवीधर न झालेल्या विद्यार्थ्यांना अत्यंत तुच्छतेने वागवायचा. कारण एकच. तो त्यांच्यापेक्षा वयाने मोठा होता आणि त्याने युद्धात भाग घेतला होता.”

“मला कळले आहे, त्याप्रमाणे दोन्ही बाजूंनी –”

"त्याला विजयी होणाऱ्या पक्षांच्या बाजूने राहायचे असेल," स्कार्लेट म्हणाली. "असेही असेल की स्टालिनग्राड किंवा आता पूर्वीच्याच नावाने ओळखल्या जाणाऱ्या वोल्गोग्राड इथे त्याने भयानक प्रकार बघितले असल्याने त्याला तसे वाटत असेल. पण युद्धावर जाण्यासाठी अनेक ब्रिटिश विद्यार्थ्यांनीही आपले शिक्षण सोडले होते."

प्लेट्स घेऊन जायला आलेल्या वेटरमुळे बोलण्यात खंड पडला.

"आता तू तळलेल्या माशांची चव बघणार आहेस. मी थोडी वाईनही मागवू का?"

"काहीही मागव. आज माझी पाहुणी आहेस तू किंवा गॉर्नरची," वरच्या खिशातल्या पाकिटावर बोटे आपटत बाँड म्हणाला.

स्कार्लेटने सिगारेट पेटवली. लाल रंगाच्या कुशन्सवर पाय दुमडून, घोट्यांवर हात पकडून बसली. समोरच्या उंच इमारतीमागे सूर्य खाली गेल्यावर तिने डोळ्यांवरचा गॉगल डोक्यावर सरकवला आणि ती एकाएकी फारच तरुण झाल्याचा बाँडला भास झाला. आपले तपकिरी डोळे तिने त्याच्यावर रोखले.

"लोकांना आपण आवडत नाही, आपण परकीय असल्याने ते आपला तिरस्कार करतात या विचाराने त्याला पछाडले. ऑक्सफर्ड हा खास इंग्रज लोकांचा क्लब आहे आणि ते आपल्याला सामावून घेत नाहीत असे त्याला वाटायला लागले. रोईंग टीममधल्या एक दोघांनी कधी त्याची टिंगल केलीही असेल. पण माझे पपा म्हणत की बहुतेक सर्व जण त्याच्याशी सभ्यपणाने आणि दयाळूपणेच वागत होते. मला वाटते या अनुभवांनी तो फार पाषाणहृदयी बनला. त्याच्या मनात द्वेषाने घर केले आणि त्याने इंग्रज संस्कृतीवरच सूड घ्यायचा ध्यास घेतला. त्यांचे क्रिकेट, सभ्य आणि न्याय्य वागणूक, चहाची वेळ या सर्व फडतूस गोष्टींचे नसते कौतुक तरी किती करायचे? त्याची खात्री होती की ही सर्व जबरदस्त फसवणूक होती. त्यांची ती परराष्ट्र नीती, त्यांचे साम्राज्य – सर्व किती क्रूर आणि अन्याय्य आहे, हे तो दाखवू शकेल याबद्दल त्याच्या मनात शंका नव्हती. अनेक वर्षे त्याच्या हृदयात असा संताप आणि द्वेष खदखदत असणार. थोडक्यात सांगायचे तर त्याला वाटत होते की, इंग्लंडने त्याची टर उडवली आहे आणि म्हणून तो इंग्लंडचा अपरिमित द्वेष करायला लागला. त्याच्या आयुष्याचे ध्येय ठरले. इंग्लंडचा समूळ नाश."

"एखादे वेळी ही त्याची भावना पूर्वीपासूनची असेल."

"म्हणजे?"

"युद्धात त्याने बाजू बदलली तेव्हापासूनच. नाझी ब्रिटिशांचा पराभव करू शकत नाहीत हे दिसल्यावर त्याला वाटले असेल की, रशिया ते करू शकेल."

"तू तर मानसोपचार तज्ज्ञच निघालास की. मला कल्पना नव्हती की तू एवढा हुशार आहेस."

"वाईन कशी काय वाटते बघ. वेटर थांबला आहे त्यासाठी."

तिने ग्लास नाकाजवळ नेऊन वास घेतला. "फारच छान," ती म्हणाली. "काय सांगत होते मी?"

"उगीच स्तुती करत होतीस."

"आठवलं. गॉर्नरची मन:स्थिती लक्षात घेऊन पपांनी त्याला सहानुभूती दाखवायचा प्रयत्न केला. ते साधे ट्यूटर होते. गॉर्नर कधी कधी त्यांची भेट घेत असे. गॉर्नरची जबाबदारी त्यांच्यावर नव्हती. पण ते दयाळू होते. त्यांनी गॉर्नरला घरी जेवायला येण्याचे आमंत्रण दिले. पॉपी आणि मी घरी असणार, पण फार छोट्या मुली होतो. मला काही आठवत नाही. त्यांचे वडील रशियामधून आले होते, तेही बाहेरून आल्याने त्यांना तसाच त्रास झाला होता असे त्यांनी गॉर्नरला सांगितले. तरीही अशा सर्व लोकांबद्दल इंग्लंडची वागणूक कधीही वाईट नव्हती असे त्याला समजवायचा प्रयत्न केला. केंब्रिजची अर्धी सायन्स फॅकल्टी ज्युईश होती, याकडेही त्यांनी त्याचे लक्ष वेधले आणि नंतर त्यांनी एक भयंकर चूक केली. त्याच्या हाताबद्दल विचारले."

बाँडने हातातली सुरी, काटा खाली ठेवला. "काय म्हणाले ते?"

"पपांनी सांगितले की, युद्धापूर्वी असाच हात असणाऱ्या कुणाला तरी ते केंब्रिजमध्ये ओळखत होते – सिडने ससेक्स कॉलेजमध्ये. कॉलेजचे नाव आता मला कसे आठवले कळत नाही. ते त्याला धीर देत होते. असा हात असणारा तो एकटाच नाही असा दिलासा देत होते. पण फक्त त्याच्या कुटुंबाचाच जणू उत्क्रांतीच्या काळात व्यवस्थित विकास झाला नव्हता अशी गॉर्नरला त्याच्या हाताची लाज वाटत होती. तो स्वत: या हाताबद्दल बोलतच नसे."

बाँडने मान डोलावली. दोघांचे ग्लासेस भरले.

"परिणाम उलटाच झाला. त्यांच्यासारखा परका म्हणून तो पपांचा मित्र बनला नाही. इंग्रज बनलेला देशद्रोही अशा नजरेने तो पपांकडे बघायला लागला. इंग्रजांपेक्षाही तिरस्करणीय. त्याचा शत्रूच. त्या दिवसापासून त्याने हातावर हातमोजा घालायला सुरुवात केली. इंग्लंड आणि इंग्लंडची संस्कृती यांच्याबरोबर अलेक्झान्द्र पापाव आणि त्यांच्या कुटुंबाचाही तो अतोनात द्वेष करायला लागला."

"त्या यादीत आज सकाळी बहुधा माझ्या नावाचा समावेश झाला आहे," बाँड म्हणाला.

"ज्यूलिअस गॉर्नरच्या शत्रूंसाठी शुभचिंतन," असे म्हणत स्कार्लेटने हळूच आपल्या हातातला ग्लास त्याच्या ग्लासवर टेकवला. "काही वर्षांनी त्याला पॉपी भेटली आणि हवी ती संधी मिळाली."

चीजबोर्ड आणि ताज्या पावांची टोपली वेटरने आणली. मजेसाठी नौकाविहार करणाऱ्या नौकांमधून सीनच्या काठावर प्रवासी उतरवले जात होते. सर्वांत मागणी

असणारी नौका एक मिसिसिपी पॅडल स्टीमर होती – *हकलबेरी फिन* – पॅरिस शहराला ती एक महिना वापरण्यासाठी उसनी दिली आहे या अर्थाचा बॅनर तिच्या बाजूवर सोडला होता.

बाँडची नजर पुन्हा स्कार्लेटकडे वळली. ''तू आता पॉपीबद्दल नीट सांग मला.''

''ती अगदी माझ्यासारखी नाही. थोडी तरुण आहे. अभ्यासावर कधीच लक्ष दिले नव्हते.'' कामेबेर्त या चीजचा तुकडा कापून तिने बाँडच्या प्लेटवर ठेवला. ''हा खाऊन बघ जरा.''

''तुझ्याविरुद्ध अगदी.''

''बरोबर.''

''आणि तू कुठे शिकलीस?''

''रोडीन विद्यापीठ. हसण्यासारखे काही नाही त्यात. मग ऑक्सफर्ड, सॉमरव्हिले.''

''आणि तिथे गॉर्नरप्रमाणे तूही पहिल्या वर्गात पास झाली असणार.''

स्कार्लेटचा चेहरा जरा लाल पडला. ''परीक्षेच्या निकालाबाबत प्रौढी मारण्यासारखी असभ्य गोष्ट दुसरी नाही असे माझे पपा म्हणत. पॉपी विद्यापीठात गेली नाही. लंडनमध्ये राहायला गेली. रंगेल आयुष्य जगायला लागली; सारख्या पार्टीज. मग तिने एअर-होस्टेस बनण्याचे खूळ डोक्यात घेतले. का ते आजही मला माहीत नाही. तिला ते आयुष्य छानछोकीचे वाटले असावे. जेट विमानांचे नाविन्य वाटण्याचा काळ. पुस्तकी शिक्षण घेणाऱ्या आमच्या कुटुंबाविरुद्धचे तिचे हे बंडही असेल. आई रॅडक्लिफ हॉस्पिलटमध्ये कन्सल्टंट होती. तिच्या आम्हा दोघींकडून फार अपेक्षा होत्या. पॉपीने बी.ओ.ए.सी.साठी तीन वर्षे काम केले. ती एका विवाहित वैमानिकाच्या प्रेमात पडली. मी माझ्या बायकोला सोडचिठ्ठी देणार आहे, असे तो नेहमी बडबडत असे. पण ते घडले नाही. पॉपी दुःखी झाली. मोरोक्कोत राहावे लागण्याच्या काळात तिला मादक द्रव्यांची चटक लागली. प्रथम मजेसाठी असेल, पण नंतर दुःखामुळेही असेल. कधीतरी तिचा प्रियकर बी.ओ.ए.सी.मधल्या नोकरीचा कंटाळा आला म्हणून पॅरिसमध्ये गॉर्नरला जाऊन भेटला. खाजगी विमानांसाठी वैमानिक हवे आहेत अशी त्या वेळी गॉर्नरने जाहिरात दिली होती. रेफरन्सेस चाळताना बहुधा पॉपीचे नाव निघाले. गॉर्नरने तत्काळ त्या वैमानिकाला हाकलून दिले आणि पॉपीने त्याच्यासाठी काम करावे असा तिच्यापुढे प्रस्ताव मांडला. भरपूर पैसे, असंख्य उड्डाणे, इतर फायदे, रजा, कपडे, शूज.''

''आणि काही?''

''हो, मादक द्रव्ये,'' स्कार्लेट ओठ दाबत म्हणाली.

''तिच्यासाठी मोठीच लालूच?''

"शंकाच नाही." स्कार्लेटच्या डोळ्यांखाली अश्रू जमायला लागले. "रस्त्यावर विकतात त्यापेक्षा अत्यंत उच्च प्रतीची मादक द्रव्ये. शुद्ध स्वरूपात. तिला गरज असेल तितक्या प्रमाणात. तिला एखादे वेळी असेही वाटले असेल की, ती स्वत:च्या सवयीवर ताबा राखू शकेल आणि त्यांच्यासाठी पैसाही मिळवेल. खरी तर ती तिच्यासाठी फुकटच होती." स्कार्लेटने रुमालाने डोळे पुसले. "ती एक मृदू स्वभावाची मुलगी होती. पहिल्यापासून."

वेटरने अननसाचे काप आणि क्रीम आणले. शेवटी काळी कॉफी. बाँडने सिगारेट पेटवली, स्कार्लेटलाही देऊ केली. "मी तिला शोधले तर ती माझ्याबरोबर येईल? का ती स्वखुशीने त्याची गुलाम बनली आहे?"

"माहीत नाही. दोन वर्षांत मी तिला बघितलेले नाही. अगदी क्वचित तिच्याशी टेलिफोनवर बोलले आहे. शेवटची वेळ म्हणजे परवाच. ती तेहरानमध्ये असताना कशीबशी पोस्ट ऑफिसमध्ये येऊ शकली होती."

"तेहरान?"

"गॉर्नरचे तिथेही उद्योग आहेत. सर्व देखावाही असू शकेल. मला माहीत नाही. पण पॉपी म्हणाली की, ती मादक द्रव्याची सवय सोडायचा प्रयत्न करते आहे. अर्थातच ते खूपच कठीण आहे. पण मला वाटते की तू तिचा पत्ता शोधू शकलास तर तुझ्याबरोबर ती येईल. आपण तिला क्लिनिकमध्ये भरती करू. प्रश्न गॉर्नरचा आहे. गॉर्नरची तिला सोडायची तयारी नसणार. तो हळूहळू तिचा जीव घेतो आहे. त्या प्रत्येक क्षणाचा आनंद उपभोगतो आहे."

गॉर्नरचा उद्धार करत तो स्कार्लेटला म्हणाला, "रडू नको स्कार्लेट. मी शोध घेईन तिचा."

आणखी एक कॉफी घेतल्यानंतर स्कार्लेट बाँडला घेऊन त्याच्या हॉटेलकडे निघाली. या वेळी सनबीम वेगमर्यादेच्या जवळपासच तिने ठेवली होती. *बुलॉय्न*वर पोहोचताना हाणली होती तशी नाही.

"काही बातमी कळली तर तू मला कळवशील ना?"

"अर्थातच," बाँडने उत्तर दिले. "मला टेलिफोन मिळाला की झाले."

सीटवरून वाकून तिने आपले ओठ बाँडच्या गालावर टेकवले. रडून सुजलेले डोळे कुणाला दिसू नयेत म्हणून तिने डोळ्यांवर गॉगल चढवला होता. क्षणभर तरी बाँडचा हात तिच्या लिननच्या पोशाखावरून पटकन निघाला नाही. त्याने स्वत:भोवती उभ्या केलेल्या संरक्षक कवचामधून या मुलीने त्याच्या मनाला हात घातला होता आणि ही जाणीव त्याला फार अस्वस्थ करत होती.

मिसेस लारिसा रोस्सीने रोममध्ये ज्याप्रमाणे त्याला लिफ्टमधून हात केला होता

त्याप्रमाणे हॉटेलच्या दारात वळून तिला टाटा करायचा होणारा मोह त्याने आवरला. सरळ दरवाजा उघडून तो आतमध्ये शिरला आणि अंधाऱ्या लॉबीतून रिसेप्शन डेस्कजवळ पोहोचला.

"मिस्टर बाँड," रिसेप्शनिस्ट म्हणाली, "तुमच्यासाठी केबल आहे."

खोलीत पोहोचल्यावर बाँडने ती उघडली. सुरुवातीला प्रोबाँड आणि शेवटी प्रिझम शब्द होते. म्हणजे एम.ने केबल पाठवायला संमती दिली होती.

ताबडतोब पिस्टाचिओला पोहोचून पुरवठादाराला भेट. यू.एस. ऑफिसच्या माहितीप्रमाणे कॅव्हिआर विक्रीची चेन होण्याची शक्यता. तिथला प्रतिनिधी वाट बघतो आहे.

त्याने तत्काळ सामान आवरायला सुरुवात केली. रिसेप्शनिस्टला विमानतळावर फोन करायला सांगितले. सध्याच्या कोडप्रमाणे पिस्टाचिओ म्हणजे पर्शिया हा अर्थ होता. कॅव्हिआर म्हणजे रशिया. यू.एस. ऑफिस म्हणजे सी.आय.ए. आणि गॉर्नरबद्दल त्यांना जास्त काळजी निर्माण झाली असेल, तर लंडनमध्ये ज्या रशियन कनेक्शनबद्दल एम. बोलला होता; ते कल्पनेपेक्षाही धोकादायक दिसत होते.

गॉर्नर आणि रशियन्स. सैतानानेच मारलेली गाठ.

माझ्यावर विश्वास ठेव, जेम्स!

पर्शियातल्या प्रवासाची सुरुवात ही एखाद्या बीजगणिताच्या समीकरणासारखी असते; ते कदाचित सापडेल किंवा सापडणार नाही.

– रॉबर्ट बायरॉन, द रोड टू ऑक्सिना

विमान खाली उतरायला लागले. बाँडने खिडकीतून बाहेर बघितले. एक सिगारेट पेटवली. डावीकडे दूरवर अलबुर्ज पर्वताची शिखरे दिसत होती. त्यांच्याही मागे अगदी खूप लांबवर एक निळसर ठिपका होता; कॅस्पिअन समुद्र असणार. कामासाठी म्हणून त्याला कधी मध्यपूर्वेत यायला लागले नव्हते. त्याचा त्याला आनंदच होता. त्याच्या मते सायप्रस आणि भारत या दरम्यानचा भूप्रदेश म्हणजे चोरांचे साम्राज्य होते. अगदी लहानपणी तो इजिप्तला गेला होता. फारच छोटा होता. काही आठवत नव्हते त्याला. एका रजेमधले काही दिवस बैरूटमध्येही राहिला होता. चोरट्या मालाच्या व्यापाराचे केंद्र – सिएरा लिऑनहून येणारे हिरे, अरेबियामधून येणारी शस्त्रास्त्रे, अलेप्पोचे सोने. एक मात्र खरं होतं. लेबॅनीज स्त्रिया त्याच्या अपेक्षेपेक्षा फारच आधुनिक होत्या. पण तरीही लंडनला परत येताना त्याला आनंदच झाला होता.

विमान उतरण्यासाठी वळले आणि त्याने ग्लासमध्ये उरलेली बुरबॉ संपवली. पर्शियाबद्दल त्याला काही समजावून घ्यायला वेळच मिळाला नव्हता. तिथल्या स्टेशन हेडवर, दारियुश अलीझादेवरच त्याला अवलंबून राहावे लागणार होते. विमानाच्या पोटातून थम्पऽ आवाज करत लॅन्डिंग गिअर बाहेर पडले. पंख्यांच्या टोकांकडून ब्रेक फ्लॅप्स बाहेर आले. बाँडला वेगवेगळ्या खंडांमध्ये शेकडो वेळा बघितलेले दृश्य खाली दिसले. फोन्सच्या तारा, रिंग रोडवरच्या छोट्या छोट्या गाड्या आणि टर्मिनलच्या बसक्या इमारती. काँक्रीटचा रनवे विमानाखालून मागे सरकायला लागला. दोन वेळा विमानाची चाके टेकलेली कळली. वैमानिकाने इंजिने रिव्हर्स स्विचवर घेतली.

विमानामधून बाहेर पाऊल टाकताक्षणी वाळवंटी भागातली गरम हवा त्याला जाणवली. टर्मिनलच्या इमारतीत वातानुकूल यंत्रणा नव्हती. कस्टम ऑफिसरने

त्याच्या बॅगांवर खडूने खुणा करेपर्यंत त्याच्या अंगातून घामाच्या धारा वाहायला लागल्या. यू.एस.कस्टम्समधून जाताना त्याने ब्रिटिश डिप्लोमॅटिक पासपोर्ट क्र. ००९४५६७ वापरला. क्लिअरन्ससाठी आपले नाव लँग्ले येथील सी.आय.ए. हेडक्वार्टर्सपर्यंत जाऊन येते ही कल्पना त्याला असह्य व्हायची. तो इथे हजर आहे ही सूचना – तो अजून या जगात अस्तित्वात आहे, याची नुसती इतरांना आलेली कल्पना-त्याच्या सुरक्षिततेला धक्का लावणारी होती. तेहरानमधल्या मिशावाल्या, उत्सुक अशा अधिकाऱ्याला दाखवलेल्या पासपोर्टप्रमाणे तो डेव्हिड सॉमरसेट होता. एका कंपनीचा डायरेक्टर. हे टोपण नाव डार्को करीम याने त्याला इस्तंबूलमध्ये दिले होते. स्मेर्शच्या तावडीतून त्याची सुटका करणाऱ्या आणि त्या प्रयत्नात स्वत:चा जीव गमावलेल्या आपल्या इमानी मित्राच्या स्मृतिप्रीत्यर्थ तो हे नाव आता वापरत होता.

इमारतीबाहेर थोडे चलन बदलून घेतल्यावर टॅक्सीमध्ये चढून बाँडने आपल्या हॉटेलचे नाव आणि पत्ता सांगितला. तेहरानमधला प्रवेश कंटाळवाणा होता. काळ्या धुराचे लोट आकाशात फेकणारे कारखाने, वैशिष्ट्यहीन स्कायस्क्रेपर्सचे चौकोनी ठोकळे, दुतर्फा झाडे असणारे रुंद रस्ते. रस्त्याच्या बाजूला असलेले लिंबासारख्या फळांचे प्रंचड ढीग सोडले तर इतर आधुनिक शहरांपेक्षा वेगळे नाही.

शहा रेझा अव्हेन्यूवरची तेहरान युनिव्हर्सिटी मागे टाकून टॅक्सी फिर्दौसी स्क्वेअरमध्ये पोहोचली. चौकात या जगप्रसिद्ध कवीचा ब्रॉन्झमध्ये घडवलेला पुतळा आकाशाकडे हात करत आपल्या कविता वाचून दाखवत होता. डावीकडे वळून ते उत्तरेला शहराच्या श्रीमंत विभागाकडे निघाले. चुन्याने रंगवलेले आणि गुरेढोरे नेणारे ट्रक्स, कुटुंबाचे सामानसुमान लादलेल्या गाड्या हळूहळू दिसेनाशा झाल्या. पाश्चिमात्य राहणीची छाप पडलेली लक्षात यायला लागली.

बाँडने पुढे केलेली सिगारेट दोन-तीन वेळेला उगीचच नको नको करत शेवटी ड्रायव्हरने स्वीकारली. त्याला बाँडशी फुटबॉलबद्दल संभाषण करायचे होते. बॉबी मूर, बॉबी चार्लटन या दोन इंग्लिश नावांपलीकडे त्याची भाषेची गाडी चालत नव्हती. पण बाँडच्या डोक्यात एकच नाव होते – ज्यूलिअस गॉर्नर.

ड्रायव्हरच्या हातात मूठभर रियाल्स कोंबून बाँड हॉटेलमध्ये शिरला. नशीब चांगले होते. हॉटेल वातानुकूलित होते. त्याची खोली बाराव्या मजल्यावर होती. दोन बाजूंना दोन मोठ्या काचेच्या खिडक्या होत्या. दक्षिणेकडल्या खिडकीतून धूर आणि धुके यांच्या काळसर आवरणाखालचे शहर दिसत होते, तर उत्तरेकडल्या खिडकीमधून पर्वतराजी दिसत होत्या. एक उंचच उंच शिखर लक्ष वेधून घेत होते. ५८०० मीटर उंचीचा भव्य माउंट दमावंद – टेबलावरच्या भाषांतर केलेल्या सिटी गाईडमध्ये लिहिले होते – शिखरावर अधूनमधून बर्फ दिसत होता. दक्षिण उतारावरल्या

दऱ्यांवरच्या उंच उंच वृक्षांच्या माथ्यांवरही बर्फ पडला होता.

नेहमीप्रमाणे खोल्यांची तपासणी करून बाँड एकदा गरम आणि एकदा गार पाण्याच्या शॉवरखाली उभा राहिला. प्रवासाचा थकवा पळाला. टॉवेल गुंडाळून त्याने रूम सर्व्हिसला फोन केला. स्क्रॅम्बल्ड एग्ज, कॉफी, मिनरल वॉटर आणि त्यांच्या सर्वोत्कृष्ट व्हिस्कीची एक बाटली मागवली.

तो रिसिव्हर खाली ठेवत होता तेवढ्यात फोन वाजला.

"मी दारियुश अलीझादे. कसा झाला प्रवास?"

"साधासरळ. विशेष काही नाही."

अलीझादे मोठ्याने हसला. "मला सर्व तसेच आवडते. फक्त विमानप्रवासातच. सॉरी, विमानतळावर नाही येऊ शकलो. खरं तर ती एक अशी जागा आहे की, जिथे मला लोकांच्या नजरेस पडायचे नसते. तुझी अडचण होत नसेल तर अर्ध्या तासाने गाडी पाठवतो. मग तेहरानमधले सर्वोत्कृष्ट जेवण खायला घालतो. खूप दमलेला नसशील अशी आशा आहे. प्रथम माझ्या घरी ये. आजच कॅस्पिअन समुद्रावरून सकाळीच आलेले ताजे कॅव्हिआर खायला घालतो. ठीक आहे?"

आवाज गंभीर, उत्साही. इंग्लिश बोलताना कुठली ढब नाही.

"अर्ध्या तासामध्ये तयार राहतो मी."

रूम सर्व्हिसला पुन्हा फोन करून स्क्रॅम्बल्ड एग्जची ऑर्डर त्याने रद्द केली. व्हिस्की मात्र तातडीने पाठवायला सांगितली. अर्ध्या बाह्यांचा शर्ट, पॅन्ट चढवली. मुद्दाम पोलादी टोकॅप्स बसवलेले काळे मोकॅसिन्स घातले. घाईघाईने सकाळी पॅरिसच्या विमानतळावर विकत घेतलेले जॅकेट चढवले. होल्स्टरमध्ये ठेवलेले वॉल्थर पी.पी.के. लक्षात येत नव्हते.

हॉटेलबाहेर एक निळी मर्सिडीज उभी होती. "मी फरशाद. मिस्टर अलीझादे यांचा ड्रायव्हर," तोंडावर मोठे हसू असलेला एक छोटासा माणूस बाँडसाठी मागचा दरवाजा उघडत म्हणाला. "माझ्या नावाचा फार्सी भाषेत अर्थ आहे आनंदी."

"तर मग आनंदी आनंद, आपण कुठे जाणार आहोत?" गाडी हॉटेल सोडून रस्त्यावर वळली.

"शिम्रानला. तेहरानचा सर्वोत्कृष्ट भाग. तुम्हाला आवडेल."

"नक्कीच आवडेल," समोरून येणाऱ्या दोन ट्रक्समधून फरशाद गाडी घुसवताना बघून बाँड म्हणाला. "म्हणजे जिवंत पोहोचलो तर."

"पोहोचणार," मोठ्याने हसून फरशाद म्हणाला. "आपल्याला पहलवी अव्हेन्यूवरूनच जायचे आहे. बारा मैल लांब आहे. मध्यपूर्वेतला सर्वांत मोठा अव्हेन्यू."

"निदान खूप गर्दीचा नक्कीच दिसतो," बाँड म्हणाला. पुढल्या जंक्शनवरचे सिग्नल्स फार तर सूचना देत असावेत. घुसण्यासाठी झुंबड उडाली होती. वीस एक

मिनिटांनी तेवढ्याच वेळा जीव वाचल्यावर मर्सिडीज दोन्ही बाजूंना जूडासची झाडे असणाऱ्या रस्त्यावर वळली. डांबरी ड्राइव्ह-वेवरून, हिरव्यागार लॉन्सच्या शेजारून अनेक स्तंभांच्या पोर्चमध्ये शिरली.

बाँड पायऱ्या चढून पुढल्या दारापर्यंत पोहोचेस्तोवर ते आतून उघडले गेले.

"तुला भेटून खरंच खूप आनंद झाला. मन:स्थिती ठीक नसली की, वाटायचे जेम्स बाँडचे पाय माझ्या शहराला लागतील हे बहुधा नशिबात नसावे. तू स्वत:हून संकटात उडी टाकतो आहेस हे मला माहीत आहे. पण तरी मी स्वत:ला नशीबवान समजतो. खुशीत आहे. ये, आत ये."

दारियुश अलीझादेने हात पुढे केला. दोस्तीची, मोकळ्या मनाची खात्री पटवणारी हातमिळवणी. बैरूट आणि कैरोसारखा नाइलाज म्हणून पुढे केलेला हात नाही. दारियुश सहा फूट तरी उंच होता. मोठे मस्तक, सावळा रंग, चमकदार डोळे. त्याचे राठ काळे केस मागे वळवलेले होते. कानांवर, बाजूला थोडेसे पांढरे झाले होते. भारतीय पद्धतीचा ताठ कॉलरचा पांढरा सूट. रोममधल्या *विया कोन्दो-तीम*धल्या भव्य दुकानांच्या खिडकीत शोभेल असा उघड्या गळ्याचा निळा शर्ट.

लाकडी फळ्यांनी बनवलेला जमिनीचा हॉल पार करून, एका रुंद पायऱ्यांच्या जिन्याशेजारून फ्रेंच विन्डोज मधून बाँड त्याच्या मागोमाग बागेत पोहोचला. टेरेसवरून ते हिरव्या झाडाखाली पोहोचले. एक छोटे तळे होते. शेजारी टेबल. टेबलावर मेणबत्त्या लावून ठेवलेल्या होत्या. अनेक बाटल्याही होत्या. टेबलासभोवती आरामशीर खुर्च्या होत्या. "आराम कर. बागेत आले की किती गार वाटते की नाही? कॉकटेल्सच्या आधी बिअर घेणे मला पसंत आहे. शहरामध्ये उडणारी धूळ खाऊन खाऊन खराब झालेला घसा तरी थोडा साफ होतो. बिअर खराब आहे. अमेरिकेतून आलेली आहे. पण मी तुझ्यासाठी व्यवस्थितपणे चांगले ड्रिंक बनवेपर्यंत तुला वेळ काढता येईल. ते खूप थंडगार असणार आहे."

त्याने टेबलावरची पितळेची छोटी घंटा वाजवताच परंपरागत पर्शिअन पोशाख चढवलेला एक तरुण अंधाऱ्या टेरेसवरून पुढे आला. "हा बबाक," दारियुशने ओळख करून दिली. त्याने टाळी वाजवत म्हटले, "आपल्याकडे पाहुणे आले आहेत आज. चल तयारीला लागू."

त्या तरुण माणसाने एक सलाम ठोकला आणि रुंद हसत तो घाईघाईने निघून गेला.

काही सेकंदांतच बाँडच्या डाव्या हातात थंडगार बिअर होती. छोट्या दिव्यांच्या उजेडात मागे सुरूची हिरवीगार झाडे, पुढे काळे-पिवळे असंख्य गुलाबांचे ताटवे बाँडला दिसत होते. चौकोनी तळ्याभोवती संगमरवरी फरश्यांचे बारीक नक्षीकाम होते.

“इथे बागांचे महत्त्व फार,” बाँडचे डोळे इकडे तिकडे फिरताना बघून दारियुश म्हणाला. “आमच्या या देशात पाणी म्हणजे देवच. शांतपणे ऐक, लॉनच्या पलीकडल्या छोट्या धबधब्याचा आवाज कानांवर येईल. या बगिच्याचे डिझाईन मी स्वत: बनवले आणि इस्फहानच्या कारागिराने ते प्रत्यक्षात उतरवले. त्याचे आजोबा एका मशिदीमध्ये काम करत. बरं, तुला काय देऊ? ड्राय मार्टिनी, व्होडका आणि टॉनिक, व्हिस्की आणि सोडा?”

बाँडला मार्टिनी हवी होती. एका चांदीच्या शेकरमध्ये सर्व काही योग्य प्रमाणात घालून दारियुश ती बनवताना बाँड बघत होता. ग्लासच्या कडेवरून आत बघत त्याने मान डोलावली. चव न बिघडवता ती अत्यंत थंडगार बनवली होती.

“आता बोल,” दारियुश म्हणाला. “मी तुला काय मदत करू शकतो?”

बबाकने चांदीच्या डिशमधून कॅव्हिआर आणेपर्यंत बाँडने ज्यूलिअस गॉर्नरबद्दल त्याला जी काही माहिती होती ती सांगितली. दारियुशला बघितल्या क्षणापासून बाँडचा त्याच्यावर पूर्ण विश्वास बसला होता आणि अशा बाबतीत त्याची अंत:प्रेरणा त्याला क्वचितच दगा देत असे. दारियुश गेली वीस वर्षे तेहरानचा स्टेशन हेड होता आणि एम.चा त्याच्यावर पूर्ण विश्वास आहे, हे त्याला ठाऊक होते.

दारियुशने डावभर कॅव्हिआर एका नाजूकशा छोट्या प्लेटवर घातले, त्यावर लिंबू पिळले, एका पावाच्या तुकड्याबरोबर तो ढीग तोंडात सारला आणि व्होडकाचा एक मोठा घोट घेतला.

“अगदी रशियन आहे मी. माहीत आहे मला,” तो हसत म्हणाला. “पण तसेच खायला आवडते मला.” त्याने प्लेट नाकाजवळ धरली. “समुद्राचा वास यायला हवा, माशांचा नाही.”

सिगारेट पेटवून तो खुर्चीत मागे रेलला. “या गॉर्नरबद्दल मी ऐकले आहे जेम्स, नक्कीच ऐकले आहे. पण मला वाटते की, प्रथम माझ्याबद्दलही तू थोडेफार ऐकलेले बरे. माझी आई खुश्की जमातीची आहे. अत्यंत क्रूर, निर्दय, विश्वासघातकी अशी ख्याती असलेली पर्शिअन जमात. अमेरिकन्सच्या मदतीने शहा जेव्हा परत सत्ता मिळविण्याचे कारस्थान रचत होता तेव्हा या जमातीला आपल्या बाजूला वळवण्याचा विचारसुद्धा त्याच्या डोक्यात आला नाही. कुर्द, अरब, सुधारणावादी, बलुचिस्तानी, मुल्ला या सर्वांचा त्याने पाठिंबा मिळवायचा प्रयत्न केला. पण या महाभंयकर जमातीपासून तो चार हात दूरच राहिला. याउलट माझ्या वडिलांचा जन्म परराष्ट्र नीतीमध्ये निपुण असलेल्या तेहरानमधल्या एका कुटुंबात झाला. कायमच पश्चिमी देशांबद्दल आस्था बाळगणारे कुटुंब. वडील हार्वर्ड विद्यापीठात शिकले होते. मी ऑक्सफर्डमध्ये. म्हणून तर मी एखाद्या सभ्य इंग्रज गृहस्थाप्रमाणे बोलू शकतो. मला या देशाची इत्थंभूत माहिती आहे. ज्याप्रमाणे वाळवंटांमध्ये वास्तव्य करणाऱ्या

कुठल्याही जमातीमध्ये मी मिसळून जाऊ शकतो, त्याचप्रमाणे फ्रेंच वकिलातीत त्यांच्या भाषेत गप्पा मारू शकतो. अर्थात या जमातीच मला प्रिय वाटते, ती गोष्ट वेगळी. पर्शियामध्ये किंवा सध्याच्या शहाचे वडील रेझा शहा यांना ज्या देशाला इराण म्हटलेले आवडे, त्या देशामध्ये गतकाळात डझनावारी देशांमधले लोक आले आहेत आणि गेलेही आहेत. तुर्की, रशियन, फ्रेंच, जर्मन, अमेरिकन, ब्रिटिश. पूर्वेकडले देश आणि पश्चिमेकडले देश यांच्या सीमेवर आमचा देश आहे. रशिया आणि उष्ण प्रदेशातले बारमाही बंदर यांच्यामधला एकुलता एक देश. रशियाकडे काळा समुद्र असेलही. पण बॉस्फरस आणि दार्दानेलीसच्या राखणदार तुर्कांना ओलांडून ते येऊ शकत नाहीत. तुर्कस्तान, इराण यांच्यासारख्या भांडकुदळ राष्ट्रांची तू कल्पनाही करू शकणार नाहीस.''

दारियुशने पुढे वाकून पुन्हा एकदा कॅव्हिआरचा डोंगर प्लेटवर घेतला आणि मागच्याप्रमाणेच लिंबू वगैरे पिळून तोंडात ढकलला. ''थोडक्यात म्हणजे इतर राष्ट्रांच्या ढवळाढवळीची आम्हाला सवय झाली आहे. कधीकधी *र्‍यु साँ देनि*वरच्या गरीब हूकरसारखी आमची परिस्थिती वाटते. कोणीही पैसे टाकून आम्हाला विकत घ्यावे. युद्धकाळात आम्ही जर्मनांशी फारच दोस्ती बाळगतो, या विचाराने मित्रराष्ट्रांनी हल्ला करून शहाला हाकलले. नंतर आमचा लोकप्रिय पंतप्रधान मोस्सादेग रशियाशी जवळीक करतो आहे, असा त्यांना संशय येऊ लागला. सार्वजनिक सभांमध्ये पायजम्याप्रमाणे काहीतरी घातल्यासारखे त्याचे फोटो दिसू लागताच त्यांचा त्याच्यावरचा विश्वासच उडाला. मग बंडाळी माजवून हद्दपार केलेल्या शहाला पुन्हा गादीवर बसवण्यासाठी त्यांनी केर्मिट रूझवेल्ट या माणसाला इराणमध्ये धाडले. मी त्याला थोडीफार मदत केली हे सत्य आहे. जोपर्यंत आमच्या सरळसोट आयुष्यात कोणी नाक खुपसत नाही तोपर्यंत अशा गोष्टी आम्ही फारशा मनावर घेत नाही. तेहरानमध्ये सर्व देशांच्या गुप्तहेरांचा सुळसुळाट असतो. पूर्वीपासून होता. पुढेही असणार आहे. एका ब्रिटिश पाहुण्याने एक छान सूचना केली होती. रशियन आणि अमेरिकन हेरांनी सरळ एकाच अपार्टमेंटमध्ये राहायला सुरुवात करावी म्हणजे एकमेकांच्या अपार्टमेंट्समध्ये चोरून ऐकण्याची उपकरणे बनवण्याचा खर्च तरी वाचेल. पण एखाद्या परकीय शक्तीची महत्त्वाकांक्षा जादाच काही बळकावण्याची दिसली, तर मात्र सगळीकडे धोक्याच्या घंटा घणघणायला लागतात. इतरांनी इथे येऊन पैसे कमवायला आमची हरकत नाही. कायदेशीर वागून पैसे मिळवणे तसे कठीणच आहे म्हणा. अर्थात तेलउद्योग सोडून. राजकीय ढवळाढवळीतून आमचे संरक्षण होणार असेल; शस्त्रास्त्रे, डॉलर्स मिळणार असतील, आमचा प्रभाव वाढणार असेल तर तेही आम्ही खपवून घेऊ. पण दोन्ही एकदम नाही. या गॉर्नरबद्दल ज्या गोष्टी कानावर पडल्या आहेत, त्यामुळे म्हणूनच मी अत्यंत अस्वस्थ आहे आणि

मला घाबरवणे तसे सोपे नाही.''

दारियुशने एक काचेचा जग पुन्हा मार्टिनीने भरला. ''थोडे कॅव्हिआर घे अजून, जेम्स. दहा मिनिटांनी फरशाद आपल्याला तेहरानमधल्या सर्वोत्कृष्ट हॉटेलात सोडेल. तेहरानच्या दक्षिणेला बाजाराजवळ ते हॉटेल आहे. तिथे मला कुणी ओळखणार नाही. मी तुझ्या बॉससाठी काम करतो हे तेहरानमध्ये सर्वांनाच माहीत आहे. मी कोण आहे हे जास्तीतजास्त जणांना कळले तर खूप माणसे उपयुक्त माहिती घेऊन माझ्याकडे येतील असा तुझ्या बॉसचा सिद्धान्त आहे. तो खराही असेल. तोटा असा आहे की तुझ्याबरोबर मी सार्वजनिक ठिकाणी दिसलो, तर ते तुला धोकादायक ठरेल. पण त्या हॉटेलात तसे घडणार नाही. आणि जेवणही...'' त्याने हात दोन्ही बाजूंना लांब केले. ''तुझी आई बनवत असेल त्यापेक्षा चांगले असेल. जशी काही हाफिजची उत्कृष्ट कविताच.''

''तू इतक्या कवी मनाचा असशील असे वाटले नव्हते मला दारियुश,'' बाँड हळूच हसत म्हणाला. ''सर्वसाधारणत: माझ्याबरोबर असणारी माणसे कठोर नजरेची, पिस्तूले बाळगणारी असतात.''

''तुझ्या या बोलण्यावर माझा अजिबात विश्वास नाही. पण बगिचे आणि काव्ये पर्शियन मनाला भावतात आणि बगिच्यांबद्दलची काव्ये तर जास्तच. 'मी स्वर्गासारखा अप्रतिम बगिचा बघितला', नेझामीने लिहून ठेवले आहे. 'हजारो रंगांच्या छटा तिथे मिसळल्या होत्या. मैलोन्मैल वाटांवर विविध सुगंध दरवळत होते. गुलाबांचे ताटवे इतर सुवासिक फुलझाडांमध्ये फुलले होते. जास्मिनची....'''

''गाडी तयार आहे, सर,'' अंधारामधून पुढे येऊन बबाक म्हणाला.

''आत्मा नसलेला प्राणी आहेस तू बबाक. मी कविता म्हणत असताना अडथळा आणायचा नाही असे किती वेळा सांगितले आहे तुला? तयार आहेस जेम्स? हायवेवर डोके फिरल्याप्रमाणे गाड्या चालवणाऱ्या ड्रायव्हर्सशी लढायला निघू या आपण? भूक लागली असेल ना?''

''फारच.'' विमानात बाँडने काही खायचे नाकारले होते. पॅरिसच्या विमानतळावर लिबलिबीत क्रॉसाँ तोंडात कोंबला होता. आता थोडे कॅव्हिआर खाल्ले होते. बस.

मर्सिडीजमधून काही मिनिटांतच गजबजलेल्या पहलवी अव्हेन्यूवरून ते वाट काढत निघाले होते. फरशाद तर असा गाडी चालवत होता की, ही संधी साधली नाही तर पुन्हा जेवणच मिळणार नव्हते.

मोलवी अव्हेन्यू क्रॉस केल्यावर आपण कुठे जातो आहोत, याचा अंदाज बांधण्याचे बाँडने सोडून दिले आणि दारियुशच्या बोलण्याकडे लक्ष द्यायला सुरुवात केली.

''अगदी प्रामाणिकपणे सांगायचे तर केर्मिट रूझवेल्ट थोडा विचित्र माणूसच

होता. मी त्याच्याबरोबर टेनिस खेळत असे. खराब फटका मारला की स्वत:ला दोष देत तो म्हणे, 'ओ रूझवेल्ट !' दुर्दैवाचीच गोष्ट. त्याला खरे तर मिस्टर ग्रीन वगैरे काहीतरी नाव असायला हवे होते. कामावर असताना इतकी दारू ढोसणारा माणूस मी कधी बघितलेला नाही. तो नर्व्हस होत असावा. तो आणि त्याचे मित्र ज्या छोट्या ठिकाणी दडून बसत तिथे व्हिस्की आणि व्होडकाची खोकीच्या खोकी पोहोचवली जात. शहाला पुन्हा गादीवर बसवण्याचा मोठा दिवस आला तेव्हा रूझवेल्टच्या ध्यानात आले की, तो मुस्लिम वीक एण्डचा दिवस आहे. शुक्रवार. त्यानंतर ख्रिश्चनांचा वीक एन्ड. तेव्हा दारू पीत ते सोमवारची वाट बघत बसले. रणगाडे रस्त्यावर आले आणि लोकांना रस्त्यावर आणण्यासाठी गुंडांना पैसे दिले तेव्हा कळले की, मोस्सादेगला पदच्युत करून स्वत:कडे सत्ता घेत असण्याची फर्मानेच शहाने सही केली नव्हती. तेव्हा शहेनशहा कॅस्पिअन समुद्रावर, रणगाडे आणि लोक रस्त्यावर आणि कायदेशीर कागदपत्रे तेहरानच्या ऑफिसमध्ये अशी परिस्थिती निर्माण झाली,'' दारियुशने एकदा त्याचे गडगडाट करणारे हसू दिले आणि सांगितले. ''शेवटी कसेबसे मोस्सादेगला घालवले आम्ही.''

त्याने पुढे वाकून फार्सी भाषेमध्ये फरशादला काहीतरी आज्ञा देताच टायर्स घासतच तो खाडकन बाजूच्या रस्त्यावर वळला आणि तुफान वेगाने निघाला.

''सॉरी जेम्स. मी जरा अतिच बडबड केली आहे. या अद्भुत देशाबद्दल तुला खूप खूप सांगायचे आहे. गॉर्नर आणि त्यांच्या माणसांशी लढा द्यायचा, तर ती माहिती आवश्यक आहे. तुमची ती इंग्लिश म्हण आहे ना काहीतरी? आधी इशारा मिळाला तर सज्ज राहता येते.''

''ठीक आहे, ठीक आहे, पण एखाद्या ग्रॅन्ड प्रीसारखे डावपेच कशासाठी?''

''कारणं मी माझे तोंड वाजवत असताना एक मोठी काळी अमेरिकन गाडी – ओल्ड्समोबाईल असावी – आपल्या मागावर आहे हे माझ्या ध्यानात आले नाही. मी तुला शहाबद्दल सांगत असताना आपला पाठलाग होतो आहे, हे मला कळले आणि त्याप्रमाणे मी फरशादला सांगितले.''

''आणि तो तर आनंदानेच त्यांना गुंगारा द्यायला तयार झाला.''

''नावाप्रमाणेच त्याचा स्वभावही आनंदी आहे. पाठलाग ही गोष्ट तर त्याला फारच आवडते. पण कोणताही परकीय माणूस शहराच्या इतक्या दक्षिणेला येत नाही. पलीकडे दिसतो आहे, त्या भागाला 'न्यू टाऊन' म्हणतात. वेश्यागृहे, जुगारांचे अड्डे, बार यांनी गजबजलेला. त्या दिशेला शॅन्टी टाऊन. अत्यंत गरीब लोक तिथे राहतात. अरब आणि अफगाणिस्तानमधले निर्वासितही अत्यंत हलाखीच्या अवस्थेत तिथे दिवस काढत असतात.''

''अरबांबद्दल विशेष आस्था दिसत नाही तुला.''

"स्वतःच्या देशामध्ये आलेल्या निर्वासितांबद्दल कुणी तुच्छतेने नाही बोलत," दारियुश म्हणाला. "पण पर्शियन हे आर्यन वंशाचे आहेत. अरबांसारखे 'सेमिटिक्स' नाहीत. अरबांबद्दलच बोलायचे तर... त्यांना स्वतःची अशी कुठली संस्कृती नाही. इराकी, सौदी, गल्फ देशांमधले अरब यांनी आमच्याकडल्या काही गोष्टी चोरल्या आहेत एवढेच. अरबांचे सोड आता. पोहोचलोच आपण."

लाल दिवा असणाऱ्या, आतमध्ये गालिचे विकण्याचे दुकान भासणाऱ्या दारामधून दारियुशने प्रथम बाँडला आत शिरायला सांगितले. आतमध्ये एका छोट्या बाकावर तोंडामध्ये गुडगुडी धरून एक म्हातारा बसला होता.

बाँड घुटमळला, पण पर्शियन रिवाजाप्रमाणे यजमानाआधी त्याने आत शिरणे गरजेचे असावे.

"विश्वास ठेव माझ्यावर जेम्स," दारियुशने आपला हात बाँडच्या खांद्यावर ठेवत म्हटले.

डोके खाली घालून दरवाजाच्या आत शिरता शिरता डोळ्याच्या कोपऱ्यातून बाँडच्या लक्षात आले की, एक काळी ओल्ड्समोबाईल गाडी रस्त्याच्या पलीकडे येऊन उभी राहत होती आणि थांबताच त्या गाडीचे दिवे बंद झाले होते.

पॅराडाईज क्लबमधील स्वागत

बाँडच्या लक्षात आले की, तो एका मोठ्या तळघरात आहे. भिंतीवर ब्रॅकेट्समध्ये मेणबत्त्या पेटत होत्या. त्यांना ज्या टेबलाशी घेऊन जाण्यात आले तिथे आधीच सर्व जय्यत तयारी केल्यासारखे वाटत होते. पिस्ते, मलबेरीज, वॉलनट्स, चिवास रिगलची बाटली, थंडगार पाण्याचे दोन जग या सर्व गोष्टी मांडलेल्या होत्या. मेनू कार्ड्स नव्हती. एका छोट्या गालिच्याने आच्छादलेल्या प्लॅटफॉर्मवर चार म्युझिशिअन्स तंतुवाद्ये वाजवत होते. इतर डझनभर टेबल्सवर एकही जागा रिकामी दिसत नव्हती.

व्हिस्की ओतताना दारियुशने समाधानाने सुस्कारा सोडला. एक वेट्रेस मोठ्या ट्रेमधून छोट्या छोट्या डिशेसमध्ये नाना तऱ्हेचे पाव, दही, सॅलड्स, इतर औषधी वनस्पती घेऊन आली. एक मोठी वाफाळलेली कढईही दोघांमध्ये ठेवली गेली.

''कोकराच्या डोक्याचे आणि पायाचे सूप,'' बाँडसमोरच्या भांड्यामध्ये वेट्रेस ते एका पळीने वाढत असताना जे बोलत होती, त्याचे भाषांतर करत दारियुश म्हणाला.

छानच वास येत होता.

''या भांड्यातले थोडे लोणचे घाल त्यात,'' दारियुश म्हणाला. ''छान लागते की नाही आता?''

''फारच छान.'' बाँड खरंच चकित झाला होता.

''आणि वेट्रेस? तीही सुरेख आहे की नाही?''

''फारच सुंदर.'' बाँड खरेच बोलत होता. अजिबात अतिशयोक्ती करत नव्हता.

''आजसुद्धा काही पाहुण्यांचा समज असतो की, पर्शियन स्त्रिया डोक्यापासून पायापर्यंत बुरखा घालत असतील. रेझा शहाने ते सर्व बंद केले. पाश्चिमात्य देशांसारखा आधुनिक इराण बनवायची त्याची आकांक्षा असताना अर्धी जनता सुतक पाळल्यासारखी फिरताना दिसून कसे चालणार? आश्चर्याची गोष्ट म्हणजे अनेक जुन्या घराण्यामधल्या स्त्रियांची या गुलामीतून मुक्तता करून घ्यायची तयारी नव्हती. रस्त्यांवर पोलिसांनाच ते काढून टाकायची आज्ञा होती. तमाशाच झाला होता काही काळ. *चादोर* फक्त शहरातच वापरली जाते. देशातल्या स्त्रिया त्यांचे वेगळे कपडे वापरतात आणि चेहरे कधीच झाकत नाहीत. आजच्या पर्शियन स्त्रिया... लंडनमधल्या

वृत्तपत्रांमध्ये हल्ली कुठला शब्द दिसतो पुन्हा पुन्हा... तशा मुक्त आहेत. मला नक्की काय म्हणायचे आहे ते दाखवतो मी तुला नंतर.''

एकमेकांचे शुभचिंतन करत दोघांनी आपल्या हातांमधले ग्लास वर धरले. बाँडच्या मनामध्ये त्याची सक्तीची मोठी विश्रांती, त्याच्या भविष्याबद्दल रोममध्ये असताना निर्माण झालेल्या शंका यांचे विचार घोळत होते. त्या सर्व गोष्टींना जणूकाही फार काळ लोटला आहे, असे वाटत होते. दारियुश अलीझादेच्या सहवासात सर्व अनिश्चितता संपली होती. त्याच्या शेजारी नुसते बसले तरी एखाद्या हाय व्होल्टेज पॉवर सोर्समध्ये प्लग केल्याची भावना निर्माण होत होती. त्याच्या कामासाठी दारियुशला सर्व्हिसकडून काही खूप पैसे वगैरे मिळत नसणार. पण त्याचे घर बघता कुटुंब मुळातच श्रीमंत असावे किंवा स्टॉक एक्स्चेन्जमध्ये त्याने पैसा कमावला असेल आणि त्याच्या लेखी पगाराला विशेष महत्त्वच नसेल. काहीही असले तरी दारियुशमध्ये त्याला स्वत:चेच गुण दिसत होते. पैशासाठी नाही तर साहस म्हणून जीवघेण्या खेळामध्ये उडी ठोकायची प्रवृत्ती असलेला प्राणी.

रोमचा विचार मनात येताच बाँडला मिसेस लारिसा रोस्सीची आठवण झाली. स्वत:च्या भावना तो कधीच आपल्या कामाआड येऊ देत नसे. पण गॉर्नरने तिच्या बहिणीची काय अवस्था केली होती, हे सांगताना स्कार्लेटच्या डोळ्यातून वाहणाऱ्या अश्रूंची त्याला आठवण झाली. एम.ने त्याच्यावर सोपवलेली जबाबदारी, एम.साठी, त्याच्या देशासाठी तातडीने पार पाडली नाही तर तो मोठाच मूर्खपणा ठरेल याची त्याला जाणीव झाली.

एका मागून एक उत्कृष्ट डिशेस टेबलावर येतच होत्या. एकदा मातीच्या सपाट डिशवर नारिंगी, हिरवा, पांढरा, लाल असे एकावर एक थर दिसणारी डिश समोर दिसताच उफाळून स्फोट व्हायच्या तयारीत असणाऱ्या ज्वालामुखीचीच त्याला आठवण झाली. इतका चमकदार आणि अनोखा पदार्थ जमिनीखाली असलेल्या या खोलीमागच्या भटारखान्यात सिद्ध झाला होता याचे त्याला आश्चर्य वाटले.

''रत्नजडित भातच म्हणतात याला. संत्र्याची साले, बार्बेरी, केशर यांचे रंग आहेत हे. चौथा थर कशाचा आहे विसरलो मी,'' दारियुश म्हणाला. ''पण जसा छान दिसतो तसाच लागतो. नुश-ए-जान.''

''आता बोल दारियुश. गॉर्नरबद्दल मला अजून काही माहिती असण्याची आवश्यकता आहे? कुठे सापडेल तो?''

क्षणभर तरी दारियुशचा चेहरा गंभीर झाला. ''तुला शोधायची आवश्यकता नाही जेम्स. तोच तुला शोधून काढेल. सॅवाककडे नसतील एवढे हेर आहेत त्याच्याकडे. आपल्या मागावर असलेली गाडी त्याचीच निघाली तर मला अजिबात आश्चर्य वाटणार नाही. तेहरानमध्ये फिर्दौसी चौकाजवळ त्याच्या फार्मास्युटिकल

उद्योगाशी संबंधित एक ऑफिस आहे. कॅस्पिअनमध्येही त्याचे उद्योग चालतात. पण तिथे त्याच्याजवळ पोहोचणे शक्य नाही. ते एक शिपबिल्डिंग यार्ड वगैरे असावे. नौशार या रिझॉर्टमध्ये आहे. तेहरानमधली श्रीमंत माणसे उन्हाळ्यामध्ये तिथे जात असतात. शिम्रान-सूर-मेर, शहाचा समर पॅलेस तिथेच आहे. तिथे डॉक्सही आहेत. तिथेच गुप्तपणे त्याचे काही उद्योग चालत असावेत असा आमचा अंदाज आहे. पण त्याचा मुख्य तळ वाळवंटात कुठेतरी असावा.''

"कुठे ते आपल्याला माहीत आहे?''

"कुणालाच माहीत नाही, त्याचा तपास कठीण आहे. त्याच्याकडे दोन छोटी विमाने आहेत. हेलिकॉप्टरसुद्धा असावे. सॅवाक... लक्षात येते आहे ना मी काय सुचवतो आहे ते?''

"सॅवाकची प्रसिद्धी माझ्या कानांवर पडली आहे,'' बाँड म्हणाला. "तुमचेच गुप्त पोलीस. मोस्साद आणि सी.आय.ए.ने शिकवून तयार केलेले. इस्राएलचा कठोरपणा आणि अमेरिकन्सचा कपटीपणा.''

"खरं आहे. आम्हाला नेहमीच अभिमान वाटावा अशी ती संघटना नाही. पण... जाऊ दे. मोस्सादने एकदा चार जणांचा गट वाळवंटाच्या दक्षिणेकडल्या बाम या शहरात पाठवला होता. कुठे वेगळीच हालचाल आहे का, गुप्त जागा बांधल्या आहेत का यांचा शोध घ्यायचा आणि फोटो काढून पाठवायचे एवढीच कामगिरी त्यांना दिली होती.''

"आणि?''

"काहीच हाताला लागले नाही.''

"काहीच नाही? माणसे परत आली नाहीत?''

"नाही. अगदी तपशीलच द्यायचा तर एक पार्सल आले. तेहरानमधल्या सॅवाकच्या मुख्यालयाचा पत्ता लिहून बामहून पाठवले होते. पार्सलमध्ये एक हात होता आणि दोघा जणांच्या कापलेल्या जिभा.''

"कमाल आहे!''

"वैशिष्ट्य आहे.''

कमी उंचीच्या टेबलावर वाकूनच वेट्रेसला सर्व प्लेट्स गोळा करायला लागत होत्या. अनवाणी पाय, निळा लिननचा ड्रेस, ड्रेसच्या कडेवर शोभेसाठी चांदीसारख्या चकत्या आणि शिंपले. ती वाकून प्लेट्स गोळा करताना बाँडला तिची सोनेरी कांती लक्षात आली. पण सरळ उभी होताना तिचे बाँडकडे बघून हसणे अगदी सहज, निष्पाप होते.

काही मिनिटांनी तिने फ्रेंच वाईनची एक बाटली आणली. बरोबर टोमॅटोचे काप, मिरपूड, वांग्याचे कापही होते. शेवटी एक तबक समोर आले. त्यावर सहा

आंबट गोड भरलेले क्वेल नावाचे छोटे पक्षी होते. बाजूला गुलाबाच्या पाकळ्या.

"तुला ते आवडतील अशी आशा आहे जेम्स. ते कसे शिजवतात हे तेहरानमधले एक अत्यंत गुप्त रहस्य आहे. त्यांच्या शरीरात हाडे नसतातच. काट्यानेही कापू शकशील तू. याहून उत्कृष्ट पदार्थ म्हणजे पिस्ताचिओ भरून बनवलेले छोटे कोकरूच. आपल्या दोघांमध्येच बोलायचे तर..." दारियुशने आणखी काय बोलणार अशा थाटात हात पसरले.

त्या अफलातून पक्ष्याचा घास घोळवत बाँडने विचारले, "आणि लिजनरीची हॅट चढवणाऱ्या त्याच्या साथीदाराबद्दल काय सांगू शकशील?"

"विशेष नाही. ते त्याला शाग्रिन या नावाने हाक मारत असले तरी ते त्याचे खरे नाव नसावे. माझ्या मते तो उत्तर व्हिएतनामचा आहे. जंगल युद्धात तरबेज. गॉर्नरने त्याला कुठून शोधून काढले, ते देवालाच माहीत. तेहरानमध्येही असेल म्हणा. नाना तऱ्हेचे लोक शेवटी इथे पोहोचतात. रेड आणि जेक या नावाचे दोन अमेरिकन्स इथल्या बार्समध्ये आणि कॅबरेज्मध्ये मला भेटत असत. त्यांच्याशी बोलताना ब्रुकलिनमधल्या टॅक्सी ड्रायव्हर्सशी बोलल्यासारखे वाटायचे. मग त्यांना केरमानशहा आणि खुर्रमशहा या पर्शियन स्थानिक भाषेत उत्कृष्ट बोलताना मी ऐकले. ती म्हणे त्यांनी न्यूयॉर्कला पोहोचलेल्या त्यांच्या आईवडिलांपासूनच शिकली होती. एक दोन आठवडे ते शहरात असत तेव्हा व्हिस्की आणि स्त्रियांच्या मागे असत. मग ते वाळवंटात गायब होत. ते सी.आय.ए.शी वगैरे संबंधित होते की काय ते मला कधी कळले नाही. तेहरानबद्दल ही एक गोष्ट मला आवडते. १९४२च्या कॅसाब्लॅन्कासारखे शहर आहे. देश युद्धात अडकलेला नसला तरी पार्टिझन्स, एजंट्स, गुप्त पोलीस यांचा शहरात सुळसुळाट असतो. आपल्याच पाठीत कुणी सुरा खुपसणार नाही ना, यावर कायम लक्ष ठेवावे लागते. पण विविध तऱ्हेची माणसे भेटत राहतात खरी." "सी.आय.ए.ची माणसे ओळखतोस?"

"एकाला तरी ओळखतो. जे. डी. सिल्व्हर. त्याला 'कारमेन' म्हणतात. कारमेन सिल्व्हर. का ते विचारू नकोस."

"त्याच्याबरोबर काम करतोस कधी?"

दारियुशची मान नकारार्थी हलली. "नाही. अजिबात नाही. दोन तऱ्हेची माणसे सी.आय.ए.मध्ये काम करतात. प्रथम मरीन्स असणारी आणि नंतर ओ.एस.एस. मधून बाहेर पडलेली. म्हणजे तुझ्या माझ्यासारखी किंवा मग सोल्जर्स, देशभक्त, साहसाची आवड असणारी बिग विल जॉर्ज, जिमी रस्को, ऑर्थर हेन्रीसारखी माणसे."

"नाहीतर फेलिक्स लेईटर," बाँड म्हणाला.

"बरोबर, माझी भेट झाली नाही कधी त्याच्याशी. पण फार चांगला माणूस

आहे म्हणे. नंतर हल्लीची वेगळ्याच तऱ्हेची माणसे.''

"ती कोण?''

"टेक्नोक्रॅट्स. सडसडीत, गोरी, कॉलरला बटणे लावलेली, शर्ट्स वापरणारी. कारमेन सिल्व्हर हा त्यांच्यातलाच एक. त्याला स्वत:चे असे काही ठाम विचार असावेत याची मला खात्री नाही.''

"लँग्लेमधले त्याचे वरिष्ठ अधिकारी सांगतात तेवढेच तो करत असतो?''

"बहुतेक. पण जेम्स, तुला माहीत आहे, मलाही माहीत आहे की गुप्त हेरांना निवडीचा हक्क असतो. मी तर म्हणेन की, त्यांच्याइतका दुसऱ्या कुणालाच तो नसतो. नजीकच्या भविष्यकाळातील फायद्याचाच फक्त विचार करून बँकेत लाईन लावून उभे राहिलात तर जास्तीतजास्त काय होईल, तर एखाद्या कंटाळवाणे काम करणाऱ्या मशीनमधल्या चाकाच्या दातातील तुम्ही एक दात बनाल. पण पिस्तूल बाळगण्याचे लायसन्स असताना परकीय भूमीवर कुठल्याही परिस्थितीत स्वत:चा निर्णय तुम्ही घेऊ शकला नाहीत तर मात्र....''

"तू फारच भावनाप्रधान दिसतोस दारियुश,'' बाँड हसून म्हणाला.

"नाही जेम्स. भावना वगैरे गोष्टींवर माझा अजिबात विश्वास नाही. माझा विश्वास आहे लायकीवर. मुलांच्या डॉक्टरांकडे तशा भावना वगैरे असणे मी समजू शकतो. मुलाचा जीव वाचवला, चांगले काम केलेत डॉक्टर. भला माणूस आहे. पण जेम्स, तुझ्यासारखा माणूस या अशा ठिकाणी काखेमध्ये फक्त वॉल्थर ठेवून आणि....''

"तुला....''

"आकार लक्षात आला. बाकी तर्क,'' दारियुशने खांदे उडवत म्हटले. "माझ्या म्हणण्याचा अर्थ एवढाच आहे की, धूसर अशा जगात वावरताना माणसाला दिशादर्शकाची आवश्यकता असते. डोक्याशी पिस्तुले रोखलेली असताना क्षणार्धात मुलांच्या डॉक्टरांपेक्षा किचकट असे निर्णय घ्यावे लागतात. ऑपरेशन करायचे की नाही एवढाच निर्णय त्यांना घ्यायचा असतो त्यासाठी वेळही असतो. तुला डोळ्यांसमोर राखाडी रंगाच्याच दहा छटा दिसत असतात आणि त्यातली कुठली योग्य आहे हे तत्काळ ठरवायचे असते. विचार करायला वेळच नसतो आणि जेम्स, तुझ्याकडे तो दर्जा आहे, ती लायकी आहे. सत्य शोधायची आस आहे. ज्यांच्याकडे असे आवश्यक गुण आहेत त्यांच्याबद्दल बोलताना माझे वडील 'सिटिझन ऑफ इटर्निटी' असे शब्द वापरत.''

"तू काहीही म्हणालास तरी पर्ल हार्बरच्या हल्ल्यापासून अमेरिकन्स आपल्याबरोबर आहेत. मी एकटाच काम करत असलो तरी ते आसपास आहेत, हा विचार विश्वास निर्माण करतो.''

"नक्कीच,'' दारियुश म्हणाला. "मोठ्या विश्वासू पपीसारखाच.''

वेट्रेस आली आणि पुन्हा टेबल स्वच्छ करून परत गेली. "तुला आवडलेली दिसते ती," दारियुश म्हणाला. "तुला चालत असेल तर कॅबरेच्या वेळी आपल्याबरोबर येईल का विचारतो."

"आज रात्रभर मी तुझ्याच ताब्यात असणार आहे. नैसर्गिकपणे घडणाऱ्या गोष्टी करायला माझी हरकत नाही."

दारियुश आनंदी आणि मनमिळावू स्वभावाचा असला, खूप बडबड्या असला तरी गाडीमध्ये काय किंवा रेस्टॉरंटमध्ये काय, त्याची नजर प्रत्येक गोष्ट बघत असते असा विचार बाँडच्या मनात आला.

पीच आणि टरबूज यांचे बोल्स आणि त्याबरोबर अराकची एक बाटली घेऊन ती मुलगी परत आली. शिवाय बरोबर मध आणि पिस्टाचिओ केक्स. त्यानंतर कॉफी. कॉफी आणून ठेवल्यावर दारियुश हळू आवाजात त्या वेट्रेसशी बोलत होता.

"आपल्याबरोबर यायला झोहराला आनंदच वाटेल जेम्स," दारियुश म्हणाला. "आपण तिला दोन तासांत परत आणून सोडू असे मी तिला सांगितले आहे."

"झोहरा?"

"काय छान नाव आहे की नाही? त्याचा अर्थ आहे व्हीनस."

"प्रेमाची सौंदर्यदेवता?"

"नाही. ग्रह असेल असा संशय आहे मला. पण नशीब कसे असेल सांगता येत नाही. चल जाऊ या."

फरशाद गाडीजवळ उभा राहून त्याच्यासाठी आतून पाठवलेला भात आणि कबाब खात होता. त्याने पटकन प्लेट खाली ठेवली आणि धावत जाऊन झोहरासाठी गाडीचे दार उघडले.

गाडी सुरू केल्यावर ती फार्सी भाषेत त्याच्याबरोबर काहीतरी बोलली. तो एकदम खूश झालेला दिसला.

"ती कुठे जायचे ते सांगते आहे त्याला. तिच्या माहितीची खास जागा. नवीनच आहे बहुधा. पूर्व आणि पश्चिम यांचा मिलाफ असणारी असा माझा तरी समज झाला आहे."

"नवीन शहरात?"

"नक्कीच नाही. तेहरानच्या दक्षिणेलाच. पण उत्कृष्ट जागा. खात्री आहे तशी. वेळ घालवण्यासाठी काहीतरी नवीन नवीन गोष्टीही आहेत. पश्चिमी देशांमधून आलेला बराच पैसा गुंतलेला आहे."

ते निघाले आणि मागोमाग बाँडला काळ्या ओल्ड्समोबाईलचे दिवे दिसायला लागले. त्याने दारियुशकडे बघून मागे अंगठा दाखवला. दारियुशने लक्षात आले या अर्थाने मान डोलावली.

अरुंद आणि दुतर्फा झाडे असणाऱ्या रस्त्यांवरून फरशाद अत्यंत वेगाने गाडी नेत होता. आधीच या भागात गाड्यांची रहदारी कमी असायची. त्यात मध्यरात्र होत आल्याने गाड्या कमीच दिसत होत्या.

''घट्ट पकडून राहा जेम्स,'' असे बाँडला सांगत दारियुशने फरशादला काहीतरी आज्ञा केली. त्याने गाडी वळवून एका गल्लीत घुसवली. ही मोठी मर्सिडीज गाडी एका कचऱ्याच्या डब्याला धक्का देत पुढे जाताना तो डबा दगडी रस्त्यावर गडगडला. फरशादने प्रचंड वेगाने इकडे तिकडे न बघता एक जंक्शन पार केले. गल्ल्यागल्ल्यांमधून एका रुंद अशा बोलीवार्डवर गाडी आणली. मग वेग कमी करून तो हसत मागे रेलला.

''आभारी आहे फरशाद,'' त्याच्या खलनायकी हसण्याकडे दुर्लक्ष करून दारियुश इंग्लिशमध्ये म्हणाला. त्याने धीर देण्यासाठी झोहराच्या हातावर हळूच हात ठेवला. पण या पळापळीचा तिच्यावर काही परिणाम झालेला दिसला नाही. एकूणच तेहरानमध्ये ज्या तऱ्हेने मोटारी चालवताना बाँड बघत होता त्यावरून तिला यात काही वेगळे वाटले नसेल असा विचार बाँडच्या मनात येऊन गेला.

शेवटी एकदा एका वेअरहाउससारख्या इमारतीजवळ गाडी थांबली. रस्त्यापासून थोडे आत कुंपण घातले होते आणि कुंपणापासून आत थोड्या लांबवर ती इमारत होती. कोणत्याही तऱ्हेची नावे नाहीत की रंगीत दिवे नाहीत. लॉस एन्जलीसमधल्या काळोख्या जागांसारखी एक जागा.

''पॅराडाईज क्लब नाव आहे याचे,'' दारियुशने सांगितले.

नाव ऐकताच लहान असताना गेमिंग टेबल्स असणाऱ्या ठिकाणी गेल्याच्या, त्या वेळच्या धाडसी म्हणण्यासारख्या भेटींच्या अंधुकसर आठवणी बाँडच्या मनात यायला लागल्या.

क्लबमध्ये गोंधळ घालायचा कुणी प्रयत्न केला, तर त्यांना उचलून बाहेर फेकून देणाऱ्या धिप्पाड अशा बाउन्सर शेजारून ते क्लबमध्ये शिरले. जाता जाता दारियुशने काही नोटा त्याच्या हातात कोंबल्या. काँक्रीटच्या कॉरिडॉरमधून ते मोठे खिळे ठोकलेल्या दुहेरी लाकडी दरवाजाजवळ पोहोचले. पारंपरिक पोशाख चढवलेल्या एका स्त्रीने त्यांचे स्वागत करून पायाखालचे पेडल दाबताच दारे आवाज न करता बाजूला सरकली आणि बाँड, दारियुश आणि झोहरा एखाद्या एअरक्रॅफ्ट हॅन्गरसारख्या प्रचंड आकाराच्या खोलीत आले. समोर असणाऱ्या दूरवरच्या भिंतीवरून लाल रंगाने चमकणाऱ्या खडकांवर पाण्याचा एक धबधबा निळ्या रंगाच्या छोट्या तलावात कोसळत होता आणि डझनभर तरी विवस्त्र स्त्रिया त्या तलावात पोहत होत्या. एखाद्या बागेमध्ये मांडून ठेवाव्यात तशा गुबगुबीत खुर्च्या आणि नकली गवताचे गालिचे तलावाभोवती ठेवले होते. त्यांच्यावर विसावलेल्या पाहुण्यांना

वेट्रेसेस ड्रिंक्स वगैरे आणून देत होत्या. एका बाजूच्या प्लॅटफॉर्मवर पाश्चिमात्य पॉप रेकॉर्ड्सच्या तालावर लोक नृत्य करत होते. पण बागेमध्ये मात्र पारंपरिक पर्शिअन म्युझिशिअन्स तारा छेडत होते.

झोहरा बाँडकडे बघून हसली आणि तिचे स्वच्छ पांढरे दात चमकून उठले. ''आवडले?'' तिने बाँडला विचारले.

एक तरुण स्त्री त्यांच्याजवळ पोहोचली. दारियुश फार्सीमधून तिच्याशी काहीतरी बोलला. तिने डोअरकीपरसारखाच युनिफॉर्म चढवलेला होता. पिवळसर झगा आणि शेंदरी रंगाचा कमरपट्टा. म्हणायला साधा पोशाख असला तरी नको तिथे लक्ष वेधून घेईल असाच कापलेला आणि झग्याव्यतिरिक्त आत काहीही कपडे नाहीत याचा दिलासा देणारा. पेटलेल्या मेणबत्त्या, रंगीबेरंगी बल्ब यांमुळे तिची गुलाबी कातडी चमचमत होती.

''ही सलमा,'' दारियुशने स्पष्टीकरण दिले. ''आपला वेळ मजेत जातो आहे याची खात्री करून घेण्यासाठी ती इथे आली आहे. आपल्याला अनेक गोष्टी करता येण्यासारख्या आहेत. माझी सूचना आहे की प्रथम आपण ओपिअम रूममध्ये जाऊ आणि नंतर सुप्रसिद्ध हमाममध्ये.''

''टर्किश बाथ घ्यावा असे वाटत नाही मला,'' बाँड म्हणाला.

''वाटेल. तू इथला हमाम बघितलास की नक्की वाटेल तसे. फार वेगळा आहे असे मला तरी कळले आहे.''

ते सलमा मागोमाग एका प्लॅटफॉर्मवर पोहोचले.

''सलमा म्हणजे स्वीटहार्ट. प्रेयसी.'' दारियुश बाँडच्या कानात कुजबुजला. ''तिच्या आईवडिलांना दिव्यदृष्टी होती बहुधा.''

''तुझी इंग्लिश मोहिनी खूप झाली आता जेम्स – पण मी सांगेन तिला तू काय म्हणालास ते. तू कधी अफू ओढून बघितली आहेस?''

ते एका मोठ्या चौकोनी खोलीत शिरले. भिंतीशी सोफे ठेवले होते आणि बाजूला सरकणारे पडदे. जमिनीवर फारच मोठ्या आकाराच्या उश्या होत्या. त्यांच्यावर रेलून बसून काही जण अफूचे पाईप्स ओढत होते. सलमाचीच एक सहकारी ते तयार करून देत होती. खोलीच्या मध्यभागी एक कमी उंचीचे टेबल होते. त्यावर एक मोठी कोळशाची शेगडी होती. पर्शिअन संगीत ऐकू येत होते. पण म्युझिशिअन्स मात्र दिसत नव्हते.

झोहरा टेबलाजवळ मांडी घालून बसली. बाँड आणि दारियुशला तिने तसेच बसायची खूण केली. तिने अफूची एक नळकांडीच्या आकाराची कांडी घेतली. त्याचा एक तुकडा कापला. पाईपच्या चायना बोलमध्ये ठेवला. चांदीच्या चिमट्याने एक निखारा उचलला. अफूच्या तुकड्यावर धरला. पाईपचे टोक दारियुशच्या हातात

दिले. बाँडला एक डोळा मारत दारियुशने पाईप घेतला. तिने निखारा लाल होईपर्यंत त्याच्यावर फुंकर मारल्यावर अफूचा तुकडा चरचर करायला लागला. चायना बोलच्या वरच्या छोट्या भोकातून धूर वर चढायला लागला. दारियुशने एकदा जोराने पाईप ओढला आणि बाँडच्या हातात दिला. बाँडने जरा अनिच्छेनेच तो हातात घेतला. मादक द्रव्यांचे सेवन करून त्याला आपली शारीरिक क्षमता कमी करून घ्यायची नव्हती, पण त्याच वेळी आपल्या यजमानालाही दुखवायचे नव्हते. त्याने थोडा धूर तोंडात ओढून समाधानाची खूण करत पाईप पुन्हा दारियुशच्या हातात दिला. कोणाचे आपल्याकडे लक्ष नाही असे वाटल्यानंतर तो धूर नाकपुड्यांमधून सोडून दिला.

त्यांच्या आसपास अर्धा डझन तरी माणसे डोळे बंद करून स्वर्गानंदात असल्याप्रमाणे रेलून बसली होती.

''अफूचा माफक प्रमाणात म्हणजे आठवड्यातून फारतर एकदाच वापर ठीक असतो. काही जणांच्या बाबतीत प्रश्न निर्माण होतो,'' त्या माणसांकडे बघत दारियुश पुटपुटला. ''खूप जण या शहरात या व्यसनाचे गुलाम बनले आहेत. पण निदान हे शुद्ध आहे. कोणतीही प्रक्रिया न केलेला पॉपी ज्यूस. पण नंतर प्रक्रिया करून हेरॉईनसारखी द्रव्ये बनवली जातात. ती फार धोकादायक असतात.''

त्याने तो पाईप झोहराच्या पुढे केल्यावर मोठ्याने हसत तिने नकारार्थी मान हलवली. दारियुश हसला. ''तशा आमच्या स्त्रिया खूप स्वतंत्रपणे वागत असल्या तरी त्यांना एवढे स्वातंत्र्यही नको असते जेम्स.''

''त्या धबधब्याखाली पोहणाऱ्या मुली कोण आहेत?''

''स्वर्गीय सुंदरी,'' दारियुश म्हणाला आणि त्याला ढासच लागली. आता तो हसत होता का तो अफू ओढण्याचा प्रताप होता हे बाँडला कळेना.

नंतर डोळ्यावरून हात फिरवत दारियुशने सांगितले, ''क्लबच्या व्यवस्थापनानेच त्यांना ते करायला सांगितले आहे. माझी कल्पना आहे की कपडे घालून असल्या की त्या सलमाप्रमाणेच पाहुण्यांच्या सरबराईत दंगलेल्या असतात. तो सगळा देखावा बहुतेक स्वर्गाचा आहे. पृथ्वीवर तू चांगल्या मुलासारखा वागलास तर अनेक सुंदर कुमारिका तुझे स्वर्गात स्वागत करायला सज्ज असतील असे प्रॉफेटने वचन दिले आहे. आता त्या तुम्हाला फक्त ड्रिंक्स आणून देतात की आणखी काही सलगी करतात हे माझ्या लक्षात नाही. कुराण वाचून खूप काळ लोटला आहे.''

''पण तुझा विश्वास होता यावर?''

''अर्थातच! एका धार्मिक मुस्लिम कुटुंबातच मी लहानाचा मोठा झालो. माझ्या वडिलांनी बराचसा काळ अमेरिकेत काढला होता याचा अर्थ त्यांनी त्यांच्या श्रद्धा गमावल्या होत्या असे नाही. माझी खात्री आहे की एके काळी तूसुद्धा सांताक्लॉजवर

विश्वास ठेवला असशील.''

''हो,'' बाँडने उत्तर दिले. ''पुरावा तत्काळ मिळायचा. रंगीबेरंगी वेष्टणात गुंडाळलेली खोकी, शेकोटीजवळ रेनडिअर्सनी अर्धवट खाल्लेल्या गाजरांचे तुकडे.''

दारियुशने डोके हलवले. ''श्रद्धेशिवाय आपल्याकडे काही नव्हते त्या काळात.'' तो जरा धडपडत उभा राहिला. ''मला वाटते आता आपल्याला हमाम दाखवायला आवडेल सलमाला.''

प्रथम ते मुख्य हॉलमधल्या बारकडे वळले. त्यांनी व्हिस्की मागवली. झोहराने गिन आणि टॉनिक. हातात आपापली ड्रिंक्स घेऊन तिच्या मागे येण्याची सलमाने त्यांना खूण केली. आतमधूनच खाली उतरणाऱ्या पायऱ्यांवरून ते कुमारिका हातपाय मारत बसलेल्या छोट्या तलावाशी पोहोचले. झोहराने बाँडचा दंड पकडत म्हटले. ''चला मिस्टर बाँड. अजून खूप चांगल्या चांगल्या गोष्टी बघायच्या आहेत.'' मंजुळ घंटानाद केल्यासारखी ती हसत होती.

मोठे खिळे ठोकलेल्या दुसऱ्या एका लाकडी दारातून ते आत शिरले. पांढरा शुभ्र झगा घातलेल्या एका स्त्रीने त्यांचे स्वागत करत दारियुश, झोहरा आणि बाँडच्या हातात दोन दोन मोठे पांढरे टॉवेल्स दिले.

पुरुषाचे चित्र असणाऱ्या एका दाराकडे बोट दाखवत झोहरा स्त्रीचे चित्र असणाऱ्या दाराकडे वळली.

''या ठिकाणी आपण आपले कपडे उतरवायचे जेम्स,'' दारियुश म्हणाला.

''आणि कुमारिकांकडे जायचे?''

''मी जरा समजावतो तुला,'' स्वत:चा शर्ट काढत दारियुश म्हणाला. ''पर्शिअन जीवनपद्धतीत हमामचे वेगळे स्थान आहे. आम्ही स्वच्छतेचे भोक्ते आहोत. प्रार्थना करण्यापूर्वी प्रत्येकाने चेहरा आणि हात स्वच्छ धुणे आवश्यक आहे. काही वेळा म्हणजे स्त्री समागमानंतर तर स्नानच करणे गरजेचे असते. अगदी छोट्यात छोट्या गावामध्ये यासाठी बाथ-हाउसची सोय असते. स्त्रिया आणि पुरुष वेगवेगळ्या वेळी बाथ-हाउसचा उपयोग करतात. स्त्रिया बहुधा दिवसा, कारण त्या काळात पुरुष कामावर असणार असे गृहीत धरलेले असते. आणि स्त्रियांना एकमेकांवर नजर ठेवणेही सोपे असते. लग्न झालेली तरुणी गरोदर राहीपर्यंत दररोज तिथे जाते. नंतर – वाईटच गोष्ट खरी तर – कमी वेळा जाते. आता चाळिशीला आलेली स्त्री दररोज जात राहिली तर काय काय कंड्या पिकतील ते सांगताच येणार नाही म्हणा.''

''तेव्हा आपण पुरुषांच्या विभागात जाणार आहोत तर?'' बाँडने विचारले.

''अगदी तसेच नाही. एक टॉवेल कमरेभोवती गुंडाळून घे आणि दुसरा स्वत:जवळ ठेव,'' दारियुशने सांगितले. ''झोहराने मला सांगितल्याप्रमाणे पॅराडाईज क्लब या धरतीवरच तुम्हाला स्वर्गसुखाचा अनुभव देणार आहे. म्हणजे एकत्र

हमाम. बघू या जाऊन?''

ते एका दारामधून आत शिरले आणि एका बाल्कनीमध्ये पोहोचले. बाल्कनीतून दोन मोठे बाथ दिसत होते. भिंतीभोवती दोन वेगवेगळे तापमान असणाऱ्या उघड्या स्टीमरूम्स होत्या. त्यांच्यामध्ये दारे असलेल्या छोट्या खोल्या होत्या.

त्या सर्व भागात वाफेचे साम्राज्य पसरल्यासारखे वाटत असले आणि दिवेही मंद असले तरीही बाथमध्ये विवस्त्रावस्थेत स्त्री-पुरुष एकत्र होते हे दिसत होते. हसण्याचे आवाज येत होते. पांढऱ्या शर्टमधल्या तरुणी काठावर आणून ठेवत असलेल्या उंच ग्लासेसमधून थांबून थांबून घुटके घेणेही चालू होते.

पारंपरिक संगीत, गुलाब आणि जिरेनिअमच्या फुलांचा वाफेबरोबर येणारा सुंगध, भिंतीवरल्या टाईल्सवर स्वर्गीय बागांची चित्रे. झोहराने टॉवेल टाकून पायऱ्या उतरून छोट्या बाथमध्ये प्रवेश केल्याचे बाँडने बघितले.

''असे क्लब लंडनमध्ये आहेत?'' निष्पाप चेहऱ्याने दारियुशने प्रश्न केला.

''आहेत तर,'' बाँडने तशाच स्वरात उत्तर दिले. ''पॉल मॉलमध्ये तर कितीतरी आहेत. पण अफू आणि हमाम यांपैकी एकाची निवड करावी लागत नाही.''

काही क्षणांनी बाँड आणि सलमा गरम पाण्याच्या एकाच बाथमध्ये समोरासमोर उभे होते. अटेंडंटने ताज्या गुलाबाच्या पाकळ्या पाण्यावर टाकल्या. या सर्व प्रकाशात सलमाचे शरीर फारच वेगळे चमकत होते.

''मी झोहरालाही बोलावले आहे,'' दारियुशने सांगितले. काही वेळातच चौघे एकत्र होते. बाजूला रेलून बाँड मिंटची सुवासिक पाने घातलेल्या कुठल्या तरी ड्रिंकची चव चाखत होता.

''हाच स्वर्ग आहे?'' अडखळत सलमाने इंग्लिशमध्ये विचारले.

''तसे असेल तर घरी पोहोचताच मी इस्लाम धर्म स्वीकारेन,'' बाँडने उत्तर दिले. ''आणि त्या छोट्या खोल्यांमध्ये काय घडते?''

''तुम्ही जो सौदा केला असेल त्याप्रमाणे,'' दारियुशने उत्तर दिले.

''पैशांसाठी?''

''स्वर्गसुखाचा शोध घेणाऱ्या तुमच्या सहकाऱ्याच्या प्रेमासाठी,'' दारियुशने उत्तर दिले. मग सलमाकडे बघत तो पुढे म्हणाला, ''पण इथल्या स्टाफबरोबर नाही. मग तो क्लब राहणार नाही तर....''

''काय असेल ते आले माझ्या लक्षात,'' बाँडने सांगितले.

बघता बघता त्यांचा वेळ संपला. आपल्या घड्याळ नसलेल्या मनगटाकडे बघत झोहराने दारियुशला खूण केली. तिला परतायला हवे होते. त्यांच्या आधी वर चढणाऱ्या या स्त्रियांवर बाँडची नजर फिरत होती.

''त्यांना जाताना बघून तुला दुःख झालेले दिसते जेम्स.''

''माझे हृदय शतश: विदीर्ण होते आहे.''

''तू तेहरानमध्ये आमच्या बरोबर आहेस तोपर्यंत आपण त्याची काय दुरुस्ती करता येते का बघू. आता मला वाटते आपण निघावे आणि फरशादची सुटका करावी.''

सर्व जण अंग पुसून कपडे घालून एकत्र जमले. सलमाचा निरोप घेताना बाँड आणि दारियुश दोघांनीही तिला भरपूर टिप दिली. मुख्य हॉल, धबधबा ओलांडत ते बाहेर आले.

पॅराडाईज क्लबमधल्या सुगंध दरवळणाऱ्या वातावरणातून बाहेर पडल्यावर हवा फारच गरम भासली. पुन्हा एक्झॉस्ट फ्यूम्सचा वास नाकात घुसायला लागला. पार्किंग लॉटमध्ये त्यांची निळी मर्सिडीज जिथे उभी केली होती, त्या दिशेने सर्व जण निघाले.

गाडीजवळ पोहोचत असताना बाँडने अचानक दारियुशचा दंड पकडत म्हटले. ''इथेच थांबा.''

आपले पिस्तूल हातात घेऊन तो काळजीपूर्वक पुढे निघाला, ड्रायव्हरच्या बाजूच्या खिडकीतून फरशादला बघताना त्याला काहीतरी वेगळे वाटले होते. पिस्तूल समोर धरून गाडीकडे पाठ करून त्याने सगळीकडे नजर फिरवत गाडीला फेरी मारली. मागे न बघता त्याने ड्रायव्हरच्या बाजूचे दार उघडले. फरशादचे मृत शरीर खाली कोसळले. गाडीमध्ये त्याच्या पायांच्या ठिकाणी रक्ताचे तळे साचले होते. फरशाद मेला होता, पण त्याच्या तोंडातून काहीतरी खेचून काढलेले त्याने हातामध्ये घट्ट पकडले होते.

द स्ट्रॉबेरी मार्क

दुसऱ्या दिवशी सकाळी आठ वाजता न मागवताच जेम्स बाँडच्या खोलीत ब्रेकफास्ट आला. दूध न घालता केलेला चहा, बकरीच्या दुधापासून बनवलेला चीजचा तुकडा, औषधी मुळ्या आणि जाड ब्रेडचा तुकडा. तो तुकडा बघताच त्याला शेजारच्या बाथरूमबाहेरच्या पायपुसण्याचीच आठवण झाली. त्याने तो वेटरला ताबडतोब परत नेऊन दुसरे काही आणायला सांगितले. फोनवर दोन वेळा कटकट केल्यावर त्याला कशीबशी काळी कॉफी, आम्लेट मिळाले. खिडकीतून माउंट दमावंदकडे बघत, हेरॉल्ड ट्रिब्यूनवर नजर फिरवत त्याने कॉफी आणि आम्लेट संपवले.

इस्लामिक कायद्याप्रमाणे दफनविधी चोवीस तासांत पार पाडावा लागतो. त्यामुळे दारियुश फरशादच्या दफनविधीला गेला होता. बाँडला सारखे वाटत होते की तो तेहरानमध्ये आल्यानेच फरशादचा मृत्यू ओढवला होता आणि त्यामुळे तो बेचैन होता. त्याचा खून पाडून गॉर्नरच्या माणसांनी त्यालाच इशारा दिला होता. पण फरशादला त्याच्या कामामधल्या धोक्यांची कल्पना असणारच आणि दारियुश त्यांच्या कुटुंबाची व्यवस्थित काळजी घेतल्याशिवाय राहिला नसता. फरशाद आयुष्यभर आनंदी राहिला असेलही पण त्याचा शेवट तसा झाला नव्हता हे खरेच; असा विचार करत बाँड शॉवर घ्यायला गेला.

नौशारच्या गोद्यांमध्ये गॉर्नर करतो तरी काय हे बघण्यासाठी त्याने तिकडे जायचे ठरवले. पण त्यासाठी त्याला दुभाष्याची गरज भासणार होती. तो ड्रायव्हर म्हणून काम करू शकत असला तर जास्तीच बरे. त्याला चालवावीशी वाटेल अशी गाडी तेहरानमध्ये मिळण्याची शक्यता त्याला वाटत नव्हती आणि स्थानिक माणसालाच इथले ड्रायव्हिंगचे नियम माहीत असणार – म्हणजे तसे काही नियम असले तरच म्हणा. अलबुर्ज पर्वतावरच्या रस्त्यावर असंख्य वळणे होती.

बाँडने प्रथम हॉटेलबाहेरच्या टॅक्सी-स्टॅण्डवरून ऑरेंज टॅक्सी पकडली आणि तो पोस्ट ऑफिसकडे निघाला. बाहेर कडक ऊन होते आणि पहलवी अव्हेन्यूवरच्या रहदारीतून टॅक्सी मार्ग काढत असताना कॅस्पिअनवर कशी थंड हवा असेल असा विचार त्याच्या मनात येत होता. शेवटी एकदा ती सेफा अव्हेन्यूवर वळली. एका बाजूला मंत्र्यांची कार्यालये, जुना राजमहाल आणि दुसऱ्या बाजूला सिनेटची इमारत.

पिवळ्या विटांचा दर्शनी भाग असणाऱ्या पोस्ट ऑफिसपाशी टॅक्सी उभी राहिली. त्याने ड्रायव्हरला थांबायला सांगितले. युनिव्हर्सल एक्स्पोर्टच्या लंडनच्या चेअरमनला पाठवण्यासाठी शंभर शब्दांची केबल त्याने हॉटेलमध्ये बनवली होती. आठवड्याचा तिसरा दिवस आणि सातव्या महिन्याची चार तारीख यांच्यावर आधारित अक्षरे उलटी-पालटी लिहिण्याचे एक साधे कोड त्याने बनवले होते. सांकेतिक भाषा कशी वापरायची याची त्याला काही विशेष माहिती नव्हती. पण तो पकडला गेला तर सुरक्षिततेच्या दृष्टीने विशेष गोंधळ होऊ नये एवढीच त्याची इच्छा होती.

केबल व्यवस्थित गेली आहे असे केबल बॉय सांगण्याची वाट बघत हळूहळू फिरणाऱ्या पंख्याखाली तो आपली तीन सोनेरी वर्तुळे असणारी मोरलॅन्ड सिगारेट ओढत उभा असताना त्याला जाणीव झाली की लाल केस असणारा एक सडपातळ गोरा माणूस त्याच्यावर लक्ष ठेवून होता. ज्या टेबलावर तेहरानमधली इतर माणसे वेगवेगळे फॉर्म्स भरत होती, पत्रांवर शिक्के उमटवीत होती, त्याच टेबलाशी तो बसला होता. त्याच्या हातात पाण्याचा कागदी कप असला तरी तो पाणी पिताना दिसत नव्हता. डोके हलत नसले तरी नजर सर्वत्र भिरभिरत होती. ओठांजवळ धरलेला कप त्याचा पूर्ण चेहरा दिसून देत नव्हता एवढेच.

केबल बॉयने तार पाठवली असे सांगताच बाँडने काउंटरवरून आपले कागदपत्र उचलले.

पोस्ट ऑफिसच्या पायऱ्या उतरत असताना त्याच्या कानावर शब्द आले.

"मिस्टर बाँड?"

उत्तर न देता तो वळला.

आतलाच माणूस त्याच्या मागे उभा होता. त्याने हात पुढे करत म्हटले, "माझे नाव सिल्व्हर, जे.डी. सिल्व्हर. जनरल मोटर्समध्ये आहे."

"अर्थातच," त्याचा हात हातात घेत बाँड उद्‌गारला. हात घामेजलेला होता. बाँडने त्याला कळणार नाही अशा तऱ्हेने हळूच हाताची बोटे पॅन्टला पुसली.

"माझ्याबरोबर चहा घेणार? किंवा कोल्ड ड्रिंक वगैरे?"

त्याचा आवाज जरा खरखरीतच होता. लांब नाक, पापणीचे पांढरट केस यांच्यामुळे नजर ठेवून असणाऱ्या कुत्र्यासारखाच वाटत होता.

बाँडने घड्याळाकडे नजर टाकली. "काही मिनिटे वेळ आहे मला."

"एलिझाबेथ बोलीवार्डवर एक कॅफे आहे. शांत जागा आहे," सिल्व्हर म्हणाला. "ही तुझीच टॅक्सी आहे ना?"

बाँडने मान डोलावल्यावर सिल्व्हरने टॅक्सी ड्रायव्हरला नीट पत्ता सांगितला. सिल्व्हरशेजारी बसलेला बाँड त्याचे निरीक्षण करत होता. ब्रुक्स ब्रदर्सचा सूट,

रेघारेघांचा शर्ट, कॉलेज टाय. उच्चाराची ढब अमेरिकेच्या पूर्व किनाऱ्यावर शिकलेल्या माणसासारखी – बोस्टनलाच असेल एखादेवेळी – शांत बसला होता.

"तू कुठे राहतो आहेस?" सिल्व्हरने विचारले.

"मध्यवर्ती भागात," बाँडने स्पष्ट उत्तर द्यायचे टाळले. "उद्योग कसा चालला आहे? बऱ्याच अमेरिकन गाड्या रस्त्यांवर दिसत असल्या तरी नवीन विशेष दिसत नाहीत."

"तरी तसा ठीकच चालला आहे," सिल्व्हरच्या बोलण्यात थोडीही चलबिचल दिसली नाही. मग ड्रायव्हरकडे बघत तो म्हणाला. "कॅफेवर पोहोचलो की बोलू सविस्तर."

बाँडलाही गप्प राहणे पसंत होते. त्याच्या मनात दारियुशचे शब्द घोळत होते – सिटिझन ऑफ इटर्निटी.

"नाहीतर आपण एलिझाबेथ बोलीवार्डच्या साईडवॉकवरून चक्कर घेऊ या. तुझ्या इंग्लंडच्या राणीचेच नाव त्या रस्त्याला दिलेले आहे. झाडे आहेत, बसायला बाके आहेत, आइस्क्रीम आहे. मला आवडते तिथे."

"तसा मला रूझवेल्ट अव्हेन्यूपण दिसतो आहे," बाँड म्हणाला. "फ्रॅन्कलिन डी का केर्मिट?

सिल्व्हर हसला. "एलिनॉर नाही एवढे नक्की."

बाँडने टॅक्सीवाल्याचे भाडे दिले. ते एका झाडाखाली असलेल्या बाकावर जाऊन बसले. रस्त्यावर पुढे एका बाजूला बागेचे प्रवेशद्वार दिसत होते आणि दुसऱ्या बाजूला तेहरान युनिव्हर्सिटी. इराणमध्ये सर्व देशांचे गुप्तहेर काम करतात, बाँडच्या मनात विचार आला. हेरांसाठी नमुनेदार देश. झुडपांमागच्या भेटी, संदेश ठेवण्यासाठी जागा-ड्रॉप बॉक्स – या वर्दळीच्या मौजमजेच्या भागात सर्व करता येईल. रस्त्यामधल्या कॅनातमधून खळखळ करत पाणी वाहत होते, बाजूला झाडे, अंतराअंतरावर बारीक लाकडी खांब रोवलेले आणि त्यावर पाणी पिण्यासाठी धातूचे कप लटकावलेले. तहानलेली माणसे एखादा कप उचलून पाणी पीत असत.

"छान वाटते ना?" सिल्व्हरने विचारले. "अलबुर्जवरून पाणी वाहत येते. शिम्रानपर्यंत अगदी स्वच्छ असते. पण एकदा बाजाराचा भाग टाकून दक्षिणेला पोहोचले की... पण त्यांना या व्यवस्थेचा खूप अभिमान आहे. जमिनीखालच्या कालव्यांमधून – कॅनातमधून – पाणी येते. पाणी पुरवठ्याच्या मोठ्या योजना आहेत इथे. वाळवंटाच्या अर्ध्या भागापर्यंत त्यांनी पाणी नेले आहे. छोटे उंचवटे आढळले की समजावे तिथपर्यंत पाणी पोहोचले आहे. हा त्यांच्या आधुनिक तंत्रज्ञानाचा भाग आहे."

सिल्व्हर एका बाकावर बसला. "आइस्क्रीम घेणार?" त्याने बाँडला विचारले.

बाँडने नकारार्थी मान हलवली. जवळची शेवटची सिगारेट पेटवली. सिल्व्हर मागे काही यार्ड अंतरावर असलेल्या विक्रेत्याकडे गेला. परतल्यावर त्याने मांडीवर स्वच्छ रुमाल पसरला आणि आइस्क्रीम चाखायला सुरुवात केली.

''बोल, काय सांगायचे आहे तुला?'' बाँड म्हणाला.

सिल्व्हर हसला. ''तशा हवेतच गोळ्या झाडणार आहे. लोक शहरात येतात. नवीन असतात. इथली परिस्थिती किती नाजूक आहे, याची त्यांना कल्पना नसते. इकडे तिकडे बघितल्यावर त्यांना मोडकळीला आलेल्या गाड्या चालवणारे वाळवंटातले बेदुईन दिसतात... अरे... ती बघ.''

एक लाल दुमजली बस – लंडन राऊटमास्टर... डिझेलचा काळा धूर सोडत त्यांच्या जवळून पुढे गेली.

''मग तुम्हाला आफ्रिकेतल्याच कुठल्या तरी ठिकाणी आल्यासारखे वाटते,'' सिल्व्हरने पुन्हा बोलणे चालू केले. ''आणि तो भात आणि कबाब. मला यानंतर कधीही सळी खुपसलेला मटणाचा तुकडा बघावा लागला नाही आणि इंग्लिश लोक दृष्टीसच पडले नाहीत तर मी सुखाने मरेन.''

''ब्रिटिश,'' बाँडने दुरुस्ती केली.

''बरोबर. शेवटी राणी एलिझाबेथ बोलीवार्डवर आपण बसलो आहोत. तुमची राणी. सगळे कसे गुलुगुलु वाटते. शहा तुमचा दोस्त. दुसऱ्या महायुद्धात त्याचा जर्मनांकडे झुकणारा कल बघून दोस्त राष्ट्रांनी त्याला बाहेर काढले. त्याची जागा घेणारा मोस्सादेग आम्हालाही बरा वाटला. पण तेल उद्योगाचे राष्ट्रीयीकरण करून ब्रिटिश पेट्रोलियमच्या सर्वांना लाथा मारून त्याने बाहेर काढल्यावर तुमच्यावर गाशा गुंडाळायचीच पाळी आली. तुम्हाला हे कसे आवडणार? तुम्ही आमच्याकडे आलात. याला हाकलून आपण शहाला परत आणू या, ब्रिटिश पेट्रोलियमच्या हातात पुन्हा तेलाच्या खाणी देऊ या.''

''आणि तुम्ही ते केलेत.''

सिल्व्हरने काळजीपूर्वक ओठ टिपले आणि रुमाल पुन्हा मांडीवर पसरला. ''परिस्थितीच बिघडली. मोस्सादेग रशियाकडे झुकायला लागला. त्यांच्या सरहद्दी लागून आहेत. माहीत आहे ना? म्हणून या देशावर फार नजर असते आमची. अफगाणिस्तानवर असते तशीच. तेव्हा आम्ही योग्य पावले टाकली.''

बाँडने मान डोलावली. ''इतिहासाच्या या धड्याबद्दल आभार.''

सिल्व्हरने आइस्क्रीमवरून जीभ फिरवली. ''मला सुचवायचे आहे की या देशात कायम हालचाली चालत असतात. ते आणि आपण अशा दोनच बाजूंचा विचार करून चालत नाही. पर्शिअन्सना ते बरोबर कळते. म्हणून तर ते आपले अस्तित्व खपवून घेतात. आपल्याकडूनच त्यांचे संरक्षण करून घेतात. हजारो

अमेरिकन सैनिक इथे आहेत, आणि अमेरिकन शस्त्रास्त्रेही. तीन वर्षांपूर्वी त्यांनी काय केले ठाऊक आहे? पर्शियामधल्या अमेरिकन्सवर कुठल्याही तऱ्हेचा खटला भरता येणार नाही असा कायदाच त्यांनी बनवून टाकला.''

''अगदी तुम्ही सर्व अमेरिकन्स?'' बाँडने विचारले.

''बरोबर. माझ्या कुत्र्यावर शहाने गाडी घातली तर त्याला जाब द्यावा लागेल. मी शहावरच गाडी घातली, तर तो काही करू शकणार नाही.''

''तुझ्या ठिकाणी मी असतो तर नेहमी टॅक्सीच वापरली असती.''

सिल्व्हरने आइस्क्रीम संपवले. पुन्हा हातरुमालाने तोंड पुसले. तो घडी घालून नीट कोटाच्या खिशात ठेवला. झाडांमधून रस्त्यावर उभ्या दिसणाऱ्या टॅक्सीवर नजर टाकून तो बाँडकडे वळला. हळूच हसत म्हणाला, ''हे सोपे नाही मिस्टर बाँड, आपण एकत्र काम करायला हवे. कुणाचीही छोटीशी चूक भयंकर गोंधळ माजवू शकते. व्हिएतनामच्या स्वांतत्र्यासाठी अमेरिका एकटीच लढते आहे. दुसऱ्या महायुद्धामध्ये तुमच्यासाठी सर्व काही करून तुम्ही तुमचा एक सैनिकसुद्धा आमच्या मदतीला धाडला नाही. वॉशिंग्टनमधल्या इतर लोकांना – मला नाही – तर अनेकदा वाटते की कम्युनिझमशी लढणे तुम्ही गंभीरपणे घेत नाही.''

''शीतयुद्ध आम्ही खरोखर गंभीरपणे घेत आहोत,'' बाँड म्हणाला. त्याच्या शरीरावरच्या जखमांचे असंख्य व्रण त्याला साक्षी होते.

''ऐकून बरे वाटले. पण मग बसलेली घडी विसकटू नकोस.''

''मी ज्या कामगिरीवर इथे आलो आहे ती मी पार पाडणार आहे,'' बाँडने उत्तर दिले. ''तुझ्या देशामधल्या लोकांशी माझे कधीच भांडण झालेले नाही.'' तो फेलिक्स लेईटरचा विचार करत होता. त्याचा टेक्सासमधला मित्र. शार्कमुळे निकामी झालेला. तो पहिल्या वेळी भेटला तेव्हा नॉर्थ अटलांटिकमधल्या देशांचा विचार करण्यापूर्वी त्याने स्वतःच्या सी.आय.ए.चा विचार केला होता. बाँडने सहानुभूतीच दर्शवली होती. त्याचे पहिले इमानसुद्धा त्याच्या सर्व्हिसलाच होते. तो फेलिक्सच्या फ्रेंचांबद्दलच्या मताशीही सहमत होता. प्रत्येक पातळीवर फ्रान्समध्ये कम्युनिस्टांचे पाठीराखे आहेत अशी फेलिक्सची धारणा होती आणि म्हणून त्याचा फ्रेंचांवर विश्वास नव्हता.

''मग ठीक आहे,'' असे म्हणत सिल्व्हर उभा राहिला आणि निघाला. एका मागोमाग एक जात असलेल्या ऑरेंज टॅक्सीमधल्या एका टॅक्सीला त्याने हात केला.

''एक शेवटची गोष्ट – ज्यूलिअस गॉर्नर. तुझ्या कल्पनेतही येणार नाही अशा एका मोठ्या योजनेचा तो एक भाग आहे.''

सिल्व्हर टॅक्सीत बसला. त्याने त्याच्या बाजूची काच खाली सरकवली. ''तेव्हा

त्याच्याजवळ जाऊ नका मिस्टर बाँड. माझा सल्ला तर आहे की, त्याच्यापासून शंभर मैल तरी अंतर ठेवून राहा.''

सिग्नल न देता टॅक्सी ट्रॅफिकमध्ये घुसली तेव्हा शेकडो हॉर्न तरी वाजायला लागले. दुसरी टॅक्सी पकडण्यासाठी बाँडनेही हात दाखवला.

दारियुश नसल्यामुळे कॅस्पिअनच्या भेटीसाठी त्याला हॉटेलच्या रिसेप्शन डेस्कवरच्या माणसांवरच गाडी आणि ड्रायव्हर मिळवण्यासाठी अवलंबून राहावे लागले. कार फर्मचा उत्कृष्ट इंग्रजी बोलणारा माणूस दुसऱ्या दिवशी सकाळी आठ वाजल्यानंतर उपलब्ध असेल म्हटल्यावर त्याने थांबायचे ठरवले.

व्होडका, चिकन कबाब, कॅव्हिआर वगैरे रूममध्येच मागवलेले जेवण संपवून त्याने हॉटेलमधल्या दुकानांमधून विकत घेतलेले नकाशे पसरून नौशारच्या किनारपट्टी, आजादी स्क्वेअरमधले मार्केट, व्यापारी गोद्या, मरीनाज आणि इतर गोष्टींचा अभ्यास करायला सुरुवात केली.

मग त्याने पर्शियाचा नकाशा बघितला. पश्चिमेला तुर्कस्तान आणि पूर्वेला अफगाणिस्तान, दक्षिणेला पर्शियन गल्फ आणि उत्तरेला कॅस्पिअन समुद्र. उत्तर-पश्चिम कोपऱ्याची हद्द अझरबैजानला लागून होती, म्हणजे रशियाच. पण कॅस्पिअनच्या उत्तर किनाऱ्यापासून अस्त्राखान ओलांडले की, स्टालिनग्राड जवळ होते.

या भौगोलिक परिस्थितीचा विचार करता गॉर्नर रशियाला मादक द्रव्ये कशी धाडत असेल हे त्याच्या लक्षात येत नव्हते. दक्षिणेकडल्या वाळवंटामधल्या विमानतळांचा उपयोग कठीण होता. लहान विमानांना इंधन पुरले नसते आणि मोठी विमाने रशियन रडारवर दिसली असती.

त्याची नजर पुन्हा-पुन्हा कॅस्पिअनकडेच वळत होती. अस्त्राखान हे रशियन शहर पर्शियाच्या दक्षिण किनारपट्टीपासून निदान सहाशे मैल अंतरावर होते. कोणत्या तऱ्हेचे सागरी जहाज ही वाहतूक फायदेशीर बनवू शकले असते?

पर्शियाचा मधला मोठा भूभाग दोन मोठ्या वाळवंटांनी व्यापला होता. उत्तरेला तेहरानजवळ दश्त-ए-काव्हिर आणि दक्षिण-पूर्व दिशेला दूरवर दश्त-ए-लुत. तिथे लोकवस्ती दिसत नव्हती. जगण्याचे साधनच नव्हते. पण तरीही गॉर्नरच्या शोधासाठी सॅवाकने दक्षिण टोकाच्या बाम या शहराकडे शोधपथक पाठवले होते.

सॅवाकला नक्की काहीतरी सुगावा लागला असणार. तेहरान आणि कॅस्पिअनपासून दूरचा भाग असला तरी दश्त-ए-लुत वाळवंटाच्या अगदी दक्षिण भागातून रेल्वे मार्ग होता. केरमान आणि याझ्द या दोन तशा मोठ्या शहरांमधून तो जात होता. दोन्ही शहरात विमानतळ होते. नकाशांवरून ते किती मोठे होते याचा अंदाज लागत

नव्हता. शिवाय झाहेदानपासून अफगाण सरहद्दीवरच्या झाबोलपर्यंत मोठे रस्ते दिसत होते.

झाबोल. कशा तऱ्हेचे शहर असेल ते? नावावरून तरी जगाच्या पार टोकावरचे शहर असावे असा भास होत होता. त्याचे कुतूहल चाळवले.

जवळच्या टेलिफोनने विचित्र आवाज केला.

"मिस्टर बाँड? रिसेप्शन. आपल्याला भेटायला स्त्री आली आहे. नाव सांगत नाही."

"सांग मी खाली येतो म्हणून."

लिफ्टकडे जाताना त्याच्या मनात विचार आला की तेहरानमध्ये त्याला कुणी एकटे राहू देत नाही. बहुधा दारियुशने तिला पाठवले असेल. दारियुश सोडला तर रीजन्ट पार्कमधल्या फार तर तिघांना त्याचा ठावठिकाणा माहीत होता.

पांढऱ्या शुभ्र संगमरवरी फरश्या बसवलेल्या, लॉबीच्या दुसऱ्या बाजूला असलेल्या गिफ्ट शॉपच्या काचेमधून त्याच्याकडे पाठ करून एक स्त्री आत बघत होती. काळे केस, अर्धवट पोनी टेल बांधलेला, पांढरा शुभ्र स्लीव्हलेस ब्लाऊज, नेव्ही ब्ल्यू रंगाचा गुडघ्यापर्यंत पोहोचणारा स्कर्ट. चंदेरी वादींचे सॅन्डल्स.

त्याच्या हृदयाची धडधड वाढली. त्याच्या पावलांचा आवाज येताच ती स्त्री वळली. तिचा चेहरा बघताच आनंदाने तो उद्‍गारला "स्कार्लेट... तू इथे..."

तिने हसत त्याच्या ओठांवर बोट ठेवले. "इथे नको. तुझ्या खोलीवर गेले तर चालेल?"

स्कार्लेटला बघितले म्हणून त्याचा इतका गोंधळ उडाला नव्हता की सुरक्षिततेच्या साध्या गोष्टींची काळजी घ्यायलाही तो विसरला असता. "थोडे बाहेरच जाऊ या चालत."

"मला फक्त पाच मिनिटेच वेळ आहे."

"अगदी जवळ एक छोटी बाग आहे."

हॉटेलबाहेर पडताच बाहेरच्या रहदारीचे असंख्य आवाज त्यांच्या कानावर आदळायला लागले.

"स्कार्लेट..." बाँड म्हणाला.

"मी स्कार्लेट नाही."

"काय?"

"मी पॉपी."

"तिने तर मला सांगितले...."

"की मी तिच्यापेक्षा लहान आहे म्हणून? ती नेहमीच तसे सांगते." पॉपी हळूच हसली. "आणि मी तशीच आहे. तिच्याहून पंचवीस मिनिटांनी लहान आहे. पण

आम्ही 'डायझाय गॉटिक' जुळ्या बहिणी आहोत.''

''म्हणजे नक्की कशा आहात?''

''अगदी एक सारख्या दिसणाऱ्या नाही.''

''मी तरी फसलोच होतो. बरं चल. निघू या.'' शंभर यार्डांवर आसपास घरे आणि मध्ये मोकळ्या जागेत हिरवळ होती. मुलांसाठी झोपाळे. बसायला बाके. त्यांनी एका बाकावर बैठक मारली. डोकी जवळ आणून हळू आवाजात बोलायला सुरुवात केली. प्रेमात पडलेल्या व्यक्तीच गप्पा मारत असल्यासारखी. इतरांना तसेच वाटेल अशी निदान बाँडला तरी आशा होती.

''मी गॉर्नरबरोबर इथे आलेली आहे,'' पॉपी म्हणाली. ''तू तेहरानमध्ये आहेस हे त्याला माहीत आहे. त्याने पोस्टामध्ये पत्र टाकण्यासाठी मला पाठवले आहे. मी तुला भेटले असे त्यांना कळले तर शाग्रिन माझा जीवच घेईल. पण तुझ्यासाठी मी काहीतरी आणले आहे.''

इकडे तिकडे बघत तिने एक घडी केलेला कागद त्याच्या हातात ठेवला.

तिच्या मनावरचा ताण त्याला तिच्या डोळ्यांत दिसत होता.

''तू नौशारला जाणार आहेस?'' तिने विचारले.

त्याने मान डोलावली.

''मग उपयोग होईल या कागदाचा.''

''गॉर्नरचे वाळवंटामधले मुख्य ठाणे कुठे आहे?''

''मला माहीत नाही.''

''पण तू गेली आहेस तिथे.''

''खरे तर तिथेच राहते. आम्ही हेलिकॉप्टरने जातो. पण त्या वेळी तो मला झोपवून ठेवतो. फक्त वैमानिकाला माहीत आहे.''

''बामजवळ आहे?''

''असेलही. पण माझ्या मते ते केरमानला जास्त जवळचे असावे. आम्ही प्रथम याझ्दला मोटरने जातो. तिथेच तो मला मादक द्रव्ये देतो.''

बाँड रोखूनच तिच्या डोळ्यात बघत होता. याचना करणारे मोठे मोठे डोळे. ती इतकी तिच्या बहिणीसारखी दिसत होती की मनात गोंधळ उडावा. एखादा औंस वजन कमी आहे का? गालावरची लाली मादक द्रव्यांचा परिणाम असेल? बोलण्यात फ्रेंचपेक्षा चेल्साचीच ढब होती. ओठांची ठेवण तशीच. फक्त स्कार्लेटचे डोळे बदामी रंगाचे होते तर हिचे पिवळसर तपकिरी. मध्येच हिरवी छटा.

तिच्या दंडावर हात ठेवत तो मृदू स्वरात म्हणाला, ''पॉपी, मी काय करावे अशी तुझी इच्छा आहे?'' क्षणभर तिच्या हातामधली थरथर त्याला जाणवली.

त्याच्या डोळ्यात खोलवर बघत तिने स्पष्ट सांगितले, ''गॉर्नरला ठार कर.

तेवढीच गोष्ट तू करू शकतोस. ठार कर त्याला.''

"म्हणजे त्याच्याजवळ जाऊन सरळ...."

"ठार कर. दुसरे काही करायला खूप उशीर झाला आहे आणि मिस्टर बाँड...."

"जेम्स...."

"आणि जेम्स, हे फक्त माझ्यासाठी नाही. मला तुझ्या मदतीची नितांत गरज आहे, हे सत्यच आहे...'' क्षणभर तिच्या तोंडातून आवाज फुटेना. स्वत:ला सावरत ती पुढे म्हणाली, "गॉर्नर काहीतरी भयानक गोष्ट घडवणार आहे. गेले कित्येक महिने तो योजना आखतो आहे. आता कोणत्याही दिवशी तो उत्पात घडवून आणेल. मीच काय पण दुसरे कुणीही त्याला परावृत्त करू शकणार नाही. माझ्या हातात पिस्तूल मिळाले तर मीच त्याला ठार करेन.''

"पॉपी, मी मारेकरी नाही,'' बाँडने उत्तर दिले. "तो कशामध्ये गुंतला आहे याचा शोध घेण्यासाठी मला पाठवले आहे. ते कळून घेऊन मला लंडनला माहिती द्यावी लागेल.''

कोणत्याही स्त्रीने कधी उच्चारला नसेल, असा अपशब्द उच्चारत ती संतापानेच उद्गारली, "ते विसर. रिपोर्ट विसर. वेळच उरलेला नाही. तुझ्या लक्षात येत नाही का जेम्स?''

"मला भेटणारा प्रत्येक जण मला सांगत आला आहे की गॉर्नरपासून दूर राहा. तू आता सांगते आहेस की, त्याला गाठ आणि सरळ ठार कर.''

"कारण मला इतरांपेक्षा जास्त माहिती आहे आणि मी त्याला इतरांपेक्षा जास्त चांगली ओळखते,'' पॉपी स्पष्टपणे म्हणाली.

बाँड अस्वस्थ झाला. पॅरिसमधल्या हॉटेलमध्ये त्याच्या खोलीत स्कार्लेटला बघितल्यावर तो असाच बेचैन झाला होता. "तू जी आहेस म्हणते आहेस तीच तू आहेस, हे तरी मी कसे ओळखणार?''

"म्हणजे मी स्कार्लेट नाही याची खात्री पटवून घ्यायची आहे तुला?''

"इतरही गोष्टी आहेतच.'' डोळ्यांच्या रंगाबद्दल तो काही बोलला नाही.

"तू तिला विवस्त्रावस्थेत बघितले आहेस?''

"पहिल्या किंवा दुसऱ्याच भेटीत आपल्या उद्योगाशी संबंधित व्यक्तीशी बोलताना बँकर्स आपले कपडे उतरवतात असा समज आहे की काय तुझा?''

पॉपीने उभे राहून आपल्या मांडीकडे बोट दाखवले. "माझ्या मांडीवर छोटीशी जन्मखूण आहे, तिच्या नाही. जवळ ये.'' तिने त्याचा हात पकडून बागेच्या भिंतीजवळच्या झुडपांमागे नेले. ती भिंतीशी पाठ करून उभी राहिली. इकडे-तिकडे बघत तिने कंबरेचा पट्टा सैल केला आणि स्कर्टची चेन खाली करून तो थोडा खाली घेतला. तिच्या पांढऱ्या चड्डीच्या खालीच स्ट्रॉबेरीच्या आकाराची आणि रंगाची खूण

होती खरीच.

"बघ," असे म्हणत तिने पटकन स्कर्ट पुन्हा वर खेचला.

"छान आहे, पण मी स्कार्लेटची...."

"अर्थातच. पण या क्षणी मी एवढेच करू शकते."

बाँडने मान डोलावली.

आपल्या हातांमध्ये त्याचे हात पकडून ती हळूच म्हणाली, "लक्षात घे जेम्स, प्रश्न फक्त माझ्या आयुष्याचा नाही. माझ्या विश्वासाला तडा जाऊ देऊ नकोस."

"कळले."

"निघायला हवे मला. तुझी पुन्हा लवकर भेट व्हावी, अशी माझी देवाजवळ प्रार्थना आहे."

बाहेर पडून सहा लेन्समधली रहदारी टाळत ती धावत पलीकडे पोहोचेपर्यंत तो बघत राहिला. तिने वळून त्याला हात केला नाही. तिनं थांबवलेल्या पहिल्या टॅक्सीत बसून ती निघून गेली.

*

हॉटेलमध्ये परत आल्यावर आपल्या खोलीच्या बाल्कनीत उभे राहून त्याने पॉपीने दिलेल्या कागदाची घडी उलगडली. पेन्सिलने काढलेला तो नौशारच्या किनाऱ्याचा नकाशा होता. तिनेच काढला असावा. एका हॉटेलच्या नावावर खूण होती. जलाल्स फाईव्ह स्टार – 'बेटर दॅन द रेस्ट.'

मार्जिनमध्ये लिहिले होते, 'इस्फहानी ब्रदर्स बोट बिल्डिंग.' तिथून डॉक्सच्या एका रस्त्याच्या मध्यापर्यंत रेघ काढली होती. फार्सी लिपीमध्येही नाव आणि पत्ता लिहिला होता.

पंख असलेले जहाज

दुसऱ्या दिवशी सकाळी उत्साहाने, कुठलीच चिंता नसल्याप्रमाणे बाँड त्याच्यासाठी आलेल्या कॅडिलॅक गाडीत बसला.

"मी हमीद," पांढरे केस आणि मोठा काळ्या मिशांचा झुबका असणाऱ्या गंभीर चेहऱ्याच्या ड्रायव्हरने आपली ओळख करून दिली. "मी तुम्हाला कॅस्पिअन समुद्रावर घेऊन जाणार आहे. पोहण्याचे कपडे घेतले आहेत?" बाँडच्या हातातल्या छोट्या बॅगेकडे बघत त्याने विचारले.

"घेतले आहेत. इतरही वस्तू आहेत," बाँडने उत्तर दिले. त्या छोट्याशा बॅगेत एक स्पन्ज बॅग होती. एक शर्ट, एक अंडरवेअर आणि नकाशेही होते. एक दिवसाहून जास्त वेळ नौशारमध्ये काढायचा त्याचा विचारच नव्हता. बॅगच्या बिजागरांच्या खाली लपवलेल्या कम्पार्टमेंटमध्ये वॉल्थर पिस्तुलाचे सायलेन्सर, जास्तीच्या गोळ्या आणि त्याच्यासाठी शस्त्रास्त्रे ठेवणाऱ्या मेजर बूथरॉईडने डोळ्यांची पापणी न हलवता सांगितल्याप्रमाणे काहीतरी खास वस्तूही होती. परिस्थिती बिकट बनली तर असलेली बरी.

बाँडचा कुठल्याही तऱ्हेच्या यांत्रिक करामती असलेल्या साधनांवर विश्वास नव्हता. त्याने त्या वस्तूकडे लक्षही दिले नव्हते. खूप आग्रह केला गेल्याने त्याने एक रॉन्सन व्हाराफ्लेम लायटर घेतला होता. साधारण माणसाला सहा तास तरी निकामी करेल असा विषारी तीक्ष्ण बाण खटका दाबताच त्यातून मारला जात असे. तशी प्रवासात त्याला विशेष कशाची गरज भासत नसे. त्याचा स्वत:वर दांडगा विश्वास होता आणि त्याच्या वॉल्थर पीपीके पिस्तुलावरही. सायलेन्सरही त्याला खरा तर पसंत नव्हता. लावण्यात काही क्षण फुकट जातात असे वाटे. आणि आधीच बसवलेला असेल तर काढताना तो कपड्यात अडकेल याची धास्ती वाटे.

गाडीमध्ये टेकून बसून तेहरानची उत्तरेकडली उपनगरे मागे जाताना बघत त्याने चेस्टरफिल्डच्या नवीन पाकिटामधली सिगारेट काढून पेटवली. हॉटेलमधल्या दुकानात याच सर्वांत चांगल्या अमेरिकन सिगारेट्स होत्या. एक हमीदलाही देऊ केली. तीन वेळेला नाही म्हणून त्याने नंतर ती स्वीकारली. तेहरानची ही पद्धत त्याला आता परिचित झाली होती.

सकाळच्या गरम हवेत त्याचा सुती शर्ट अंगाला चिकटायला लागला. गाडी वातानुकूलित नव्हती. त्याने त्याच्या बाजूची खिडकीची काच खाली केली. शहर उत्तरेला वाढण्यापूर्वी उन्हाळ्याच्या प्रखर दिवसांत पूर्वी लोक शिम्रानलाच थंड हवेसाठी म्हणून जात. दारियुशच्या म्हणण्याप्रमाणे मग शिम्रानच मोठे शहर बनले. श्रीमंत लोक तिथल्या एखाद्या फळबागेत शेतकऱ्याच्या झोपडीमध्ये राहत. दोन महिने वाहत्या ओढ्याजवळ काढत. त्यांच्या पूर्वजांप्रमाणे साधेसरळ आयुष्य जगत. गावामधले अन्न खात. डोंगरदऱ्यांमध्ये चालायला जात. रात्री काव्यवाचनात वेळ घालवत. पण शिम्रानची लोकसंख्या वाढतच राहिली आणि ती टाळण्यासाठी लोक अलबुर्ज पर्वत पार करून थंड हवा शोधायला लागले. पण पर्शिअन लोकांची गाड्या चालवण्याची पद्धत लक्षात घेता अलबुर्ज पर्वत पार करणे हेच एक साहस होते.

उजव्या हाताला बोट दाखवत हमीद म्हणाला, "द वे ऑफ ए थाऊजंड अबिसेस."

पर्वत चढायला लागल्यावर रस्ता वळून सारखा मागे-पुढे जात असला तरी एकदा हमीदने ॲक्सिलरेटर दाबून ठेवल्यावर कसाही भूभाग असला तरी त्याने पाय वर म्हणून उचलला नाही. फक्त डावा हात चाकावर ठेवून उजव्या हाताने हातवारे करत तो दाखवत होता. "व्हॅली ऑफ फेट... हिल ऑफ द व्हर्जिन्स... लायन्स डेन... क्रॉसिंग ऑफ ग्रेट पेरिल."

कधी कधी खोल घळींमध्ये, दऱ्यांमध्ये कोसळलेल्या गाड्यांचे, बसेसचे गंजलेले अवशेष बाँडच्या नजरेस पडत होते. फारच धोक्याचे वळण आले की, हमीद *अल्लाहु अकबर* अशी आरोळी ठोकायचा आणि ॲक्सिलरेटरवरचा पाय उचलून वेग कमी करायचा विचारही मनात न आणता देवावर भार टाकून मोकळा व्हायचा.

हळूहळू हवेत फरक पडायला लागला. दोन तासांनी डोंगरावरच्या एका चहाच्या स्टॉलपाशी गाडी थांबवून हमीदने बाँडला आपल्या मागे यायची खूण केली. व्हरांड्यामध्ये काळ्या गोड चहाचे घुटके घेत उन्हाच्या झळा आणि धूर यांच्यामधून धूसर दिसणाऱ्या तेहरानकडे ते बघत बसले. वाळवंटामध्ये मानवी प्रयत्नांनी निर्माण झालेले शहर.

स्टॉलचा मालक हमीदचा नातेवाईक असावा. आतमध्ये जाऊन त्याच्याबरोबरचे व्यवहार पार पाडून त्याने बाँडला निघायची खूण केली. तासाभराने पर्वताचा जास्तीत जास्त उंच असा भाग पार करून त्यांनी कॅस्पिअनच्या सपाट भागाच्या दिशेने उतरायला सुरुवात केली. हवेत आर्द्रता होती आणि थंडावाही. क्षितिजावर एखाद्या मृगजळाप्रमाणे कॅस्पिअन समुद्राचे मध्येच हिरवी झाक मारणारे निळे पाणी दिसायला लागले. चारही बाजूंनी जमिनीने वेढलेला जगातला सर्वांत मोठा समुद्र.

खूप खाली, दूरवर, हिरव्या झाडाझुडपांमधून वळत वळत जाणारा रस्ता बाँडला दिसत होता. गाढवे, उंट यांचे तांडे चालताना दिसत होते. टपावर सामान रचलेल्या प्रवासी बसेस दिसत होत्या. नाना तऱ्हेच्या मोटर गाड्यांच्या गर्दीतून उंट, गाढवे हळूहळू मार्ग काढत होती. खोक्यासारख्या वाटणाऱ्या गाड्या इथेच तयार होत असणार असा बाँडचा तर्क होता. शिवाय अनेक कॅम्परव्हॅन्स, बीटल सलून्स, कार्स आणि फोक्सवॅगन्स होत्या.

संत्र्यांच्या बागांतून गाडी जात असताना तो खोल श्वास घेत होता. एक तर संत्र्यांचा वास दरवळत होता म्हणून आणि दुसरे म्हणजे पुढे काय करायचे याचा विचार करायचा म्हणून. आपली सुटी संपली आहे याची त्याला खात्री पटली होती. परिस्थितीशी जुळवून घ्यायला त्याला केवळ छत्तीस तास मिळाले होते. त्याच्या खऱ्या कसोटीचा क्षण जवळ येत होता. फेलिक्स लेईटरच्या शब्दात ट्रीपच्या काटेरी शेवटाला तो पोहोचत होता.

नौशारला ते पोहोचले तेव्हा दुपार झाली होती. सर्वांचा विश्रांतीचा काळ. शहराचा अंदाज यावा म्हणून त्याने हमीदला इकडे तिकडे गाडी फिरवायला सांगितले. शहांचे उन्हाळी निवासस्थान आणि श्रीमंतांची उत्कृष्ट घरे समुद्रापासून दूर, दोन्ही बाजूला पामची झाडे असणाऱ्या रस्त्यांवर असली तरी किनाऱ्यावर चांगली हॉटेल्स होती. पॉपीने सुचविलेल्या 'जलाल्स फाईव्ह स्टार' या हॉटेलपाशीच त्यांनी जेवण घेण्यासाठी गाडी उभी केली.

डायनिंग रूम रिकामीच होती. त्याचा ड्रायव्हर भात आणि कबाब खात असताना बाँड त्याला म्हणाला, ''हमीद, आपल्याला काही गोष्टी नक्की ठरवायची गरज आहे. लक्षात येते ना? डॉक्सच्या भागात मला जिथे जायचे आहे तिथे मला सोडल्यावर तू तिथे थांबू नकोस. संध्याकाळी आठ वाजेपर्यंत या हॉटेलमध्ये मी परत आलो नाही, तर तू मिस्टर दारियुश अलीझादे यांना फोन कर. हा त्यांचा नंबर घे. पुढे काय करायचे ते त्यांना माहीत आहे.''

बाँडने हमीदच्या हातात काही रियाल्स ठेवले. ''हे पुरेसे ठरतील बहुधा. ठीक आहे ना?''

''अल्लाला काळजी,'' असे हमीद म्हणाला खरा, पण त्याची पूर्ण खात्री नसावी. ''मिस्टर जेम्स, तुम्हाला हवा तो निरोप मी पाठवू शकतो. डेड लेटर बॉक्सेस म्हणजे काय ते ठाऊक आहे मला.''

बाँड मोठ्याने हसला, ''काय?''

''मी एका अमेरिकनसाठी गाडी चालवली आहे. मिस्टर सिल्व्हर. त्यांनाही दुभाष्याची गरज होती आणि मिस्टर जेम्स, मला कॅव्हिआर आवडते. इथे छान मिळते.''

''मिळायलाच हवे. समुद्र जवळ आहे. कॅव्हिआर क्वचित ठिकाणीच का मिळते ठाऊक आहे?''

हमीदने मान डोलावली. ''स्टुरजन माशांची अंडी – पुरुष माशाने न....''

''ठीक आहे, ठीक आहे हमीद.'' बाँडने आणखी काही नोटा काढून त्याच्या हातात कोंबल्या. ''ह्या घे आणि तयार राहा.''

''तयार राहतो,'' असे म्हणत हमीद डायनिंग रूमच्या दिशेने निघाला.

''मी आलोच एका मिनिटात कपडे बदलून,'' बाँड क्लोकरूमकडे जात म्हणाला.

मिनिटभराने ते गाडीमध्ये बसून हळूहळू मुख्य डॉक्स विभागाकडे निघाले. बाँडच्या हातात पॉपीने दिलेला नकाशा होता आणि हमीद प्रत्येक रस्त्याचे नाव सांगत होता. दोन-तीन मोठी व्यापारी जहाजे आणि अनेक मच्छिमारी नौका नांगर टाकून उभ्या होत्या. डॉक्सचा विभाग भव्यच होता. जवळच्या किनाऱ्यावर पर्यटक समुद्रस्नानाचा आनंद लुटत असताना अनेक रस्ते, वेअरहाउसेस, कन्स्ट्रक्शन यार्ड्सच्या या एकाकी भासणाऱ्या भागात दोन विनाशिकासुद्धा सहज उभ्या राहिल्या असत्या.

''हाच रस्ता दिसतो आहे,'' बाँड म्हणाला. ''इमारतींवर लिहिलेली नावे वाच आता.''

गाडी चालवता चालवता फार्सी लिपीत लिहिलेली नावे वाचताना एका इमारतीवरचे नाव त्याने वाचले. ''इस्फहानी ब्रदर्स बोट बिल्डिंग.''

''चांगले काम केलेस पॉपी,'' गाडीमधून उतरता उतरता बाँड पुटपुटला. मग हमीदकडे वळून त्याने विचारले, ''लक्षात आहे ना आपले काय ठरले आहे ते?''

''आठ वाजता, मिस्टर जेम्स.''

''आणि मिस्टर अलीझादेना फोन करण्यापूर्वी या पोकळ खांबाच्या आत नजर टाक,'' पूर्वी ट्रॅफिक सिग्नल बसवला असावा असे वाटणाऱ्या गंजलेल्या गोलाकार खांबाकडे बोट दाखवत बाँड म्हणाला. ''तिथे मी एखादी चिठ्ठी ठेवली आहे का बघ.''

आणि त्या दिवशी प्रथमच हमीदचे डोळे चमकले. हसताना मिशांचा झुबका वर उचलला गेला. ''डेड लेटर,'' तो उद्‌गारला.

''साधारण तेच.'' तो घेत असलेल्या काळजीचे बाँडला स्वत:ला देखील आश्चर्य वाटत होते. पण त्याचे अंतर्मनच त्याला सारखे सावध राहा सांगत होते.

गाडी वळवून हमीद दिसेनासा झाल्यावर बाँड इमारतीच्या दिशेने निघाला.

एका बाजूला बाहेरून बांधलेल्या जिन्याच्या पायऱ्या फक्त दिसत होत्या. चालत जाणाऱ्यांसाठी हा एकच प्रवेश करण्याचा मार्ग वाटत होता. दुसरा कुठला सहज

न दिसणारा मार्ग आहे का बघण्यासाठी त्याने रस्त्यावरून चालायला सुरुवात केली. मग त्याच्या लक्षात आले की दर्शनी भाग एवढीच काही प्लँटची इमारत नाही. थोड्या कमी उंचीचे, जोडलेले ॲनेक्सही दिसत होते. या ॲनेक्सवर मुख्य इमारतीसारख्या कशाही टाकलेल्या लाकडी फळ्या नव्हत्या, तर स्टेनलेस स्टीलसारख्या वाटणाऱ्या कशाने तरी तो भाग झाकला होता. समुद्रात पन्नास यार्ड तरी आतपर्यंत ती इमारत घुसली होती. इतर ठिकाणांपेक्षा खोल अशी गोदी असणार.

एकदा कुतूहल चाळवल्यावर आत शिरायला कुठे जागा आहे का, शोधण्यासाठी तो पुढे झाला. पण आच्छादन अखंड वाटत होते. खिडकी नाही, दार नाही, कुठल्याही तऱ्हेची फट नाही. जुन्या इमारतीमधून एक लाकडी बंद असा गॅन्गवे फक्त आत पोहोचलेला दिसत होता.

त्याच्यावर कोणी पाळत ठेवत नाही याची खात्री करून घेण्यासाठी त्याने आसपास दोन फेऱ्या मारल्या. मग एका लॉरीमागे जाऊन त्याने आपले कपडे काढले. आता फक्त पोहण्याची चड्डीच त्याच्या अंगावर होती. त्याने कपड्यांच्या घड्या घातल्या. त्या बंडलामध्ये वॉल्थर पीपीके ठेवताना तर त्याच्या खूप जिवावर आले होते. पण हॉटेलमध्ये कपडे बदलताना कमांडो वापरतात तसा एक सुरा मात्र त्याने डाव्या पायाला गुडघ्याखाली बांधून घेतला होता. दोन्ही बाजूंना नजर टाकत, काठाकाठाने पुढे जाऊन त्याने सरळ पाण्यामध्ये उडी घेतली. पाण्यावर तेलाचे तवंग होते. श्वास घुसमटून टाकणारा डिझेलचा वास होता. श्वास सोडून त्याने पाण्याखाली सूर मारला.

स्टेनलेस स्टीलने आच्छादलेला भाग पार खाली पोहोचला होता. दोन्ही बाजूंना असणाऱ्या डझनभर तरी पोलादी खांबांनी तो तोलून धरला होता. इमारतीच्या भिंतीही तशाच खालपर्यंत पोहोचल्या होत्या. कोणीतरी काळजीपूर्वक आणि व्यवस्थित काम केले होते. पोलादी खांब समुद्रामध्ये काँक्रीटच्या ठोकळ्यांमध्ये बसवले होते. आत घुसायला कुठेच जागा दिसत नव्हती. किनाऱ्याजवळ जमीन उंचसखल असणारच. कुठे तरी फट नको का मग? इमारतीचे तोंड समुद्रापर्यंत पोहोचले असेल, तर तिथे ते उघडे असण्याची एक शक्यता होती. पण पाण्याखालून तिथपर्यंत पोहोचायला खूप वेळ लागला असता आणि त्याला पृष्ठभागावर येणे भाग पडले असते.

त्याला पाण्याखाली शिरून साधारण मिनिटभर वेळ झाला. तो अनुभवी पाणबुड्या असला आणि प्रकृतीने दणकट असला तरी पाण्याखाली अधिक काळ राहणे शक्य होणार नव्हते. धातूच्या भिंती सरळ वर पोहोचल्या होत्या आणि शेवाळात व गढूळ पाण्यात नाहीशा होत होत्या. त्या भिंतींमध्ये त्याच्या हाताला जोड लागत होते. ठोकलेले रिबेट्स लागत होते. पण बाजू सगळीकडून अखंड होत्या. ज्या कोणी हे काम केले होते त्यांच्याकडे तज्ज्ञ माणसे होती, पैसा होता,

औद्योगिक पाठबळ होते यात शंका नव्हती.

त्याच्या रक्तातला ऑक्सिजन कमी व्हायला लागला तशी पायातली ताकद कमी होऊ लागली. पण बांधकामाचे स्वरूप बघता त्याला नक्की काहीतरी महत्त्वाची गोष्ट सापडली होती. त्याने त्या खराब पाण्यातून जाताना डोळे सताड उघडे ठेवले होते. एका खडकाशेजारून जाताना त्या ठिकाणी खडकाच्या आकाराप्रमाणे स्टेनलेस स्टील कापलेले होते. अणकुचीदार खडक आणि स्टीलमध्ये फट होती आणि तेवढ्या भागामधून आपण आत घुसू शकतो असे बॉंडला वाटले. खडकांवर हात धरून तरंगता तरंगता पाठीला थोडे फार खरचटले तरी दम जाता जाता त्याने पाय मारले. खडकावर पोट घासले गेले आणि कापलेल्या स्टीलच्या पत्र्यावर पाठ घासली गेली. आत शिरताच चार हात मारून तो वरवर यायला लागला होता. थोडा वर्तुळाकार असा प्रचंड मोठा सांगाडा दिसत होता. काठाकाठाने तो वर पोहोचू शकला असता. तो थोडासाच वरच्या बाजूला पोहोचला, तर त्या सांगाड्याला नव्वद अंशात दोन्ही बाजूंना विमानाच्या दोन पंखांसारखी वळणे होती.

पंख असलेले जहाज नसेल ना हे? ....छे! ते कसे शक्य आहे? जहाज नाही, विमान नाही, तर तो एखाद्या मजल्याखालीच अडकला नसेल ना? त्याचा धीर सुटायला लागलेला असताना तो धापा टाकतच पाण्यावर पोहोचला.

मिनिटभराने जेव्हा त्याची धडधड थांबली, श्वासोच्छ्वास नेहमीप्रमाणे व्हायला लागला, तेव्हा त्याने इकडे तिकडे नजर फिरवली.

त्याच्या नजरेला जे काही पडले त्याने तो आश्चर्यचकित झाला. स्टेनलेस स्टीलचा प्रचंड सांगाडा म्हणजे एक मोठा हॅन्गर होता आणि त्यामध्ये फक्त एक कुठले तरी यान होते, आणि ते नक्की काय आहे याचा त्याला थोडाही अंदाज येत नव्हता.

पाठीवर खरचटले होते, त्या ठिकाणी खाऱ्या पाण्याने आग होत असताना अगदी हळू, आवाज होऊ न देता तो त्या महाकाय यानापासून लांब लांब सरकायला लागला. तो थोडा दूर आला तरच त्या यानाची थोडी फार कल्पना त्याला आली असती. बघता बघता थक्क होऊन ते नक्की आहे तरी काय, याचा तो विचार करायला लागला. त्याच्या दृष्टीला काहीतरी आश्चर्यकारक, अतर्क्य गोष्ट दिसत होती.

त्या यानाची शेपटी हॅन्गरच्या किनाऱ्याच्या टोकापाशी होती आणि नाक जाळ्याखाली कॅस्पिअन समुद्रात पोहोचले होते. शंभर यार्डांहून लांब असे काहीतरी होते. शेपटी वर उचललेली आणि बाजूला माशांसारखे कल्ले. पंखही होते, पण ते अरुंद होत जाण्यापूर्वी छाटून टाकल्यासारखे वाटत होते. नाक मोठ्या प्रवासी विमानासारखे. थोड्या मागे असणाऱ्या इंधनाच्या टाकीवर आठ जेट इंजीन्स असावीत

असा त्याला भास होत होता.

त्या यानाचे हेच घर असावे असे ते विसावले होते. पण खाली प्रॉपेलर्स नव्हते, तेव्हा ते हवेमधूनच जात असणार. पंख कापलेले असताना ते खूप उंचीवरून उडणे शक्य वाटत नव्हते. तोच मुख्य मुद्दा असेल का असा त्याच्या मनात विचार आला. पाण्यावरून, थोड्याशा उंचीवरून, अफाट वेगाने, रडारवर न दिसता दूरपर्यंत पोहोचू शकणारे असेच यान असणार ते.

हॉवरक्रॅफ्टसारखे काहीतरी असेल तर सपाट भूभागावरूनही जाऊ शकेल. हॉटेलरूममध्ये बिछान्यावर नकाशे पसरून तो विचार करत होता, याची त्याला आठवण झाली. कॅस्पिअन समुद्राच्या उत्तर-पश्चिम दिशेला असलेल्या अस्त्राखान शहराच्या पलीकडल्या भागाकडे तो बघत होता. हे महाकाय यंत्र पर्शियन नौशारच्या डॉक्समधून सरळ रेषेत स्टालिनग्राडपर्यंत जाऊ शकत असेल की काय?

उजव्या बाजूला लोडिंगसाठी दरवाजा होता. तिथून निघणारा पोलादी वॉकवे पलीकडे असलेल्या वर्तुळाकार गॅलरीपर्यंत पोहोचत होता. हॅन्गरच्या मागे माल भरलेली खोकी लाकडी फळ्यांवर बांधून ठेवली होती. फोर्कलिफ्ट असणारे दोन-तीन ट्रक्स उभे होते.

आपली दमछाक नाहीशी झाली आहे याची खात्री पटल्यावर त्याने पाहणी करायचे ठरवून पाण्याखाली बुडी मारली. हॅन्गरमध्ये दुसरे कुणी नाही याची खात्री पटवून घेऊन गॅलरीपर्यंत कसे पोहोचता येईल याचा त्याला शोध घ्यायचा होता. तो शेपटीच्या दिशेने जाऊन आवाज न करता पुन्हा गढूळ पाण्यातून वर आला. डॉक्सच्या बाजूला एक लोखंडी शिडी होती. हळूच हात मारत तो शिडीजवळ पोहोचला. शिडीवरून वर चढला.

मिनिटभर थांबून त्याने हॅन्गरचे निरीक्षण केले. कॅमेरा असायला हवा होता. त्याच्यासाठी लंडनने खास बनवलेला वॉटरप्रूफ मिनॉक्स बी कॅमेरा घेऊन परत यायला हवे. साधारणतः तो जवळचे फोटो घ्यायला उपयोगी असे. पण दूरवरचे फोटो घेण्यासाठी त्यामध्ये खास झिस लेन्स बसवली होती.

तो जवळच्याच मालाच्या खोक्याजवळ पोहोचला. फोर्कलिफ्ट ट्रकवर सापडलेला गाडीचा टायर काढण्यासाठी बनवलेला लोखंडी बार घेऊन त्याने झाकण उघडले. चहाच्या पेटीएवढ्या त्या खोक्यात पॉलिथीन पॅकेट्स खच्चून भरली होती. त्याने एक पॅकेट उचलले. चार पौंड तरी वजन होते. पॉलिथीनचे कव्हर इतके जाड होते, की आतमध्ये काय भरले होते दिसत नव्हते. सर्व पॅकेट्स एकाच आकाराची होती. यंत्रांनीच बनवलेली, भरलेली आणि पॅक केलेली. असेंब्ली लाईन प्रॉडक्शन. पुढे काय करावे या विचारात असताना गॅलरीमधला कुठला तरी दरवाजा घासत उघडल्यासारखा आवाज आला आणि त्याने खोक्यांमागे उडी घेतली. एका माणसाने

काहीतरी प्रश्न विचारल्यासारखा, दुसऱ्याने उत्तर दिल्यासारखा आवाज आला. तो जमिनीवर आडवा झाला आणि त्याला समोर तपकिरी रंगाच्या मातीच्या गोळ्यासारखे काहीतरी नजरेस पडले.

अर्थातच! त्याने स्वत:लाच शिव्या घातल्या. त्याची हालचालच त्यांनी ऐकली असणार. तो मातीचा गोळा म्हणजे गेल्या दशकात बनवले गेलेले उत्कृष्ट साधन होते. एस.आय.डी. (साइस्मिक इन्ट्र्यूडर डिटेक्शन डिव्हाईस) तीनशे यार्ड अंतरापर्यंतची माणसांची, प्राण्यांची किंवा इतर कोणत्याही गोष्टींची हालचाल या साधनाने कळत असे. तीन मर्क्युरी सेल्स, एक बिल्ट इन डाय-पोल अँटिना, एक १५० मेगाहर्ट्झ ट्रान्समीटर हे एवढे सर्व त्या मातीच्या छोट्या ढेकळासारख्या भासणाऱ्या गोळ्यात होते.

धावणारी पावले, आरडाओरडा. पाण्यात बुडी घेतली तर खुल्या सागरावर पोहोचायच्या आधीच श्वास घेण्यासाठी त्याला पाण्यावर येणे भाग पडले असते. यानाखाली पाण्यातही जास्त वेळ थांबता आले नसते. तो जिथून आत शिरला ती फट त्याला शोधता येणार नव्हती. त्याला जमिनीवरूनच पळ काढावा लागणार होता.

तिथल्या गार्डचे शस्त्र जितक्या लवकर हस्तगत करता येईल तितकी त्याला सुटकेची जास्त संधी होती. एस.आय.डी. इतर गार्ड्सना त्याच्या अस्तित्वाबद्दल सावध करेपर्यंत थांबण्यात काही अर्थ नव्हता.

पोहोण्याच्या चड्डीशिवाय अंगावर काही नाही याची जाणीव ठेवून तो हळूच खोक्यांमागून पुढे झाला. त्या यानाची काही मोडतोड झालेली नाही याची खात्री करून घेण्यासाठी गार्ड खालच्या गॅन्ट्रीवर गेला असावा. तो उभा असलेल्या गॅलरीपासून तो भाग पंधरा फूट तरी खाली होता. वरून गार्डच्या खांद्यावर त्याने उडी मारली तर तो स्वत:च जखमी व्हायचीही शक्यता होती.

त्याने सुरा हातात घेतला. टायर आयर्नही. गॅलरीच्या कठड्याशी जाऊन टायर आयर्न जास्तीतजास्त लांब फेकला. खणखणाट होताच गार्ड त्या दिशेने धावत सुटला तर सावधपणे खालच्या गॅन्ट्रीवर उडी घेऊन बाँड मागच्या बाजूला पळाला आणि दडला. त्याच वेळी गार्ड मागे वळून शोधायला लागला.

यानाच्या शेपटीमागे उभे असताना एक विचित्रच गोष्ट बाँडच्या ध्यानात आली. शेपटीवर चक्क ब्रिटिश ध्वज रंगवला होता.

गार्ड त्याच्यापासून पाच-एक फूट अंतरावर असतानाच बाँडने पुढे होऊन त्याच्या अंगावर झडप घातली. गार्ड बाँडच्या वजनानेच दाणकन तोंडावर आदळला.

आपला सुरा त्याच्या गळ्यावर टेकवत बाँड म्हणाला, ''तुझे पिस्तूल खाली टाक.''

गार्डने धडपड सुरू करताच बाँडने सुऱ्याचे टोक त्याच्या थोडेसे अंगात घुसवले. रक्त वाहायला लागले. नाइलाजानेच गार्डने पिस्तूल टाकले. बाँडने ते गुडघ्यानेच दूर सारले.

त्या गार्डचा गळा न कापता त्याने त्याची 'कॅरोटीड आर्टरी' (मेंदूला रक्तपुरवठा करणारी रक्तवाहिनी) दाबली. फक्त अकरा पौंडांचा दाब मेंदूचा रक्तपुरवठा बंद करतो आणि सर्वसाधारण माणूस दहा सेकंदात बेशुद्ध पडतो. बाँडने त्याचा गळा जास्तच आवळला. त्याला कल्पना होती की, तो पंधरा सेकंदांत शुद्धीवर आला असता. पण तो गोंधळलेल्या अवस्थेत, गलितगात्र बनलेला असणार. त्याला स्वत:ला पळून जायला पंधरा सेकंद खूप होते.

त्याच्या शरीराखाली त्या दणकट गार्डच्या अंगातली शक्ती जाऊन तो बेशुद्ध पडल्याची जाणीव होताच बाँडने त्याचे पिस्तूल उचलले आणि शिडी चढून तो वर पळाला. जाता जाता पॉलिथीनचे एक पॅकेट उचलून तो समोर दिसणाऱ्या दरवाजातून बाहेर पडायला लागला असतानाच शुद्धीवर येणारा गार्ड ओरडायला लागला होता.

आता दरवाजामागे काय असेल याचा विचार करायलाही बाँडला वेळ नव्हता. त्याने सरळ दरवाजातून उडी ठोकली.

चांगली पॅन्ट

आपण कुठे पोहोचलो आहोत, हे कळायला त्याला क्षणभर वेळ लागला. डोळे तिथल्या प्रकाशाला सरावल्यावर त्याच्या लक्षात आले की, तो जहाजे बांधण्याच्या यार्डमध्ये आहे. एकच जहाज बांधले जात होते. धातूचे पत्रे कापल्याचे, घण मारल्याचे आवाज येत होते. तो हळूहळू गॅलरीच्या कडेकडेने निघाला. गॅलरीच्या टोकाला खालच्या प्लॅटफॉर्मवर नेणाऱ्या लाकडी पायऱ्या होत्या. एक उघडा दरवाजा होता. बाहेरच्या पायऱ्यांशी नेणारा – सुटकेचा मार्ग. तो त्या पायऱ्यांपर्यंत पोहोचला असेल नसेल, तर आरडाओरडा करणारा गार्ड हॅन्गरमधून मागच्या दरवाजात आला होता. वळून बाँडने एक गोळी झाडली. धावतच पायऱ्या उतरून तो प्लॅटफॉर्मवरून उघड्या दरवाजाच्या दिशेने निघालेला असताना त्याच्या डोक्यावरच्या लाकडी भिंतीत गोळ्या घुसायला लागल्या. नागमोडी धावताना तीन गोळ्या प्लॅटफॉर्मवर आपटून भलतीकडेच गेल्या.

त्याच्या समोरच्या दरवाजात पाय फाकवून दुसरा एक गार्ड गोळी झाडायच्या पवित्र्यात उभा होता. बाँडने दोन गोळ्या झाडताच तो कोसळला आणि त्याच्या अंगावरून उडी मारून संध्याकाळच्या प्रकाशात बाँड बाहेर पडला.

बाँडच्या मताप्रमाणे आयुष्यात पुढे जायची, हल्ला करायची जशी वेळ असते तशीच पळ काढायचीही असते. जगायचे तर कोणती वेळ कुठली आहे हे कळायला हवे. दारियुशने त्याला सांगितल्याप्रमाणे, प्रॉफेटच्या बाबतीतसुद्धा पवित्र शहरापर्यंतचा त्याचा प्रवास – हेजिरा – ही एक माघार होती, डावपेचाचा एक भाग. मागे न बघता 'हेजिरा' असे पुटपुटत तो रस्त्याच्या दिशेने धूम पळत सुटला. शहराच्या दिशेने शंभर एक यार्ड पार केले असतील नसतील तर बाजूच्या गल्लीतून त्याला पुन्हा पुन्हा वाजवला जाणारा गाडीचा हॉर्न ऐकू आला.

ती कॅडिलॅक गाडी होती आणि ड्रायव्हरच्या बाजूच्या खिडकीतून फक्त मिशांचा मोठा झुबकाच दिसत होता.

"गाडीत चढा मिस्टर जेम्स. नुसती पोहण्याची चड्डी घालून तुम्ही कुठे जाऊ शकत नाही." हमीदने मागचा दरवाजा उघडताच बाँडने स्वत:ला गाडीत झोकूनच दिले.

"गाडी पळव हमीद, पहिले इथून लांब जाऊ या."

हमीदला जास्त काही सांगायची आवश्यकताच नव्हती. डॉक्सच्या रस्त्यांवरून त्याने भर वेगात पळ काढला. आजादी स्क्वेअरमधून शहरापलीकडल्या श्रीमंतांची घरे असणाऱ्या, रस्त्याच्या दोन्ही बाजूंना पामची झाडे असणाऱ्या रस्त्यावर गाडी घातली. आपला पाठलाग होत नाही याची बाँडला खात्री पटल्यावर तो म्हणाला, "ठीक आहे हमीद, आता वेग कमी केला तरी चालेल."

वेग कमी करायचे हमीदच्या अगदी जिवावर आले होते, पण त्याने गाडी धिम्या गतीने चालवायला सुरुवात केली. मिशीतल्या मिशीत हसत त्याने विचारले, "त्या पॅकेटमध्ये काय आहे?"

"माहीत नाही," बाँडने उत्तर दिले. "हॉटेलमध्ये पोहोचल्यावर बघतो. तू मला हॉटेलवर सोड आणि माझ्यासाठी नवीन शर्ट-पॅन्ट घेऊन ये."

"अमेरिकन कपडे आवडतील?"

विचार करून जरा काळजीच्या स्वरातच बाँड म्हणाला, "साधे कपडे. रेघारेघांचे, चौकटीचे नाही आणि हमीद, तू का थांबला होतास तिथे?"

हमीदने खांदे उडवले. "दुसरे काही काम नव्हते. मी गाडी गल्लीत थांबवली. आसपास नजर टाकली. चांगला विभाग नाही. काळजीत पडलो. वाटले की तुम्हाला हमीदची गरज भासणार."

"योग्य विचार केलास मित्रा."

हॉटेलमध्ये परतल्यावर त्याने डेस्क क्लार्कला सांगितले की, त्याला हॉटेलमधली सर्वोत्कृष्ट खोली हवी आहे. जवळजवळ विवस्त्रावस्थेत असणाऱ्या आणि अंगावरच्या जखमांमधून रक्त वाहत असणाऱ्या बाँडकडे वरपासून खालपर्यंत संशयाने बघत त्याने त्याच्या हातात एक किल्ली ठेवली.

"माझे सामान येते आहे," बाँडने स्पष्टीकरण दिले. "त्याला – हमीदला – माझ्या खोलीचा नंबर सांग."

दुसऱ्या मजल्यावरच्या खोलीला बाल्कनी होती. समुद्राजवळच्या ट्रॉपिकल गार्डनचे दृश्य दिसत होते. रेडिओ, फ्रीजसारख्या दिखाऊ गोष्टी नसल्या तरी मोठी, स्वच्छ बाथरूम होती. बाँडने सिक्युरिटी चेक्स घेतले नाहीत. त्याने ही खोली घेण्याचे आत्ताच ठरवले होते, तेव्हा दुसरे कुणी त्याच्या आधीच या खोलीत येणे शक्य नव्हते. शॉवर घेताना पाठीवर पाणी पडले आणि प्रथमच वेदनेची एक चमक त्याला जाणवली.

अंग पुसताना दार ठोठावल्याचा आवाज आला. दार उघडताच छोटा चांदीचा ट्रे घेतलेला डेस्क क्लार्क दिसला.

"हे कार्ड एका स्त्रीने पाठवले आहे. तुम्हाला भेटायचे आहे तिला. खाली

थांबली आहे.''

''आभारी आहे.''

बाँडने कार्ड घेतले. ''मिस स्कार्लेट पापावा, इन्व्हेस्टमेंट मॅनेजर, डायमंड अ‍ॅन्ड स्टॅन्डर्ड बँक, १४ *बि ऱ्यु द्यु फोबोर्ग सॉं आन्रे.''*

त्याने दोन शिव्या हासडल्या. रागाने नव्हे, तर अविश्वासाने.

''त्या स्त्रीला काय सांगू?''

बाँड हसला. ''तू त्या स्त्रीला सांग की मिस्टर बाँड खाली येऊ शकत नाहीत कारण त्यांच्याकडे घालायला पॅन्टच नाही. पण शॅम्पेनची थंडगार बाटली आणि दोन ग्लासेस घेऊन जर ती वर येणार असेल तर मी तिचे स्वागतच करेन.''

गोंधळलेला क्लार्क निघून गेला. बाँड थक्क झाल्यासारखा हसला. रोम आणि पॅरिसमध्ये त्याला शोधून कशासाठी तरी गळ घालणे ही गोष्ट वेगळी, पण तो या भानगडीत इतका गुंतला असताना... त्याच्यावर विश्वास नसावा तिचा. बहुधा पॉपीने तेहरानहून फोन करून तिला जलाल्स फाईव्ह स्टार हॉटेलचे नाव सांगितले असावे. तरीही....

दार ठोठावल्याचा आवाज आला. बाँडने आरशात आपला अवतार बघितला. ओल्या केसांचा एक झुबका कपाळावर आला होता. पर्शियातल्या सूर्यप्रकाशाने गालावरचा व्रण अस्पष्ट वाटत होता. समुद्राच्या खाऱ्या पाण्याने डोळे तांबारले असले तरी नजरेतली भेदक आणि क्रूर छटा नाहीशी झाली नव्हती.

त्याने खांदे उडवले. काहीही असले तरी मिस स्कार्लेट पापावाला भेटताना त्याच्या स्वरूपात कुठलाही बदल करणे शक्य नव्हते. तो दार उघडायला गेला.

''अरे देवा! जेम्स, ठीक आहेस ना तू?''

''उत्कृष्ट. थँक यू स्कार्लेट. थोडे खरचटण्यापलीकडे काही नाही. पण तुला बघून खूप आश्चर्य वाटते आहे खरे.''

''आश्चर्य?'' शॅम्पेनची बाटली आणि दोन ग्लासेस ठेवलेला ट्रे घेऊन ती आत आली. ''आश्चर्य वाटणे मी समजू शकते. पण आनंद नाही? थोडाही आनंद नाही?''

''झाला की थोडासा.''

''मी पॅरिसहून परस्पर इथेच पोहोचले आहे.''

''ते तर दिसतेच आहे.''

तिने काळा बिझनेस सूट आणि पांढरा शुभ्र ब्लाऊज घातला होता. बाँडची नजर तिच्यावरून फिरताना दिसल्यावर ती म्हणाली, ''बरोबर आहे... योग्य असे कपडे विकत घ्यायला मला अजून वेळच झालेला नाही. पण तेहरानपेक्षा इथली हवा थोडी तरी थंड आहे याबद्दल देवाचे आभारच मानायला हवेत. उद्या मला शॉपिंग करावेच लागेल.''

“आधी हमीद माझ्यासाठी काय आणतो त्याच्यावर नजर टाक. एखादे वेळी इथल्या फॅशन्स आवडणार नाहीत तुला.”

“हमीद?”

“माझा ड्रायव्हर, आता टेलरही. शॅम्पेन?”

“थँक यू. काय सुरेख दृश्य दिसते इथून.”

शॅम्पेनची बाटली उघडण्यासाठी बाँड खिडकीकडे वळला.

“अरे देवा! तुझी पाठ किती.... आयोडिन मिळवायला पाहिजे. कसे काय केलेस तू हे?”

“तुला बऱ्याच गोष्टी सांगायच्या आहेत. पहिली गोष्ट म्हणजे मी तुझ्या बहिणीला भेटलो.”

“खरंच! कुठे?” स्कार्लेटच्या चेहऱ्यावरचे खट्याळ, गोंधळलेले भाव एकदम बदलले. चेहरा गंभीर झाला.

“तेहरानमध्ये. माझ्या हॉटेलमध्येच. तुम्हा पापावा भगिनींप्रमाणे अचानक हवेतूनच अवतीर्ण होणाऱ्या मुली मी उभ्या आयुष्यात बघितल्या नव्हत्या. मला तर वाटायला लागले आहे की मी चेल्सा इथल्या माझ्या फ्लॅटवर पोहोचेन तेव्हा तिसऱ्या बहिणीचा निरोपच माझी तिथे वाट बघत असेल.”

लाज वाटल्याप्रमाणे स्कार्लेटची मान खाली झुकली. “ती माझी जुळी बहीण आहे हे कळले तर तुला.”

“बरोबर.”

“सॉरी जेम्स, मी आधी सांगायला हवे होते तुला. पण तुला त्यामुळे काही फरक नाही ना पडत? ती नुसती माझी बहीण नाही तर माझी जुळी बहीण आहे, म्हणून मला अतिशय दुःख वाटते. पण ती कशी वाटली तुला? ठीक होती?”

“ती नेहमी कशी असते याची मला कल्पना नाही. बराच वेळ मला वाटले होते की ती तूच आहेस पण... तरी ती तू नव्हतीस. काय झाले की....”

“कळले, कळले मला. आमच्यापैकी कोण मोठी आहे हे तिने सांगितले तुला?”

“हो आणि तुम्हा दोघींना कसे ओळखायचे तेही दाखवले.”

“काय! खरोखर दाखवले?” स्कार्लेट पार चकित झाल्यासारखी दिसली “इथे?” तिने डाव्या मांडीच्या वरच्या भागाकडे बोट दाखवत विचारले.

“बरोबर, आम्ही पार्कमध्ये बसलो होतो. ती भलतीच बिनधास्त पोरगी आहे.”

“आणि ती मी नाही हे सिद्ध करण्यासाठी मी तुला काही दाखवू का?”

बाँड हसला. “नको, मला नाही वाटत तशी गरज आहे. स्कार्लेटचे काहीतरी आहे तुझ्यामध्ये. तू रोममधली मिसेस लारिसा रोस्सी आहेस. खात्रीने.” तिच्या

डोळ्यांबद्दल बोलायचे टाळले त्याने.

"झाले तर. आता मी आयोडिन आणून लावते तुझ्या पाठीवर," दरवाजाकडे जाता जाता ती म्हणाली.

"आणि परत येशील तेव्हा जुलैच्या मध्यावर एक पर्शिअन बँकर कॅस्पिअन रिझॉर्टवर नक्की काय करते आहे तेही सांगितलेस तर बरे होईल."

"सांगेन," दरवाजा ओढून घेत ती म्हणाली.

बाँडने शॅम्पेनचा एक ग्लास संपवला. दुसरा ओतून घेतला. त्याला स्कार्लेटला बघून खूप आनंद झाला होता हे तर तो नाकारू शकत नव्हता. पण तिला थोडे दमात घेण्याचीही आवश्यकता होती. एखाद्या स्त्रीची काळजी करण्यात त्याला स्वतःच्या कामगिरीवर दुर्लक्ष होऊ द्यायचे नव्हते.

दहा मिनिटांनी आयोडिनची बाटली आणि कापूस घेऊन स्कार्लेट परत आली. "मला वाटते हे बरोबर आहे. माझे फार्सी यथातथाच आहे."

"पॉपीला लिपी लिहिता तरी येते."

"तिला निदान शिकायची संधी मिळाली होती. गरीब बिचारी. आता हलू नकोस."

त्याच्या पाठीवरच्या जखमांवर ती आयोडिन लावत असताना तो खिडकीतून बाहेर बघत होता.

"तू खरे तर वेदनेने किंचाळायला हवे," ती म्हणाली. "वेस्टर्न सिनेमात बघितले आहे मी."

"तेवढे नाही दुखले पण."

"एखादे वेळी अँटिसेप्टिक नसेलच हे. पाणीच असायचे रंगीत. तुझ्या छातीवरही जखमा दिसत आहेत मला."

ती समोर येऊन वाकून उभी राहिल्यावर तिच्या केसांचा लिलि-ऑफ-द-व्हॅलीचा सुरेख गंध त्याला जाणवल्याशिवाय राहिला नाही. एवढा कष्टाचा प्रवास करून आल्यावरही आताच बाथरूममधून बाहेर पाऊल टाकल्याप्रमाणे ती टवटवीत दिसत होती.

ती अचानक थांबली. त्याचे डोळे तिच्यावर खिळले आहेत याची तिला जाणीव झाली असावी. तिने मान वर केली. तिचा चेहरा केवळ काही इंचांवर होता.

"इथे," त्याने गालावरच्या व्रणाकडे बोट दाखवले.

तिचे डोळे बारीक झाले आणि रोमनंतर प्रथमच मांजरीसारखे चमकले. तिने त्या व्रणावर नाजूकपणे बोळा फिरवला आणि हळूच ओठ टेकवले.

"आता बरं वाटतं ना?"

"खूपच," दातावर दात आवळून तो म्हणाला.

''आता इथे,'' मानेवरच्या व्रणावर तिने हात ठेवला आणि तिथे ओठ टेकवले.

''आणि इथे,'' खालच्या ओठावर बोट ठेवत बाँड म्हणाला.

''अर्थातच, तिथेही.'' स्कार्लेट आपले ओठ हळूच तिथे टेकवत मागे वळणार इतक्यात बाँडने तिला घट्ट धरले आणि तिचे प्रदीर्घ चुंबन घेतले. तिने दूर व्हायचा प्रयत्न न करता त्याला घट्ट मिठी मारली.

शेवटी एकदा तिला सोडल्यावर तो म्हणाला, ''तू म्हणतेस तीच तू आहेस याचा पुरावा मला वाटते मी बघावा आता.''

लाल पडलेल्या चेहऱ्याने तिने आपल्या काळ्या स्कर्टची कडा वर धरली. कुठलीही खूण दिसली नाही.

त्याने तिचा हात त्याच ठिकाणी दाबून धरत तिच्या केसांवर ओठ टेकवले आणि तो तिच्या कानात कुजबुजला, ''बँकर गुलाबी चड्डी घालते यावर कुणी विश्वास ठेवला असता?'' त्याला पॉपीची आठवण येऊन हसू आले. स्वच्छंदी समजल्या जाणाऱ्या पॉपीने लाजून कमरेखाली स्कर्ट सरकवला होता, पटकन खूण दाखवून तो वर घेतला होता. गंभीर विचारांच्या या मोठ्या बहिणीने चक्क आपला स्कर्ट वरच उचलला होता.

आपल्या बोटांनी त्याने हळूच तिच्या मांडीला स्पर्श केला. मग वाकून ओठ टेकवले.

''खूणही नाही आणि मुलायम त्वचा,'' तो म्हणाला. त्याने पुन्हा तिथे ओठ टेकवताना तिचे हात त्याच्या ओल्या केसातून फिरत होते.

''तुला हवा तर स्कर्ट काढू शकतेस तू आता,'' बाँड म्हणाला. त्याच्या अंगावर तर फक्त टॉवेलच गुंडाळलेला होता. तिने आपले जॅकेट काढले, स्कर्ट काढला, ब्लाऊजही काढला आणि ती बेडच्या काठावर जाऊन बसली. बाँडने तिच्याजवळ सरकत टॉवेलला हात घातला आणि दरवाजावर थाप बसली.

''हॅलो, हॅलो मिस्टर जेम्स, हमीद. तुमच्यासाठी पॅन्ट आणली आहे.''

''वा, वा ! तीच तर हवी होती आत्ता,'' घाईघाईने पुन्हा टॉवेल गुंडाळत तो म्हणाला.

स्कार्लेटच्या लाल पडलेल्या, अपेक्षेने बघणाऱ्या चेहऱ्याकडे बघत तो दूर झाला. ''सॉरी.''

धड श्वासही घेता येत नाही अशी तिची अवस्था झाली. मग हळूच मान डोलावून तिने जमिनीवर फेकलेले कपडे गोळा केले.

''शेवटी काम आहे हे.''

''नाहीतर विधिलिखित असेल,'' सुस्कारा सोडत स्कार्लेट म्हणाली.

*

त्यांनी हॉटेलच्या डायनिंग रूममध्ये जेवण घेतले. बाँडने हमीदलाही बोलावले.

"कॅव्हिआरसाठी दुपारी वेळ झाला नसणार तुला," बाँड हमीदला म्हणाला.

"नाही झाला मिस्टर जेम्स. मी तुमची वाट बघत होतो."

"ठीक आहे. हे काय देतात ते बघू या."

बाँडने पांढरा शर्ट घातला होता. नेव्ही ब्ल्यू पॅन्ट. कंबरेला थोडी सैल होती. पण नौशारमध्ये लोक घालत असलेले कपडे बघता त्याचे कपडे खरंच चांगले होते.

स्कार्लेटने टुरिस्ट शॉपमध्ये जाऊन ड्रेस विकत घेतला होता. तो पर्शिअन आजीसाठी बनवला आहे अशी ती तक्रार करत असली तरी आश्चर्य म्हणजे तिच्या बदामी डोळ्यांना तो फिकट निळ्या रंगाचा ड्रेस शोभून दिसत होता. तिने बाँडच्याच मजल्यावर त्याच्या रूमच्या कॉरिडॉरला लागूनच स्वत:साठीही खोली राखून ठेवली होती.

कॅव्हिआर एका पेटीमध्ये समोर आले. तिचे झाकण काढल्यावर आत बर्फावर ठेवलेला काचेचा बोल दिसला. तो बघितल्यावर हमीदचे डोळे तर चमकायलाच लागले. त्याने एक मोठा गोळा आपल्या प्लेटवर काढून एका फ्लॅटब्रेडने दाणदाण मोठे मोठे घास तोंडात ढकलायला सुरुवात केली. पण त्याच्याबरोबर त्याने कोका कोला घ्यायला सुरुवात केल्यावर बाँड खरा निराशच झाला. बाँड व्हिस्की पीत होता. दुसरी कुठलीच वाईन हॉटेलात नसल्याने स्कार्लेटला शॅम्पेन घेण्याशिवाय गत्यंतर नव्हते.

जेवता जेवता बाँडने तेहरानमध्ये काय काय घडले त्याची स्कार्लेटला माहिती दिली, हॅन्गरमध्ये जहाज की विमान की जे काय दिसले ते सांगितले. त्याचे काही फोटो काढता आले तर तो ते लंडनला पाठवणार होता.

"विचित्रच प्रकार वाटतो. विज्ञान कथेसारखा."

"जे काही आहे ते खरे आहे. माझा संशय आहे की ते रशियन बनावटीचे आहे. त्याचा नक्की काय उपयोग आहे, या विचाराने मला कोड्यात पाडले आहे आणि त्याच्यावर ब्रिटिश ध्वज का रंगवला आहे?"

"यात नक्की गॉर्नरचे काहीतरी कपट कारस्थान आहे. त्याला ब्रिटिशांबद्दल काय वाटते, ते मी सांगितलेच आहे तुला."

"कॅस्पिअन सी-मॉन्स्टर असणार तो," हमीद मध्येच म्हणाला.

हमीद जेवणात इतका गर्क होता की, तो बरोबर आहे हे बाँड विसरूनच गेला होता. हमीदने डोके वर केले. मिशीत अडकलेले अन्नाचे कण दूर केले आणि तो उद्गारला, "कॅस्पिअन सी-मॉन्स्टर या वर्षात दोन वेळा दिसला होता."

- "दिसला होता?"

"हो, विमानातून दिसला. लोक घाबरतात. कोणत्याही जहाजापेक्षा किंवा

विमानापेक्षा मोठा आहे. कोणत्याही मोटारीपेक्षा वेगवान आहे. कोणता तरी जिवंत प्राणी असावा असा सर्वांचा समज आहे. तुमच्या त्या प्रसिद्ध मॉन्स्टरप्रमाणे.''

''लॉच नेस?''

''तोच.''

''आमच्या नेसीपेक्षा हा प्राणी चांगलाच दणकट आहे याची मी खात्री देतो. पण तो फक्त मालाचीच वाहतूक करतो का, त्यावर काही अस्त्रेही बसवली आहेत?''

वेटरने रोस्ट डक, मुळ्यांचे वगैरे कसले तरी सॅलड समोर आणून ठेवले.

''आपण तिथे रात्री गेलो तर?'' स्कार्लेटने विचारले. ''जास्त सुरक्षित राहील.''

''आपण?'' बाँडने आश्चर्याने थक्क होऊन विचारले.

''मी इकडे तिकडे नजर ठेवू शकते. दोन डोळे जास्त.''

''मीही येणार,'' हमीदने सांगितले.

व्हिस्कीचा ग्लास संपवून, खुर्चीत मागे टेकून बसत बाँड विचार करत होता. ''मला माझे पिस्तूल आणायला हवे. हमीद, तुझ्या गाडीत मी जे ठेवले आहे, ते मला वापरायला कठीण आहे. ते स्कार्लेटला दे. तुला पिस्तूल वापरता येते ना स्कार्लेट?''

''जेम्स, तू मला सारखी आठवण करून देत असतोस त्याप्रमाणे मी बँकर आहे.''

बाँड दोन पाय फाकवून उभा राहिला. ''साधारण इतक्या अंतरावर पाय घेऊन उभी राहा. दोन्ही हातांनी पिस्तूल समोर धर. चाप हळूच दाबत न्यायचा. खाडकन खेचायचा नाही. घाई करायची नाही. शरीराच्या मधल्या भागावर नेम धरायचा. वर धरला तर नेम चुकण्याची शक्यता असते. खाली उपयोगच नाही. आले लक्षात?''

''वाटते तसे. दोन कंपन्या एक करायच्या किंवा दुसरी ताब्यात घ्यायची यापेक्षा सोपे वाटते.''

''ठीक आहे. आपण मुख्य इमारतीमधूनच हॅन्गरमध्ये शिरायचा मार्ग शोधून काढू. पुन्हा पोहत जायची माझी मुळीच तयारी नाही.''

आपल्या खोलीवर परतल्यावर बाँडने आपला कमांडो सुरा पुन्हा पायाला बांधला. बोटांपुढे पोलादी टोके असलेले लोफर्स पायात चढवले. खिशात वॉल्थरच्या जादा गोळ्या आणि खास बनवलेला मिनॉक्स-बी कॅमेरा या गोष्टी ठेवल्या. हॅन्गरच्या समुद्राकडल्या बाजूने येणारा चंद्रप्रकाश लक्षात घेऊन अल्ट्रा-हाय-स्पीड फिल्म कॅमेऱ्यात घातली होती. फोटोग्राफीमधली कुठली स्पर्धा जिंकता येण्यासारखे फोटो काढता येणार नसले तरी क्यू सेक्शनमधल्या तंत्रज्ञांना काम करता येईल असे तरी फोटो मिळायला हवे होते.

मग त्याने पॉलिथीन पाकीट हमीदला दिले. डॉक्समध्ये गडबड झाली, तर ते

दारियुश अलीझादेकडे देऊन आतमधल्या वस्तूचे तेहरानमध्ये पृथक्करण करून घ्यायला सांगितले.

बाहेर गाडीत बसल्यावर त्याच्या लक्षात आले की, गार्डच्या कोल्टमध्ये फक्त दोनच गोळ्या शिल्लक होत्या. ''काहीच नसण्यापेक्षा ठीक आहे,'' असे बडबडत त्याने ते स्कार्लेटला दिले.

''मी... हे... ठेवायचे कुठे?'' तिने विचारले.

''माझ्याकडे माझे जुने बेरेटा असते, तर बरे झाले असते. ते स्त्रियांना वापरता येते आणि अंतर्वस्त्रात लपवता येते असे मला सांगितले होते. तुझ्या बॅगेत नाही राहणार हे?''

हमीद इंजीन सुरू करत असताना तिने हातामधल्या बॅगेतल्या वस्तू चाळवल्या. ''माझे मेकअपचे सामान मागे ठेवले तर मावेल.''

''देशासाठी प्रत्येकाला काहीतरी त्याग करावा लागतो,'' बाँड म्हणाला. ''निघूया आता, हमीद.''

रात्र पडली होती. गाडीच्या उघड्या खिडक्यांमधून डाव्या बाजूला असलेल्या समुद्राच्या लाटांचा आवाज आणि उजवीकडे असलेल्या पाम वृक्षांची सळसळ ऐकू येत होती. संत्र्यांचा सुगंध दरवळत होता.

''अरे देवा!'' बाँड एकाएकी उद्गारला. ''कुत्रे, कुत्रेही असणार त्यांच्याकडे बहुधा.''

''कुत्रे?'' हमीदने विचारले.

''हो, रात्री गार्ड डॉग्ज असणार.''

हमीदने नकारार्थी मान हलवली. ''पर्शिअन लोक कुत्रे पाळत नाहीत. ती युरोपिअन लोकांची घाणेरडी सवय आहे. कुत्री आणि मांजरी बाहेर ठेवतो आम्ही.''

लोकवस्तीचा भाग मागे पडायला लागला तसे दिवे कमी कमी व्हायला लागले. डॉक्सचा विभाग तसा अंधाराच होता. इतर कुठल्याही गाड्या दिसत नव्हत्या. हेडलाईट्स नाहीत. कुठले आवाज नाहीत. अंधाराने प्रत्येक जिवंत वस्तू जशी काही गिळून टाकली होती.

तिघेही गप्प होते. काही करण्यापूर्वीचा हा शांत काळ बाँडला पसंत असे. त्याला सर्व गोष्टींचा मनात आढावा घेता येई. धोक्यांची प्रकर्षाने जाणीव होई. त्याने खोल श्वास घ्यायला सुरुवात केली. त्याला लंडनमधल्या त्याच्या ज्यूलिअन बर्टन या ट्रेनरची आठवण झाली. असेच काहीतरी तो शिकवत होता का?

''थांबव गाडी,'' तो हमीदला म्हणाला. विचार करत बसायची वेळ संपली होती. ''हमीद, तू इथेच थांब. पुढे येऊ नको. काहीही घडले तरी तुला पटकन पळ काढता आला पाहिजे. अर्ध्या तासात आम्ही परत येतो. आशा तरी आहे तशी.

स्कार्लेट, तू माझ्याबरोबर ये.''

ते दोघे रस्त्यावरून पुढे चालत निघाले. इस्फहानी ब्रदर्स बोट बिल्डिंगची इमारत असणाऱ्या यार्डजवळ वळले. थोडे फार दिवे होते. काळजी वाटण्यासारखे बाँडला काही दिसले नाही.

''तू या ट्रकमागे थांब. मी आत जाताना माझ्यावर लक्ष ठेव.''

तो इमारतीच्या कडेकडेने अंधारातून पुढे पोहोचला. आता धाव घ्यायलाच हवी होती. हॅन्गारच्या दिशेने पळत तो कचऱ्याच्या डब्यामागे बसला. इकडे तिकडे हात हलवल्यावर त्याला त्याच्या कपड्यांचे गाठोडे सापडले. आत गुंडाळलेले वॉल्थर हातात आल्यावर त्याला दिलासा वाटला.

त्याने मागे रस्त्याकडे, ज्या ट्रकमागे स्कार्लेट दडली होती त्या ट्रकवर नजर टाकली. ती व्यवस्थित जागी लपली होती. तिची सावली दिसत नव्हती. हुशार आहे पोरगी.

इमारतीच्या बाजूने पुढे होत दिवसा ज्या दरवाजामधून तो पळत बाहेर आला होता, त्याच दरवाजाजवळ तो पोहोचला. त्याला कुलूप घातले होते. आपल्या खिशातल्या सुरीने त्याने खुडखुड केली. कुलूप उघडले. त्याने लाकडी दरवाजा आत ढकलला.

स्कार्लेट त्याच्या मागोमाग आत शिरली. दोघे घाईघाईने पायऱ्यांकडे वळले. काहीच सुरक्षा व्यवस्था कशी दिसत नाही? तो चिंतेत पडला. साधासुधा उद्योग असला तरी वॉचमन असतो. ते गॅन्गवेमधून हॅन्गारच्या दिशेने निघाले.

बाँडने स्कार्लेटचे मनगट पकडले. ''सर्व फारच सोपे वाटते आहे. नक्की सापळ्यात अडकतो आहोत. मला वाटते तू इथेच थांब. पिस्तूल आहे ना? माझ्यावर नजर ठेव. समुद्राच्या बाजूने येणाऱ्या चंद्रप्रकाशात मी तुला दिसू शकेन. पिस्तुलाचा सेफ्टी कॅच काढ. दुसरा इथे आहे. दस्त्यामागची ही धातूची पट्टी. घट्ट दाबली की तोही निघेल.''

तो पुढला दरवाजा उघडून हॅन्गारमध्ये गेला. कॅस्पिअन सी-मॉन्स्टरची आकृती समोर आली. मनात धडकी भरवणारी गोष्टच होती. नक्की रशियन बनावट. स्पुटनिक, युरी गागारिन. शस्त्रास्त्र स्पर्धेत पश्चिमी राष्ट्रे मागे पडत होती याची आठवण करून देणारी. सोव्हिएट्सची कल्पकता आणि ताकद यांचा पुरावा.

बाँडला या मॉन्स्टरचे फोटो काढायचे होते. मिनॉक्सच्या शटरचा आवाजही त्याच्या तंत्रज्ञांनी जवळजवळ नाहीसाच केला होता. व्ह्यू फाइंडरमधून बघण्याची तसदी न घेता बाँडने कॅमेरा पुढे धरत फोटो काढले.

मॉन्स्टरच्या अगदी जवळ पोहोचण्यासाठी तो खालच्या गॅन्ट्रीवर उतरला. त्याने मिनॉक्स वर उचलला आणि त्याच्या कानांवर मोठ्या आवाजात बोललेले शब्द पडले.

"आणखी प्रकाश हवा आहे मिस्टर बाँड?" बोलण्यात पर्शिअन ढब, आवाज अनोळखी.

दुसऱ्या क्षणी हॅन्गर लखलखीत प्रकाशात उजळून निघाला. बाँडने डोळ्यांवर हात ठेवले. धातूच्या वॉकवेवर धाडधाड करत बुटांचे आवाज यायला लागले.

आता पुन्हा आवाज आला तो मेगॅफोनमधूनच. "पिस्तूल खाली ठेवा मिस्टर बाँड. हात डोक्यावर. पार्टी संपली आहे."

मॉन्स्टरच्या प्रकाशमान सांगाड्यावरून त्याची नजर पुढे गेली. कॉकपिटचा वरचा भाग मागे सरकला. आधी फॉरिन लीजनची केपी दिसली. मग रुंद खांदे आणि शेवटी वर येणारा शाग्रिन. तो सांगाड्यावरून चालत चालत बाँडजवळ पोहोचला. त्याच्या हातात एक सेमि-ऑटोमॅटिक रायफल होती.

त्याने रायफलची नळी बाँडच्या डोक्याजवळ आणली. तो इतका जवळ उभा होता की, बाँडला त्याचा मेलेल्या माशासारखा भावनारहित चेहरा दिसला.

एकाच शॉटचा आवाज झाला. हॅन्गरमध्ये काळोख पसरला. या क्षणीच त्या काळोखाचा फायदा उठवायला हवा या विचाराने बाँडने पुढे उडी मारली. काय घडले तो विचार नंतर. तो आवाज न करता गॅन्ट्रीवरून शिडीच्या दिशेने निघाला. त्याने पहिल्या पायरीवर पाय ठेवला असेल, तर त्याच्या कानामागे असा काही दणका बसला की हा काळोख काहीच नाही असा अंधार त्याच्या डोक्यात पसरला.

सागरी राक्षस

बाँड शुद्धीत आला तेव्हा त्याच्या लक्षात आले की खेचत, ढकलत त्याला एका हेलिकॉप्टरच्या दिशेने नेत आहेत. हेलिकॉप्टरचे पंखे आधीच फिरत होते. शरीरावर येणारी हवा सांगत होती की, त्याच्या अंगावर एका अंडरपॅन्टशिवाय काही कपडे नव्हते. हात मागे बांधलेले. पायावर बांधलेला कमांडो सुरा अर्थातच काढून घेतलेला. डोक्यात भयंकर ठणका होता. पोटामधले काही बाहेर येत नाही यावर त्याचे लक्ष लागले असताना त्याला हेलिकॉप्टरमध्ये ढकलले गेले. आतली बसायची रचना लष्करी हेलिकॉप्टरसारखी होती. वैमानिकाच्या सीटला लागून नव्वद अंशांत सहा जणांची बसण्याची सोय केली होती. त्याला खाली फेकून नायलॉनच्या दोरीने त्यांनी त्याचे पाय बांधून टाकले. मग एका स्त्रीचे शरीर, बहुधा स्कार्लेटचे असणार, त्याच्या पाठीशी, पाठीला पाठ लावून टाकून दोघांची एकत्र गठडी वळून टाकली.

पोटात ढवळायला लागल्यावर काय घडले याचा बाँड विचार करायला लागला. चकचकीत प्रकाश... मग काहीच आठवत नव्हते. हेलिकॉप्टरच्या पंख्यांचा आवाज वाढला, ते वर उचलले आणि तत्काळ खाडकन वळून निघाले. तो गडगडला आणि स्कार्लेट त्याच्या अंगाखाली आली, आपोआपच ओरडली. बाँडने आवाज ओळखला.

“स्कार्लेट?”

बुटाची लाथ तोंडावर बसली आणि बाँडचा एक दात पडला.

“बोलणे बंद.”

बाँडने वर बघितले. सीट्सवर सहा सशस्त्र गार्ड्स बसले होते. सेफ्टी कॅच काढलेली सहा पिस्तुले त्यांच्यावर रोखली होती. सहा जणांच्या रागीट नजराही. वेळ जायला लागला तसा त्याच्या डोक्यातला ठणका वाढायला लागला. त्याची स्मृतीही परत यायला लागली. शाग्रिन दिसला. याचा अर्थ गॉर्नरच्या कॅस्पिअन भानगडीचा बाँडला पत्ता लागला होता. ते आता त्याला त्यांच्या वाळवंटातल्या मुख्य कार्यालयात नेत असणार याबद्दल तर त्याच्या मनात शंकाच नव्हती.

बाँडने रक्ताची थुंकी बाहेर टाकली. त्याने जरा चांगला विचार मनात आणला.

कुणाच्या तरी मदतीशिवाय गॉर्नरचे हेडक्वार्टर्स नाही तरी सापडलेच नसते. पर्वत मोहंमदाकडे आला नव्हता, पण मोहंमदालाच पर्वताकडे उडत घेऊन जात होते. चांगले आहे की!

तासाभराने हेलिकॉप्टर उंचीवरून जरा खाली आले. सहा गार्ड्स एकदम काळजीत असल्यासारखे दिसायला लागले. व्यवस्थित उतरताक्षणी वेगवेगळ्या आज्ञा कानांवर आल्या. सहा गार्ड्स हललेही नाहीत. त्यांची पिस्तुले जास्तच जवळ आली. बाहेर डिझेल इंजिनाचा आवाज आला. इंधन भरणारी लॉरी असावी. उघड्या लोडिंग बेमधून वाळू आत उडायला लागली.

शेवटी दरवाजे बंद झाले आणि हेलिकॉप्टर पुन्हा उडाले. ते कुठल्या दिशेने उडत आहे याचा अंदाजही बांधण्यात अर्थ नव्हता. बाँड कधीतरी शुद्धीत येत होता तर कधीकधी त्याचे डोळे मिटत होते. स्कार्लेटला धीर द्यावा असा विचार बाँडच्या मनात येत होता, पण काहीही करता येत नव्हते.

जवळजवळ रात्रभर प्रवास केला आहे असे वाटल्यावर हेलिकॉप्टर पुन्हा खाली खाली जात आहे असे बाँडच्या लक्षात आले. वाळवंटात थोड्याशा उंचीवर ते तरंगत उभे राहिल्यावर सहाही गार्ड्स उठले आणि धुसमुसळेपणाने वागूनच त्यांनी बाँड आणि स्कार्लेटला दरवाजात आणले. इंजीन बंद झाले आणि लोखंडी पायऱ्या उघड्या दरवाजात लागताच त्यांनी दोघांना खाली ढकलून दिले. लोखंडी पायऱ्यांवर घासतच खाली पडल्यावर स्कार्लेट किंचाळली. वाळूतून ढकलत त्यांना दहा फूट रुंदीच्या ट्रॅकवर आणले गेले. तिथे फोर्कलिफ्ट ट्रकसारखे इलेक्ट्रिकवर चालणारे वाहन होते. त्यांच्या डोक्याशी पिस्तुले धरून गार्ड्सनी त्यांना मागच्या बाजूच्या प्लॅटफॉर्मवर फेकले.

वाळूच्या एका छोट्या टेकडीच्या दिशेने इलेक्ट्रिक कार्ट निघाली. टेकडी साठ-एक फूट उंचीची होती. वाळवंटामधला किल्लाच. ते जवळ पोहोचताच दोन प्रचंड दरवाजे बाजूला सरकत उघडले. इलेक्ट्रिक कार्ट आत शिरताच बंद झाले. महाकाय प्राण्याच्या पोटातच आपण शिरलो आहोत असे बाँडला वाटले.

कार्ट एका वर्तुळाकृती प्लॅटफॉर्मवर जाऊन उभी राहिली. हायड्रॉलिक्सचा हिस्ऽस्ऽ आवाज झाला. सबंध प्लॅटफॉर्म एका मोठ्या ट्यूबमध्ये घुसला आणि जमिनीखाली तीस-एक फूट उतरून थांबला. कार्ट प्लॅटफॉर्मवरून एका कॉरिडॉरवर पोहोचली आणि पुढे जाऊन वजनदार भासणाऱ्या एका दरवाजासमोर थांबली. दरवाजा उघडून या दोघांची गठडी गार्ड्सनी एका कोठडीत ढकलली.

शाग्रिन दरवाजातून म्हणाला, ''इथेच थांबा. पळायला मार्ग नाही. तुम्ही हललात तरी आम्ही ठार करू तुम्हाला.'' त्याने छताकडे बोट दाखवले. ''आम्ही तुम्हाला बघू शकतो.''

खण्ऽ करून दरवाजा बंद झाला. कड्या लागल्या. सहा फूट लांब आणि सहा फूट रुंद अशी ती कोठडी होती. भिंती म्हणजे खडक, जमीन म्हणजे वाळू.

"ठीक आहेस ना?" बाँडने विचारले.

"हो. तू कसा आहेस?" तिचा आवाज फुटत नव्हता. ती रडण्याच्याच बेतात होती.

"डोके ठणकते आहे एवढेच. एकदा रात्रभर बॉसच्या क्लबमध्ये पत्ते खेळल्यावर असेच झाले होते. बेन्झाड्रिन आणि शॅम्पेन! अरे देवा! आणि अंगावर काय आहे तुझ्या?"

तिने पाय हलवले. "एवढेच."

"गुलाबी?"

"आता विचारतो आहेस तर सांगते. पांढरी. जेवणापूर्वी बदलली होती."

"हॅन्गरमध्ये झाले तरी काय? मला दिव्यांचा लखलखाट आठवतो. नंतर...."

"शाग्रिन त्या सांगाड्यावरून चालत येताना दिसला. मला वाटले तो ठार मारणार तुला. मी गोळी झाडली."

"त्याच्यावर?"

"नाही. विजेच्या मुख्य केबलवर. केवळ काही फूट अंतरावर होती."

'चांगला शॉट."

"पिस्तुलाचा दणका जाणवला. पण तू सांगितले होते तसेच केले. चाप हळूच दाबत गेले. मला वाटले अंधाराचा फायदा घेऊन तू पळून जाशील."

"ते खूपच जण होते."

"आता काय करायचे जेम्स?"

बाँडने क्षणभर विचार केला. "गॉर्नरने आपल्याला काहीतरी उद्देशाने या वाळवंटात आणले आहे. मला... किंवा तुला... त्यांना ठार करायचे असते, तर त्यांनी या आधीच ते केले असते."

"म्हणजे?"

"आपला काहीतरी उपयोग करून घ्यायचा असणार."

"किंवा माहिती हवी असेल."

"शक्य आहे. काय ते आपल्याला कळेपर्यंत आराम करायचा प्रयत्न करू या. आणि स्कार्लेट, तू पर्शियामध्ये कशी आली आहेस ते मला सांगितलेच नाहीस."

तिने जरा चुळबुळ केली. "आता सगळा मूर्खपणाच वाटतो. कारण सांगितले तर तू हसणार नाहीस ना?"

"हसायला फार मजेत नाही मी."

"मी रजेवर आहे म्हणून."

"काय?"

"बँकर्सनासुद्धा कधीकधी विश्रांती हवीशी वाटते. मला वर्षाला तीन आठवडे रजा असते. त्यातली दहा दिवस मी घेतली. पॉपी गॉर्नरच्या तावडीतून सुटेल तेव्हा मी जवळ असायला हवे असे मला वाटले. तू इथे असताना कामात माझे धड लक्ष लागेना आणि मला पर्शियाही बघायचा होता."

तो हसू शकणार नाही म्हणाला होता खरा, पण त्याला हसू आवरले नाही. तो हसला आणि कळवळला. हसण्याने त्याची पाठ स्कार्लेटच्या पाठीवर घासली गेली होती.

बाजूचे खडक आणि जमिनीवरच्या वाळूकडे दृष्टिक्षेप टाकत तो म्हणाला, "बघितला ना पर्शिया? अगदी जवळून बघते आहेस."

कड्या काढताना कॉरिडॉरमधला प्रकाश कोठडीत पोहोचत होता. वाळूवर वळताना बाँडच्या तोंडातून पुन्हा एकदा वेदनेचा स्वर उमटला.

दोन सशस्त्र गार्ड्स आत शिरले. दोघांची गठडी वळलेला दोर एकाने कापून टाकला. हात मात्र तसेच बांधलेले ठेवले. दुसऱ्या गार्डने दिलेले पाणी बांधलेले हात उचलूनच त्यांनी प्यायले.

"जा," त्या गार्डने आज्ञा केली.

पिस्तूल रोखून त्यांना एका बाथरूममध्ये आणल्यावर त्यांनी जमेल तसे स्वतःला जरा स्वच्छ केले, टॉयलेटचा वापर केला.

"शर्ट?" स्कार्लेटने आपल्या उघड्या मांड्यांकडे बघत विचारले.

गार्डने नकारार्थी मान हलवली. दुसऱ्या कॉरिडॉरमधून त्यांना चालवत नेत एका स्टेनलेस स्टीलच्या दरवाजाबाहेर उभे केले.

"थांबा."

त्याने काही कोड दाबले. लपवलेल्या कॅमेऱ्याने त्याची ओळख पटवून घेतली. दरवाजा सरकून उघडला. बाँड आणि स्कार्लेट एका मोठ्या वातानुकूलित खोलीमध्ये शिरले. जमीन, भिंती, छत सर्व काही लाल रंगात रंगवलेले होते. एका डेस्कमागे लाल रंगाच्याच फिरत्या खुर्चीमध्ये डाव्या हातावर मोठा हातमोजा चढवलेला माणूस बसला होता.

"अरे या मुलीला शर्ट द्या कुणीतरी," स्कार्लेटवर नजर पडताच ज्यूलिअस गॉर्नर म्हणाला. आवाजात भयंकर तुच्छता होती. याला स्त्रियांकडे बघायलाही आवडत नाही की काय असा विचार बाँडच्या मनात डोकावून गेला.

गॉर्नर उभा राहून पुढे झाला. निळा शर्ट, लाल टाय, पिवळ्या रंगाचा लिननचा सूट. मागे वळवलेले केस मानेवर कॉलरपर्यंत पोहोचलेले. तो बाँडच्या जवळ येऊन

उभा राहिला. स्लाव्ह वंशातल्या लोकांसारखी गालाची हाडे वर आलेली. नजरेत कमालीचे उद्धट भाव. मार्सेलीसच्या डॉक्सवर पहिल्या प्रथम दृष्टीस पडला होता तेव्हा लक्षात आले होते तसेच. त्याहून भीतिदायक होती त्याची डोळ्याला डोळा न भिडवता तुटकपणे वागण्याची पद्धत. दुसऱ्याच्या नजरेतले भाव बघितले तर जणूकाही एकाच ध्येयाने भारून ताकद एकवटून करत असलेल्या त्याच्या कामात अडथळा निर्माण होईल. या अशा तुटकपणामुळे तो अजिंक्यच वाटे. दुराभिमान नाही, दयाबुद्धी नाही, अभिलाषा नाही, कुठले वर्मस्थानच नाही की, ज्याचा फायदा उठवता येईल.

"पुन्हा माझा पाहुणचार झोडायला आलात तर कमांडर बाँड," तो म्हणाला. "माझ्या सभ्यतेचा गैरफायदा घेऊ नका. हे क्रिकेट नाही."

बाँड गप्प राहिला. एक माणूस स्कार्लेटसाठी राखाडी रंगाचा आर्मी शर्ट घेऊन आला. अंग धुऊनसुद्धा तिच्या वक्षस्थळांवर रक्ताचे डाग दिसत होते. तिच्या का त्याच्या रक्ताचे हे त्याला माहीत नव्हते. त्या माणसाने तशीच शर्ट पॅन्ट त्याच्या हातात ठेवल्यावर बाँडने तत्काळ ते कपडे चढवले.

"बसा आता," दोन लाकडी खुर्च्यांकडे बोट दाखवत गॉर्नर म्हणाला. मग बाँडकडे वळत त्याने बोलायला सुरुवात केली. "आता माझे बोलणे लक्षपूर्वक ऐक. मध्ये बोलू नकोस. मी खिलाडू वृत्तीचा माणूस नाही. या पुढे टेनिस बंद. 'पुन्हा एकदा खेळू या मित्रा' हे नाही. तू इथे काम करणार आहेस. मी प्रथम माझी फॅक्टरी तुला दाखवतो. नंतर कामाबद्दल सूचना देईन. गेल्या शंभर वर्षातली एक अत्यंत धाडसी अशी लष्करी कामगिरी मी आखली आहे. माझी खात्री आहे की ती इतिहासाला कलाटणी देणारी घटना ठरेल. लक्षात आले मी काय सांगतो आहे ते? आणि ती पार पाडण्यासाठी तू मला मदत करणार आहेस."

बाँडने मान डोलावली.

"मी तुला बाँड म्हटले तर चालेल ना? नुसते बाँड. मिस्टर बाँड नाही की कमांडर बाँड नाही. इंग्लिश सभ्य पुरुष अशीच आडनावे वापरतात. बरोबर? निदान त्यांच्या मित्रांसाठी तरी. नियमाप्रमाणेच खेळ होऊ दे."

"आणि स्कार्लेट?"

"ही पोरगी? तिच्याशी मला काही कर्तव्य नाही. पण माझ्या कामगारांना ती आवडेल अशी कल्पना आहे माझी."

"तू माझ्या बहिणीचे काय केले आहेस? पॉपी कुठे आहे?" स्कार्लेटने विचारले.

चालत जात गॉर्नर तिच्याजवळ पोहोचला आणि त्याने तिच्या डोळ्यात रोखून बघितले. आपल्या माकडाच्या पंजाच्या हाताने तिची हनुवटी धरली. खाडकन एकदा

एका बाजूला आणि मग दुसऱ्या बाजूला वळवली. हातमोजा आणि शर्टच्या बाहीचे टोक यांच्यामधला हाताचा केसाळ भाग बाँडला दिसला.

"तू कशाबद्दल बोलते आहेत ते मला कळत नाही. मला वाटते कुठल्या तरी गावगप्पा तुझ्या कानावर आल्या आहेत. अशा वायफळ गप्पा ऐकणाऱ्या माणसांशी कसे वागायचे ते बरोबर कळते आम्हाला."

"माझी बहीण कुठे आहे? तू तिचे...."

गॉर्नरने सरळ तिच्या कानाखाली एक आवाज काढला. "आवाज बंद. बोलू नकोस काहीही." स्कार्लेटच्या ओठाच्या कडेने रक्ताचा ओहोळ बाहेर पडला.

गार्डकडे वळून तो म्हणाला, "रात्रीपर्यंत हिला एका कोठडीत डांबून ठेवा. पहिल्या शिफ्टच्या लोकांना करू दे मजा."

स्कार्लेटच्या ओठातून रक्त ओघळत असतानाच गार्ड तिला घेऊन गेला. मग गॉर्नर बाँडकडे वळला. "तू माझ्याबरोबर ये."

लाल रंगाच्या भिंतीवर त्याने स्पर्श केला आणि भिंतीचे एक पॅनेल बाजूला सरकले. काचेची बाजू आणि पायाखालीही काच असणाऱ्या वॉकवेवर गॉर्नरने पाऊल टाकले. मागोमाग बाँड. काचेमधून खाली बघताच तिथे केमिकल फॅक्टरी सारखे काहीतरी असावे असा बाँडला भास झाला.

"ॲनालजेसिया," पुढे पाऊल टाकत गॉर्नर म्हणाला. "त्याबद्दल पूर्व सरहद्दीवर कळले मला. वेदना कशा नाहीशा करायच्या ते. रासायनिक युद्धाच्या भीषणतेबद्दल लोक काय काय बडबडत असतात. स्टालिनग्राडला लढलेल्या प्रत्येकाला पारंपरिक युद्धही किती भीषण असू शकते याची कल्पना आहे."

फॅक्टरीचा पसारा बघूनच बाँड थक्क झाला. असेंब्ली लाईनवर पाचशे तरी माणसे काम करत होती किंवा कच्च्या मालाची खोकी हलवत होती.

"गरगरत डोक्यात घुसलेल्या गोळ्या कवटीच्या हाडांवर आदळून फिरल्याने चेहरा नाहीशी झालेली माणसे," गॉर्नरचे बोलणे चालू होते. "स्वत:चीच आतडी हातात पकडलेली माणसे... अशी माणसे बघितली की, मगच तत्काळ वेदना नाहीशा करणाऱ्या औषधांची किती गरज आहे ते पटते."

ते वॉकवेच्या एका जंक्शनवर आले.

"त्या बाजूच्या पोलादी पिंपांमध्ये पॉपीच्या अर्कावर प्रक्रिया चालू आहे. कोडीन, डायहायड्रोकोडीन, पेथिडीन, मॉर्फिन यांसारखी वेदनाशामक औषधे किंवा शरीर बधिर करणारी औषधे बनत आहेत. पर्शियन गल्फमधून मुंबईला आणि तिथून पुढे अतिपूर्वेकडल्या देशांना आणि ऑस्ट्रेशियाला काही पोहोचवली जातील. खुश्कीच्या मार्गाने माझ्या पॅरिसमधल्या प्लॅन्टवर आणि तिथून पश्चिमी देशांना आणि अमेरिकेला काही पोहोचतील. विश्वास ठेव किंवा ठेवू नकोस पण रशिया आणि तिथून पुढे

इस्टोनियालाही काही जातील. पॅरिस आणि बॉम्बेमध्ये आणखी शुद्ध करून तिथल्या स्थानिक मागणीप्रमाणे त्यांचे पावडर, गोळ्या, द्रावामध्ये परिवर्तन करतील. पॅरिस आणि बॉम्बेमधली ब्रॅण्ड नेम्स आणि पॅकेजिंग वेगळी असतील. आरोग्य सेवा आणि खाजगी क्लिनिक्स बाहेरच्या देशांमधल्या बँकांमध्ये पैसे भरतात. सर्व काही मीच करतो आहे याचा उलगडा कुणालाच होत नाही. मक्तेदारीचा आरोप नाही. नायजेरियामधल्या इमर्जन्सी फिल्ड हॉस्पिटलमध्ये आणि लॉस एन्जलीसच्या प्रायव्हेट क्लिनिकमध्ये एकाच औषधाचा पुरवठा होत असला तरी त्यांची नावे वेगळी असतात, पॅकिंग वेगळे असते. औषधे इथूनच पुरवलेली असतात.''

''स्पर्धा नाही कुणाशी?''

''जुन्या कंपन्यांशी मी सहज स्पर्धा करू शकतो, कारण माझा उत्पादन खर्च कमी आहे. जवळजवळ नाहीच म्हण.''

''अजिबात नाही?''

''मी पगार देतो कुठे? ही सगळी तेहरान, इस्फहान, काबूल, बगदाद किंवा तुर्कस्तानमध्येसुद्धा मादक द्रव्यांच्या आहारी गेलेली माणसे आहेत. पाणी, तांदूळ, हेरॉईन दिले की बारा बारा तास काम करतात. वाळूत झोपतात. कधीच पळून जात नाहीत.''

''तू हेरॉईन देतोस त्यांना?''

''स्वस्त आहे. अफूपेक्षाही जास्त नशा चढते. अफूची सवय लावून आले असले तरी आम्ही पटकन त्यांची सवय बदलतो. दिवसातून एक इंजेक्शन दिले की चिंता नाही. त्यासाठी पोरांसारखे एका ओळीत उभे राहतात. त्या वेळी त्यांचे चेहरे बघायला हवेस तू.''

गॉर्नर वळून काही पाऊले पुढे गेला. ''प्लॅन्टच्या या बाजूला आम्ही हेरॉईनचे उत्पादन करतो. विशेष वेगळे वाटत नाही ना काही? त्याचे कारण या उत्पादनासाठी आधुनिक औद्योगिक तंत्रज्ञान वापरणारा जगामधला मी एकमेव कारखानदार आहे. इथून मिळणारी पावडर या कारखान्याच्या दुसऱ्या भागातून मिळणाऱ्या गोळ्या आणि द्रावाइतक्या कार्यक्षमतेने बनवली जाते. एक लॉट शिकागो आणि माद्रिदला गेला तर दुसरा पॅरिसच्या बकाल गल्ल्यांमध्ये किंवा लॉस-एंजलीसच्या वॅट्स घेटोत जातो. आणि तुला सांगायला तर मला अतिशय आनंद होतो आहे बाँड की, सोहो आणि मॅन्चेस्टरच्या ब्रिटिश रस्त्यांवरची मागणीही वाढत्या प्रमाणात आहे. मी एकदा विक्री केली की त्याच्यात अम्फेटामिन, उंदराचे विष, पेस्टिसाईड्स वगैरे काहीही मिसळत असतील तर ती जबाबदारी माझी नाही. माझा माझ्या उत्पादनामधला रस संपलेला असतो. त्यांच्या परिणामांबद्दलच मग मी विचार करतो.''

कामगार त्यांच्यापासून केवळ काही फूट खाली होते. बाँडला दिलेल्या राखाडी

रंगाच्या पॅन्ट-शर्ट्स सारखाच त्यांचा गणवेश होता. हातात चाबूक घेतलेला आणि अल्सेशिअन कुत्र्यांना घेऊन येणारा सुपरवायझर जवळ येताना दिसला की, प्रत्येक जण पूर्ण लक्ष देऊन काम करताना दिसत असे.

"हेरॉईन नक्की काय आहे ते ठाऊक आहे बॉंड?" गॉर्नरने विचारले. उत्तराची वाट न बघता तो स्वत:च पुढे बोलायला लागला. "मग रसायनशास्त्राचा एक धडाच समजावून सांगतो. आम्ही पॉपी नावाच्या एका सुंदर फुलापासून सुरुवात करतो. नावही फुलासारखेच छान आहे. झोप आणणारे पॉपी. या फुलांच्या बोंडातला रस तुम्हाला ओपियम पुरवतात. होमरपासून आजपर्यंतचे कवी त्याची महती गात आले आहेत. तुझा संबंधही आला असेल."

"थोडासा."

"ओपियम फार महाग पदार्थ आहे; पण हवाहवासा वाटणारा. माझ्या या छोट्या कारखान्याआधी जगामधील व्यापाराची मक्तेदारी कुणाकडे होती ठाऊक आहे? अर्थातच ब्रिटिश साम्राज्याकडे. ती टिकवण्यासाठी त्यांनी चीनशी दोनदा युद्धे केली आणि त्यांना पराभूत केले. १८४२च्या नान्किंगच्या तहानुसार हाँगकाँग बळकावले आणि व्यापारासाठी पाच नवीन बंदरे मिळवून लाखो चिनी लोकांना चटक लावून त्यांची आयुष्ये उद्ध्वस्त केली. आता त्यांचा तसाच सूड उगवण्याची कल्पना कुणाच्या डोक्यात आली तर त्यात काय चूक आहे? ब्रिटिशांनी केल्या होत्या त्याच गोष्टी तर मी करतो आहे."

बॉंड काही बोलला नाही.

"पण त्याला वेळ लागतो. फारच वेळ लागतो," थोड्या खेदानेच गॉर्नर उद्गारला.

तो बोलत असताना खाली ओळींमध्ये उभे राहून, घामाने थबथबलेल्या गणवेशात गुलामांप्रमाणेच राबणाऱ्या कामगारांकडे बॉंड बघत होता. एक जण बेशुद्ध पडल्यासारखा वाटला, मेलाही असेल. गार्ड त्याला जमिनीवरून खेचत नेत असताना काम थांबवून त्याच्याकडे वळून बघण्याचीही कुणाची हिंमत झाली नाही.

"अफू आणि हेरॉईन यांच्यामधल्या टप्प्यातल्या मॉर्फिनचा शोध १८०५मध्ये एका जर्मन माणसाने लावला १८०५ हे तुमच्या प्रसिद्ध ट्रॅफल्गारच्या लढाईचे वर्ष. १८७४मध्ये राईट या इंग्लिशमनने डायअ‍ॅसेटाईल मॉर्फिन या नावाची पांढरी, कडू, कुठलाही वास नसलेली स्फटिकासारखी पावडर वेगळी काढली. तेच हेरॉईन."

गॉर्नरने हळूच खोकत बोट दाखवले. "तिथे तेच करत आहेत. बनवताना येत असलेला वास तुझ्या ओळखीचा असणार. माझी प्रसिद्धी तुला माहीतच आहे. जगामधल्या नाना देशांतील पदव्या मी मिळवल्या आहेत. हे माझे भाषण तुझ्या मनात फार गोंधळ निर्माण करत असले तरी मला माझे शब्द काव्यासारखे प्रिय

आहेत. तुमच्या त्या स्कॉट्समननेच लिहिले आहे की, त्याचे प्रेम लाल गुलाबाप्रमाणे आहे. 'My Love is like a red, red rose' बरोबर आहे ना? पण मी प्रेमात पडलो आहे लाल, लाल पॉपीच्या. महायुद्धात जर्मनीविरूद्ध तुमच्या साम्राज्याने नाहक आपले रक्त सांडले आणि पॉपीचा उल्लेख अगदी भावना अनावर झाल्यासारखा केला, 'In flanders fields the poppies blow...' मादक द्रव्यांच्या व्यापाराच्या साखळीत माझा प्रत्येक माणूस या शब्दांचा उपयोग एक कोड म्हणून करेल याची मी स्वत: खात्री पटवतो. मृत्यूची सांकेतिक भाषा.''

गॉर्नरने जसे काही दिवास्वप्नातून स्वत:ला जागे केले. ''पण आश्चर्याची गोष्ट म्हणजे तुमच्या या इंग्लिश केमिस्टने, राईटने या शोधाचा उपयोग स्वत:च्या भल्यासाठी करून घेतला नाही. बायर फार्माकॉलॉजिकल लॅबोरेटरीचा प्रमुख हाईनरिश ड्रेझर या जर्मन माणसाने हेरॉईनचा व्यापारी उपयोग प्रथम लक्षात घेतला. त्याने स्वत:च्या कामगारांवरच चाचण्या केल्या. त्यांना इतके 'हिरॉइक' वाटायला लागले की त्यांनीच नाव सुचवले – हेरॉईन. औषध शास्त्राप्रमाणे हेरॉईनचा मॉर्फिनसारखाच उपयोग होतो आणि मॉर्फिनच्या फक्त एक चतुर्थांश भाग पुरतो. स्वस्त आहे, वापरायला सोपे. वंडर ड्रग. आश्चर्यकारक मादक द्रव्य.'' काही काळातच अमेरिकेमधला प्रत्येक केमिस्ट आपल्या औषधात आयात केलेले हेरॉईन मिसळायला लागला. तुमचा दुसरा एक कवी सांगतो, 'Bliss was it in that dawn to be alive....'

या सैतानी प्रवृत्तीचा पिवळ्या केसांच्या माणसाकडे बघणेही बाँडला अशक्य बनायला लागले. सामान्य माणसांची सुखदु:खे आणि भावना समजण्याच्या तो पार पलीकडे गेला होता.

''बारा-बारा तासांच्या दोन पाळ्यांमध्ये काम चालते. त्यामुळे आमची यंत्रे कायम धडधडत असतात. माझ्या स्पर्धकांना हे जमणारच नाही.''

''त्यांना सुटीच नसते?''

''असते की. दर तीन तासांनी पाणी पिण्यासाठी दोन मिनिटे थांबतात. अर्थात काही माणसे आम्ही गमावतो. स्वाभाविक आहे ते. काम करता करता तिथेच मरतात ती. आत्ताच एकाला बघितलेस तू. पण त्याच्या जागी काम करायला आमच्याकडे हवी तितकी माणसे उपलब्ध असतात. शहाचे सरकारदेखील मान्य करते की इराणमध्ये निदान वीस लाख लोक मादक द्रव्यांच्या आहारी गेले आहेत आणि दररोज त्या आकड्यात भरच पडत असते. शाग्रिनच्या हाताखाली एक रिक्रूटमेंट टीम आहे. याइद आणि केरमानहून ते प्रत्येक दिवशी वीस तरी माणसे आणतात. फिरते दार आहे हे एक. मेलेली माणसे बाहेर पडतात, नवीन आत येतात.''

''हा नीचपणा झाला.''

''हा चांगला धंदा आहे एक. गुलामांबद्दलचे सर्व काही मी ब्रिटिश साम्राज्य

आणि आफ्रिका, वेस्ट इंडिज, इंडिया या त्यांच्या वसाहतींकडून शिकलो आहे. ब्रिटिश तंत्राचा मी चांगला विद्यार्थी होतो आणि बाँड, ही माणसे नाहीतच, कचरा आहे. ते तसेच मरणार आहेत. आम्ही उलट त्यांचे आयुष्य वाढवतो. प्रत्येक शिफ्टनंतर त्यांना मौजमजा करण्यासाठी साधने पुरवतो. बघशील तू. मला वाटते आता आपण माझ्या ऑफिसमध्ये परत जाऊ या.''

लाल रंगाने भिंती रंगवलेल्या त्याच्या ऑफिसमध्ये परत आल्यावर गॉर्नर डेस्कमागे जाऊन आपल्या खुर्चीत विसावला. त्याने डेस्कखालचे एक बटण दाबताच त्याच्या मागचे एक पॅनेल बाजूला सरकले. तिथल्या खिडकीतून सरळ फॅक्टरी दिसत होती. ''कधीकधी त्यांच्यावर लक्ष द्यायला आवडते मला. कधी जीव जगवण्यासाठी ते करत असलेले कष्ट बघण्याचाही कंटाळा येतो. मनाची कुतरओढ जाणवते, पण अफाट गोष्टी साध्य करायच्या तर....'' खिडकी बंद करून तो वळला. ''ब्रिटनने चीनमधल्या जितक्या जणांना हेरॉईनच्या अधीन केले, तेवढ्याच ब्रिटिशांना मी या नशेची शिकार बनवणार आहे. तो दिवस लवकरच उजाडेल. मग संयुक्त राष्ट्रसंघामधली आपली उच्च जागा ब्रिटन गमावून बसेल. शीतयुद्धातही तुमची हारच होणार आहे. तुमचा देश तिसऱ्या जगातल्या देशांसारखा एक गरीब देश बनेल. तुमची लायकीही खरे तर तीच आहे.''

''एक सांग मला,'' बाँड म्हणाला. ''तुझ्यामध्ये व्यंग असताना लाल सेना आणि नाझी या दोघांच्या बाजूने कसा काय लढला होतास? तुझ्या हाताबद्दल बोलतो आहे मी.''

संभाव्य परिणामांचा विचार करून बाँडने त्याची मुद्दाम कुरापत काढली.

क्षणभर गॉर्नर भयंकर संतापला. त्याचे दात करकरायला लागले. मग त्याने स्वत:च्या मनावर ताबा मिळवला. एकदा गुरगुरल्यासारखा आवाज करत म्हणाला, ''मूर्ख आहेस तू. पूर्व रणभूमीवर लढल्या गेलेल्या युद्धाची काहीही माहिती नाही तुला. पाच वाजता एकत्र चहा घेऊन सहा वाजता पाठीत सुरा खुपसणारे टॉमीज नव्हते ते. पशू बनले होते, हिंस्त्र पशू. गोठून मरत होते, एकमेकांचा गळा दाबून मरत होते. खून, बलात्कार, छळ, यातना... सर्व गोष्टी प्रत्येक क्षणाला घडत होत्या. सैनिक म्हणून भरती करताना ते एकच गोष्ट बघत होते. बंदुकीचा चाप ओढता येईल की नाही. रायफल शोधता आली, तर लष्करात भरती होत होती. लुळीपांगळी, वेडी, बहिरी, डोके पार फिरलेली, गर्मीने पछाडलेली, कुठलीही माणसे सैन्याला चालत होती. जहाजाला भोक पडून पाणी शिरायला लागल्यावर जो असेल त्याला पाणी काढायला सांगायचे तसाच प्रकार. 'All hands to the pump....' ''

गॉर्नरने मनावर ताबा मिळवला ''मला वाटते मी विनोद केला. सर्व हात,

अगदी हा हातसुद्धा....''

गॉर्नर थोडा आणखी शांत झाला. त्याने रोखून बाँडकडे बघितले. पांढऱ्या हातमोजाला हात घातला, तो जणू बाँडने आपल्या नजरेला नजर भिडवून दाखवावीच असे आव्हान देत होता. ''तुला तो बघायला आवडेल?''

''नाही.''

''बघच बाँड. मला माहीत आहे की तुला खूप कुतूहल आहे त्याचे. कुतूहल नसणारा माणूस गुप्तहेर होऊच शकत नाही. मीच दाखवतो तो तुला.''

हातमोजा काढून त्याने आपला हात बाँडच्या चेहऱ्याजवळ धरला. तळवा लांब आणि सपाट, पांढुरका आणि गुलाबी होता. मागच्या बाजूला काळा आणि सुरकुतलेला. बोटांची पहिली पेरे लांबलचक होती. काळी पडलेली नखे त्रिकोणी आकाराची होती. सर्व कातडी माकडांसारखीच सुरकुतलेली. छोटा अंगठा खूप खाली, मनगटाजवळ होता. इतर बोटांबरोबर काहीही करायला निरुपयोगी! बोटांच्या सांध्यापासून टोकापर्यंत चिम्पाझीसारखे काळसर तपकिरी केसांचे आच्छादन. मनगट आणि कोपर यांच्यामधून कुठे तरी मानवी हाताला सुरुवात झालेली.

गॉर्नरने पुन्हा हातमोजा चढवला. बाँडने कुठलीच प्रतिक्रिया दर्शवली नाही.

दोघे जण एकमेकांकडे केवळ एक फूट अंतरावरून रोखून बघत राहिले. कुणाचीच नजर ढळली नाही की वळली नाही.

''युद्धात बाजू का बदललीस?'' बाँडने विचारले.

''कारण नाझींचा पराजय निश्चित दिसत होता. त्यांचे युद्ध संपल्यात जमा होते. पूर्व युरोपमध्ये शीतयुद्ध १९४४पासूनच सुरू झाले. ब्रिटिशांचा पराभव करू शकेल असा पक्ष मला हवा होता. म्हणून मी रशियनांकडे गेलो.''

एम.ने जवळजवळ हेच सर्व त्याला सांगितले होते. बाँडला एकच कळले होते. त्याच्या हाताचा संबंध आला की, क्षणभर का होईना त्याचा तोल ढासळत होता.

''आता कामाकडे वळू या,'' गॉर्नर म्हणाला, ''माझा कच्चा माल, अफू कुठून तरी मिळवावी लागते. तुर्कस्तानमधून हवी तितकी मिळत नाही. तेव्हा शाग्रिनच्या ओळखींचा वापर करून मी ती अतिपूर्वेकडल्या देशातून मिळवायचा प्रयत्न करत आहे. लाओस हा त्यासाठी एक चांगला देश आहे. तिथे खरे तर अमेरिकन्सच मला मदत करतात. सी.आय.ए.ची एअर अमेरिका ही स्वत:चीच विमान वाहतूक कंपनी आहे आणि तीच अफूचा व्यापार करते, हे ठाऊक आहे तुला?''

''ही कल्पनाही मला हास्यास्पद वाटते.''

''राजकारण आहे हे. कम्युनिस्ट विरोधी वॉर-लॉर्ड्सना एअर अमेरिका शस्त्रास्त्रांचा पुरवठा करते आणि त्याच्या बदल्यात पॉपीजची भरलेली खोकी आणते. 'काहीही, कधीही, कुठेही', असे बोधवाक्य असणाऱ्या विमान कंपनीकडून तुझी नक्की काय

अपेक्षा आहे? अमेरिकेचे हजारो सैनिक मादक द्रव्यांच्या आहारी गेले आहेत. उत्तर लाओसमधल्या सी.आय.ए.च्या मुख्य ठाण्याचा हेरॉईन शुद्ध करायचा प्लॅन्ट आहे. जगामधली सत्तर टक्के अफूची अवैध वाहतूक आशियामधल्या त्या भागातून होते. अमेरिकेतली वाढती मागणी तिथूनच पुरवली जाते.''

''तुझा त्या व्यापारातही हिस्सा आहे की काय?''

''नक्कीच. शाग्रिन तिकडे लक्ष देतो आहे. शेवटी ती माझी एक आर्थिक गुंतवणूक आहे. मला ते खूप आवडत नाही, कारण माझा पैसा अमेरिकेच्या युद्ध प्रयत्नांकडे वळवला जातो. पण एक मोठा फायदा आहे. जगामधल्या माझ्या इतर उद्योगांकडे सी.आय.ए. जरा दुर्लक्ष करते. ती किती चांगली गोष्ट आहे, ते मी तुला सांगायला नको.''

''रशिया, अमेरिका, सगळीकडे हात पोहोचतात तर तुझे.''

''माझा हेतूच तो आहे,'' गॉर्नर म्हणाला. ''धंद्याची बाब आहे. सध्या मला अफगाणिस्तानमधल्या हेलमंड राज्यातून माल येतो आणि तिथे मला तुझा उपयोग होणार आहे. एक दिवस त्याहून स्वस्त दराने मी तो अतिपूर्वेकडल्या देशांमधून मिळवेनही. या क्षणी सरहद्दीवरचे लुटारू खूप त्रास देत आहेत. ते सगळीकडे आहेत. त्यांच्याकडे सर्व तऱ्हेच्या बंदुका, ग्रेनेड्स, रॉकेट लॉन्चर्स आहेत. झाबोलहून माल एकगठ्ठा करून माझ्या माणसांना पळ काढावा लागतो. त्या मार्गाला 'हेलफायर पास' असेच नाव पडले आहे. हे नाव कसे पडले माहीत आहे?''

बाँडने नकारार्थी मान हलवली.

''महायुद्धात बर्मा रेल्वेचा जो एक भाग जपान्यांनी ॲन्झॅक युद्धकैद्यांकडून बांधून घेतला होता, त्या भागाचे हे नाव आहे. असे म्हणतात की, प्रत्येक यार्ड मार्गासाठी एका माणसाला आपला जीव गमवावा लागला होता. ॲन्झॅक शूर होते आणि तुमच्यासाठी युद्धात लढत होते.''

''ते माहीत आहे मला. सर्वोत्कृष्ट योद्ध्यांची जमात.''

''आम्हीही अगदी एक यार्ड अंतर पळायला एक माणूस गमावत नसलो तरीही खूपच माणसे गमावतो आहोत. तिथे मी या नशाखोर माणसांना पाठवू शकत नाही. म्हणजे मी माझी चांगली माणसेच गमावतो आहे. तेव्हा उद्या तू शाग्रिनबरोबर झाबोलला जाणार आहेस.''

''का?''

''तो तुझ्या शिक्षणाचा एक भाग असणार आहे.''

गॉर्नर उभा राहिला. मागचे पॅनेल उघडले. ''आता संध्याकाळचा मौजमजेचा काळ. इकडे ये बाँड.''

गार्डने बाँडच्या पाठीच्या मणक्याखाली आपली ऑटोमॅटिक रायफल टेकवली.

हेरॉईन प्लॅन्टपलीकडे काचेच्या वॉकवेवर एक दार उघडले. एका स्त्रीला गार्डने बाहेर ढकलले आणि दार पुन्हा बंद झाले. ती एकटीच उभी राहिली. तिच्या अंगावर एक कपडा नव्हता.

''आम्ही याला 'लॅम्बेथ वॉक' म्हणतो. जुन्या काळापासून चालत आलेली 'कॉक्नि' करमणूक.''

विवस्त्र अशा आणखी तीन स्त्रियांना तसेच वॉकवेवर ढकलण्यात आले.

''त्यांनी आता या वॉकवेवरून पूर्ण फेरी मारायची असते. कामगारांना खाली उभे राहून बघायला आवडते.''

''कोण आहेत त्या स्त्रिया?''

''कोणीच नाहीत. वेश्या. मादक द्रव्यांच्या आहारी गेलेल्या पुरुषांबरोबर त्यांनाही उचलून आणतात. दोन-तीन दिवसांनी त्यांचे आकर्षण नष्ट झाले की, मी कामगारांना हवे ते करू देतो.''

''काय?''

''गार्ड्स त्यांना फॅक्टरीत सोडून देतात. कामगार त्यांना बाहेर घेऊन जातात. फुकटात मजा. मग काम करायलाही उत्साह वाटतो त्यांना.''

''आणि नंतर?''

गॉर्नरने आश्चर्यानेच त्याच्याकडे बघितले. ''नंतर? अर्थातच पुरून टाकतो.''

मग तो या स्त्रियांना जिथून वॉकवेवर ढकलत होते, त्या दाराकडे वळला. त्याच्या चेहऱ्यावर हसू उमटल्यासारखे वाटले. तशी कठीणच गोष्ट. ''बघ. बघच बाँड. आता जी बाहेर येते आहे तिला तू ओळखतोस बहुधा. ती तर कामगारांना वेडच लावणार आहे.''

छोटेसे जग

जगाच्या दुसऱ्या टोकाला भासणाऱ्या पॅरिसमध्ये रेने मॅथिस त्याच्या कार्यालयाजवळच्या एका कॅफेमध्ये जेवता जेवता *ल फिगारो* या वर्तमानपत्रावर नजर टाकत होता. बाहरीनमधल्या गल्फ एअरने मागवलेले नवीन व्हिकर्स-व्ही.सी.१०, विमान ब्रिटनहून बाहरीनला जाताना इराण-इराक बॉर्डरवर कुठेतरी नाहीसे झाले होते. एका क्षणाला ते रडारवर दिसेनासेच झाले.

मॅथिसने खांदे उडवले. घडत असतात अशा गोष्टी. त्याला आठवत होते त्याप्रमाणे या ब्रिटिश कॉमेट विमानांचे फार अपघातही झाले होते. पॅरिसमध्ये तसा शांत दिवस होता. अशा दिवशी मॅथिसला नव्या नव्या कल्पना सुचत असत.

युसूफ हाशिमच्या खुनाबद्दल पोलिसांना अजूनही काही कळत नव्हते. पॅरिसमधल्या काही भागांमध्ये पोलिसांना विशेष काही करता येत नसे. काही भाग त्यांनाच धोकादायक असत आणि उंच उंच इमारतींच्या काही विभागातले लोक फ्रेंच बोलत असले तरी त्यांचे कुठलेही सहकार्य त्यांना लाभत नसे. सेंट डेनिसचा एक विभाग *ला कुर्नेव*, हा तसलाच एक भाग. सार्सेल हादेखील तसाच एक घेटो जिथे कायमच हिंसाचार होत असे. फ्रेंच रिपब्लिकचे कायदे तिथे लागूच नसावेत. फ्रान्सने साम्राज्य टिकवण्याच्या अट्टाहासामुळे आपल्या वसाहतींमध्ये भलतीच पावले उचलली आणि अशा तऱ्हेच्या घेटोंच्या स्वरूपात त्यांची किंमत फ्रान्स आता चुकवतो आहे अशी फ्रान्समधल्या सर्वसामान्य जनतेची भावना होती.

इन्डो-चायनामध्ये फ्रान्सला मानहानीकारक पराभव पत्करावा लागला तरी फ्रान्समध्ये त्याचे दूरगामी असे विपरीत परिणाम घडले नाहीत. एकापासून दुसरा माणूस वेगळा दिसतच नाही असा भास होणाऱ्या व्हिएतनामींची शेकडो रेस्टॉरंट फ्रान्समध्ये दिसायला लागली एवढेच. पण अल्जेरियातल्या युद्धानंतर संतापलेले हजारो अल्जेरिअन मुस्लिम फ्रान्सच्या सर्व शहरांमध्ये दिसायला लागले. पॅरिसमध्ये तर फारच. जेव्हा त्यांना शहराच्या मध्यवर्ती भागापासून दूर, उपनगरामधल्या उंचच उंच इमारतींमध्ये राहणे भाग पाडले गेले तेव्हा गुन्हेगारीचे साम्राज्य वाढत गेले. मॅथिसच्या मते तिथे घातपाती केंद्रेच स्थापन झाली होती आणि एक दिवस स्फोट झाल्याशिवाय राहणार नव्हता.

युसूफ हाशिम मादक द्रव्ये पुरवणाऱ्या साखळीमधला फक्त एक दुवा होता. पोलिसांना चांगल्या प्रतीचा अमाप साठा मिळाला होता. मजा म्हणून सेवन करणाऱ्यांसाठी ही द्रव्ये नव्हती, नाईट क्लबमध्ये फॅशन म्हणून वापरणाऱ्या तरुणांसाठीही नव्हती. त्या द्रव्यांच्या संपूर्ण आहारी जाऊन देशभरात अनेक मृत्यूच ओढवणार होते. मादक द्रव्ये वाटपाची साखळी तज्ज्ञ चालवत होते. एकमेकांशी संबंधच नसणाऱ्या अनेक छोट्या छोट्या गटांच्या सहभागामुळे ती कुठून पुरवली जातात याचा सुगावाच लागू शकत नव्हता.

अमेरिकन गुप्त पोलीस यंत्रणेबरोबर काम करणाऱ्या त्याच्या मार्सेलीसमधल्या सहकाऱ्यांना अमेरिकेला पोहोचणारा माल पकडण्यात थोडे फार यश मिळत होते. एफ.बी.आय.ने या पुरवठादारांना फ्रेंच कनेक्शन असा शब्द वापरला होता. त्या वेळी त्यांच्या लक्षात आले की, कधी नव्हे इतके हेरॉईन फ्रान्समध्ये विकले जात होते आणि त्यातला मोठा भाग पुढे लंडनला पोहोचत होता.

पैशाची चिंताच नसणाऱ्या कुणीतरी, ब्रिटनविरुद्ध जणूकाही धर्मयुद्ध पुकारले आहे असे फ्रेंच पोलिसांनी मॅथिसला सांगितले.

मॅथिसने आपल्या घड्याळाकडे बघितले. अजून थोडा वेळ होता. त्याने पुन्हा कॉफीची ऑर्डर दिली, छोटा पेग कोनॅकचीही. गेले कित्येक दिवस त्याच्या मनाला बोच लागली होती. कसली तरी आठवण वर येऊ बघत होती. आज काचेतून बाहेर बघताना पेव्हमेंट कॅफेवरची शेंदरी रंगाची मागे-पुढे सरकवता येणारी कॅनव्हासची आच्छादने दिसली आणि त्याला बरोबर आठवण आली.

पकडीनेच तोडलेली जीभ. अशा तऱ्हेच्या शिक्षेबद्दल त्याने पूर्वी ऐकले होते आणि कुठे ते त्याला आता आठवले. फ्रान्सच्या सैन्यदलात मेजर असणारा त्याचा भाऊ इन्डो-चायनामध्ये लढला होता. एका व्हिएतमिन्ह युद्ध गुन्हेगाराला पकडून त्याला कोर्टासमोर उभे करायचा त्यांनी प्रयत्न केला होता. कम्युनिस्ट तत्त्वप्रणाली कॅथलिक मिशनरी स्कूल्सवर लादण्यात त्याचा हात होता. पकडल्या गेलेल्या फ्रेंच सैनिकांवर करण्यात येणाऱ्या अत्याचारांवरही त्याने देखरेख केली होती. तो अशी शिक्षा देत असे. लहान मुलांचा छळ करण्यात तर त्याचा हातखंडा होता. त्याने खास लक्ष पुरवलेली कित्येक मुले जन्मभर लुळेपांगळे आयुष्य घालवणार होती.

ऑफिसमध्ये परत येताच इन्डो-चायना युद्धातल्या युद्ध गुन्हेगारांच्या फोटोंच्या फाईल्स शोधून काढायला त्याने आपल्या सेक्रेटरीला सांगितले.

बाँडच्या भेटीनंतर मॅथिसने त्याच्या हाताखालच्या एका माणसाला ज्यूलिअस गॉर्नरची पॅरिसमधली फॅक्टरी शोधून तिच्या मालकाचा फोटो मिळवायला सांगितले होते. उंच, स्लाव्ह वंशाच्या, एका हातावर मोठा पांढरा हातमोजा चढवलेल्या, मुजोर आणि उद्धट भासणाऱ्या चेहऱ्याच्या माणसाचे अनेक फोटो त्याच्या हातात

पडले. दोन फोटोंमध्ये त्याच्याबरोबर केपी घातलेला पौर्वात्य देशातला बहुधा व्हिएतनामी माणूस होता.

सेक्रेटरी एक फाईल घेऊन आल्यावर तशाच दिसणाऱ्या माणसाचा फोटो मिळवायला मॅथिसला काही मिनिटेच पुरली. केपी घालून मर्सिडीज ३००-डी कॅब्रिओलेशेजारी उभ्या असलेल्या माणसाचा चकचकीत मोनोक्रोम फोटो त्याने अस्पष्ट होणाऱ्या अकरा वर्षे जुन्या वर्तमानपत्रातील फोटोच्या कात्रणाशेजारी ठेवला. वर्तमानपत्रामधला फोटो फाम सिन क्वोक याचा होता. 'वॉन्टेड' पोस्टरवरचा हा फोटो एका वेळेला फ्रेंच सायगावमधल्या प्रत्येक भिंतीवर झळकला होता. त्याने दोन्ही फोटोंचे नीट निरीक्षण केले. नक्की एकाच माणसाचे ते फोटो होते.

मॅथिसने त्यानंतर ताबडतोब फोन उचलला नाही किंवा गॉर्नरच्या केमिकल प्लॅन्टमध्ये जाण्यासाठी गाडी मागवली नाही. तो विचार करत होता. या विकृत प्रवृत्तीच्या पिसाट खुन्याला गॉर्नरने काय फक्त आपला मदतनीस म्हणून आणला आहे का, त्याचा अति पूर्वेकडल्या देशांशी असलेला संबंधच त्याला जास्त महत्त्वाचा आहे. लाओस-व्हिएतनाम-कम्बोडिया या धोकादायक त्रिकोणामध्ये फायदेशीर अशा कुठल्या व्यापारासाठी गॉर्नरला प्रवेश हवा होता?

पॅरिसपेक्षा नऊ तास मागे घड्याळ असणाऱ्या सान्ता मोनिकामध्ये सकाळचे नऊ वाजले होते. फेलिक्स लेईटर लंगडत लंगडत गवतावरून चालत जात जॉर्जिआना अव्हेन्यूवरच्या एका स्पॅनिश पद्धतीने बांधलेल्या घरासमोर पोहोचत होता.

जेम्स बाँडच्या आयुष्यामधल्या अत्यंत कठीण अशा काही प्रकरणातला हा त्याचा टेक्सान साथीदार आता पिंकरटन डिटेक्टिव्ह एजन्सीसाठी काम करत होता. या कामाला तो अत्यंत कंटाळला होता, हेदेखील लपवून ठेवत नव्हता. हॉलिवुड स्टुडिओमधील एका निर्मात्याने हरवलेल्या व्यक्तीची चौकशी करण्यासाठी त्याला नेमले होते. तिचे नाव होते ट्रिक्सी रॉकेट. सुमार दर्जाच्या दोन सिनेमांमध्ये काम करून मागे कुठलाही पत्ता, फोन नंबर न सोडता ती नाहीशी झाली होती. आयडाहोमधले तिचे माता-पिता स्टुडिओवाल्यांना धमक्या देत होते. ट्रिक्सीला काम देणाऱ्या स्टुडिओच्या निर्मात्याबद्दल त्यांना संशय होता. त्याच्या बायकोच्या कानावर भलत्या गोष्टी पडण्याआधी तिचा शोध लावण्याच्या हेतूने निर्मात्याने हे पाऊल उचलले होते.

लेईटरचे कर्तृत्व लक्षात घेता हे अगदी फालतू काम होते. पण मायामीमध्ये बाँडला मदत करताना तो एका हॅमरहेड शार्कच्या तावडीत सापडला होता आणि त्याने उजवा पाय आणि दंड गमावला होता. तेव्हा कामे करण्यात मर्यादा आली होती.

'१६१४ जॉर्जिआना' या घराच्या पुढल्या दरवाजामागून प्रथम कुत्र्यांच्या भुंकण्याचा

आवाज आला आणि नंतर फोनवर बोलत असणाऱ्या एका काळ्या केसांच्या मोहक स्त्रीने डोके बाहेर काढले. तिने खुणेनेच फेलिक्सला थांबायला सांगितले. हिरवळीच्या काठावर बसत त्याने लॉस एन्जलीस टाइम्स उघडला.

वीस-एक मिनिटांनी टेलिफोनवरचे बोलणे आटोपते घेऊन लुईझा शिरर नावाच्या स्त्रीने त्याला घरात बोलावून घरामागच्या छोट्या मोकळ्या जागेत नेले. त्याच्यासाठी कॉफीही आणली. ती खरंच खूप गोड आणि बडबडी स्त्री होती. ट्रिक्सी रॉकेट तिच्याकडे राहत होती. तिला ती आठवतही होती, पण गेले तीन महिने ती तिथे राहिली नव्हती. तिने पत्रे पाठवण्यासाठी नवीन पत्ताही दिला नव्हता. पण... तेवढ्यात पुन्हा फोन वाजला. पुन्हा पंधरा मिनिटे आपल्या कॉफीकडे नुसते बघत राहणे फेलिक्सला भाग पडले.

शेवटी वेस्ट हॉलिवुडमध्ये आपल्या स्वस्त हॉटेलवर तो परत गेला तेव्हा थकला होता. लुईझाची भेट चांगली झाली असली तरी कामाच्या दृष्टीने निरर्थक ठरली होती. लॉबीमधल्या पामच्या कुंड्यांवर एक गचाळ पंखा फिरत होता. एलिव्हेटर दहाव्या मजल्यावर अडकला होता. पण रिसेप्शन डेस्कवर वॉशिंग्टनमधल्या एका नंबरवर फोन करण्यासाठी निरोप होता. नंबराचा कोड लक्षात येताच फेलिक्सला उत्साह आला. कुठल्या तरी भानगडीत सहभागी असण्याची त्याची शेवटची वेळ होती, तो बॉंडबरोबर जमैकामधील एका आगगाडीत होता तेव्हाची. त्या पूर्वी बहामात माणसे कमी पडली तेव्हा सी.आय.ए.ने त्याला बोलावले होते. एकदा रजिस्टरमध्ये नोंद झाली की, तुम्ही आयुष्यभर रिझर्व्हमध्ये असता.

बंद पडलेला एलिव्हेटर चालू होऊन खाली आल्यावर तो आपल्या खोलीवर गेला आणि त्याने कागदावर लिहिलेला फोन नंबर फिरवला. अनेक सिक्युरिटी चेक्समधून तो फिरत योग्य माणसाकडे पोहोचला आणि एक आवाज गंभीरपणे त्याच्याशी दोन मिनिटे बोलत राहिला.

लेईटर सिगारेट ओढत, मधूनमधून मान डोलावत 'हो... हो... असं का' असे शब्द उच्चारत होता.

शेवटी एकदा बोलणे संपल्यावर लेईटर उद्गारला, "आणि हे तेहरान कुठे आले आता?"

संध्याकाळ होत होती आणि दारियुश अलीझादे आपल्या घरातल्या पारंपरिक स्त्री विभागाच्या वरच्या मजल्यावर निघाला होता. तसा तो आधुनिक विचारसरणीचा होता. एकाच घरात राहताना स्त्री-पुरुषांची विभागणी त्याला मान्य नव्हती. पण आपला व्यवसाय आणि आपले घर यात त्याला गल्लत नको होती. त्याचे तीन विवाह झाले होते, ते अल्प काळ टिकले. आणि वेगवेगळ्या बायकांपासून तीन

मुलगेही त्याला होते. शिया पंथात असलेल्या प्रथेनुसार कमीतकमी काळ विवाहाचा करार करून घटस्फोटाशिवाय विभक्त होता येत असे. स्वत:ला अनुकूल असे कुराणातले दाखले तो देत असे. 'अनाथ मुलांकडे नीट लक्ष पुरवता येणार नाही अशी भीती वाटत असल्यास तुम्हाला पसंत असणाऱ्या अशा स्त्रियांशी... दोन किंवा तीन किंवा चार विवाह तुम्ही करू शकता, पण सर्व स्त्रियांना समान वागणूक देता येणार नाही अशी भीती असल्यास फक्त एक....'

दारियुशला अशी कसलीच भीती नव्हती. आपल्या स्त्रिया आणि त्यांची मुले यांच्यासाठी त्याने भरभक्कम तरतूद करून ठेवली होती. प्रॉफेटने परवानगी दिल्याप्रमाणे चौथ्या पत्नीसाठी त्याने डोळे उघडे ठेवून शोध चालू केला होता. कधीकधी थोडीफार चाचणीही घेतली होती. अशाच एका स्त्रीकडे आज संध्याकाळी तो जाणार होता. बाँडबरोबर त्याने ज्या रेस्टॉरंटमध्ये जेवण घेतले होते, तिथे काम करणारी झोहरा.

त्याचे कार्यालय म्हणजे वातानुकूलित अशी एक मोकळी खोली होती. जमिनीवरच्या फळ्यांवर इस्फहानहून आणलेला एकच गालिचा अंथरलेला होता. एक सोनेरी पिंजरा, त्यात एक पांढरा पराकीत. दररोज संध्याकाळी सहा वाजता तो आपला अहवाल लंडनला पाठवत असे. त्याने योग्य वेळ साधली नाही तर अर्ध्या तासाने रीजन्ट पार्कमधून समज म्हणून एक 'ब्ल्यू कॉल' येत असे. सात वाजता 'रेड कॉल'. या दोन्ही कॉल्सनाही उत्तर मिळाले नाही तर लंडन त्याचे काय झाले आहे, या चौकशीला लागले असते.

दारियुशला कुठल्याही रंगाची समज कधी मिळाली नव्हती. आज तर अगदी वेळेत आपला अहवाल पाठवायला तो उत्सुकच होता. कानांवर हेडफोन्स चढवून तो ट्रान्समीटरसमोर बसला. त्याने १४ मेगा सायकल्सवर आपली कॉल साईन सवयीनेच पाठवली – पी.एक्स.एन. कॉलिंग डब्ल्यू.डब्ल्यू.डब्ल्यू. – त्याच्या कानात पोकळी निर्माण झाल्यासारखा आवाज आला. लंडन त्याची कॉल साईन मिळाली असे सांगण्याच्या तयारीत असणार.

त्याला लंडनला बरेच काही सांगायचे होते, पण ते करताना मन शांत ठेवणे आवश्यक होते. रीजन्ट पार्कमधल्या कंट्रोल रूमची एक सबंध भिंत काचेच्या डायल्स आणि थरथरणाऱ्या काट्यांनी भरलेली होती. इतर अनेक गोष्टी बघताना की-बोर्डवरून पाठवलेल्या सायफर ग्रुपचा वेग, प्रत्येक की दाबताना होणारा फरक ध्यानात येत असे. दारियुशच्या डाव्या हाताच्या दुसऱ्या बोटात जरा कमी जीव होता. त्यामुळे एस. हे अक्षर विशिष्ट तऱ्हेने दाबले जात असे. दारियुशच संदेश पाठवतो आहे याची खात्री पटत असे. त्याची अशी स्वत:ची सही मशीनला ओळखता आली नाही तर एक बझर वाजे आणि कनेक्शन तुटे.

वेस्ट इंडिजमधला एक एजंट उत्तेजित अवस्थेत असला की, नेहमीपेक्षा वेगाने

ट्रान्स्मिट करत असे आणि इलेक्ट्रॉनिक यंत्रणा संपर्क तोडत असे. दारियुशला सर्व कल्पना होती. पकडलेल्या एजंटना कुठले संदेश पाठवणे भाग पाडले गेले तर जरा वेगळ्या पद्धतीने संदेश पाठवून आधीच ठरवलेल्या अक्षरांचा वापर करून ते कोणत्या अवस्थेत ट्रान्स्मिशन करत आहेत याची लंडनला जाणीव होत असे. पण यावर दारियुशचा विश्वास नव्हता. युद्धात ब्रिटिशांचा एक सबंध ग्रुप हंगेरीमध्ये पकडला गेला आणि त्यांनी नाझींच्या देखरेखीखाली संदेश पाठवताना आधी ठरवलेल्या सर्व गोष्टी लक्षात घेऊन संदेश पाठवले. ते नक्की पकडले गेले आहेत हे कुणी ध्यानातच घेतले नाही आणि बेकर स्ट्रीटवरून आलेल्या अधिकाऱ्यांनी त्यांची उलट चंपीच केली.

सांकेतिक भाषेमध्ये दारियुशने लंडनला कळवले की, 007 कडून अजून काही कळलेले नाही. त्याने स्वत: नौशारला जावे का, याबद्दल लंडनकडून सूचनाही मागवल्या. कॅस्पिअन सी-मॉन्स्टरबद्दल हमीद आणि इतरांकडून मिळालेला थोडाफार तपशीलही त्याने पाठवला. मग तो शहरातल्या फ्रेंच क्लबमध्ये पोहोचला होता. तिथे इन्डो-चायनामधून आलेल्या काही जणांसाठी कॉकटेल्स मागवून त्याने त्यांच्याशी गप्पा मारल्या होत्या. त्यांनीही तो सी-मॉन्स्टर बघितला होता, त्याचे फोटो काढले होते. मॉन्स्टरमध्ये बदल होऊन तो आता रॅकेट्स झाडतो आहे असे त्यांनी सांगितले. मग तो फक्त सी.आर.सी.या नावाने ओळखल्या जाणाऱ्या क्लबवर पोहोचला. फ्रॅन्क सिनात्रा आणि डेव्ह ब्रूबेक यांच्या गाण्याच्या तालावर शहरातले फॅशनेबल समजले जाणारे लोक तिथे संगमरवरी अरुंद ॲलेजवर टेन-पिन-बोलिंग खेळत.

इथे बरीच बुरबॉ रिचवलेल्या एका अमेरिकन माणसाकडून त्याला वेगळीच माहिती मिळाली. व्हिकर्स-व्ही.सी.१० जातीचे, बाहरीनमधील बी.ओ.ए.सी.च्या मालकीच्या गल्फ-एअरला पाठवलेले विमान दोन आठवड्यांपूर्वी रहस्यमय रितीने गायब झाले होते. त्या अमेरिकन माणसाच्या मित्राचा मुलगा यु.एस. एअर फोर्सच्या विमानतळावर काम करत असे. विमान पश्चिम पर्शियाच्या हवाई सीमेमध्ये गेले खरे पण तिथून म्हणे बाहेरच पडले नाही. ते कोसळले असावे किंवा दश्त-ए-लुत वाळवंटात केरमानजवळ उतरवावे लागले असावे, असा अंदाज होता. पण त्या विमानाचा पत्ता लागला नाही हे खरे.

दारियुशने ही माहितीही लंडनला पाठवली. एम.च्या ध्यानात याचे परिणाम आणि संभाव्य धोके लक्षात येतील याची त्याला खात्री होती.

लंडनची भर दुपारची वेळ होती. एम.च्या कपाळाच्या उजव्या बाजूची शीर दिसत होती. तो काळजीत असला की असे होई. त्याने काडेपेटीने आपला पाईप पेटवला

आणि जोराने श्वास घेतला. त्याच्या टेबलावर पॅरिस, वॉशिंग्टन आणि दारियुशने एवढ्यातच तेहरानहून पाठवलेल्या केबल्स पडल्या होत्या. माहिती महत्त्वाची होती, कारवाई तातडीने व्हायला हवी असे त्याचे अंतर्मन सांगत होते. पण त्यासाठी डोळ्यांसमोर स्पष्ट चित्र उभे राहायला हवे होते. पण तेच अजून होत नव्हते. त्याच्या डोक्यापासून काही फूट उंच अंतरावर छतावर ब्रिटनमधल्या तीन अत्यंत ताकदवान रेडिओ ट्रान्समीटर्सचे खांब होते. नववा मजला वेचून निवडलेल्या कम्युनिकेशन एक्स्पर्ट्सनी भरला होता. सहज बोलताना त्यांच्या तोंडातून सूर्यावरचे डाग वगैरे भलभलते शब्द येत. त्यांची खाजगी भाषाच वेगळी असल्याचा भास होई. एम.ने वैतागून चौकशी केल्यावर आणखी काही सिग्नल्स मिळाल्याशिवाय ते त्याला काही मदत करू शकत नाहीत असे त्यांनी शांतपणे सांगितले होते.

एम. खिडकीत उभा राहून रीजन्ट पार्ककडे बघत बसला. दोन आठवड्यांपूर्वी काही अंतरावर असलेल्या या लॉर्ड्स मैदानावर इंग्लंडने भारतीय संघाचा एक डाव आणि १२४ धावांनी केलेला पराभव त्याने बघितला होता. असल्या गोष्टींसाठी आता त्याच्याकडे वेळ नव्हता.

त्याने इंटरकॉमचे बटण दाबले. "मनिपेनी? चीफ ऑफ स्टाफला पाठव आत."

जाड हिरवे कापड लावलेले दार बंद झाले की, एम.च्या स्टाफचा सर्व जगाशी संबंध तुटत असे. कॉरिडॉर्समध्ये पसरलेल्या गालिचांवरून आवाज न करता एम.चा चीफ ऑफ स्टाफ आत शिरला. सडपातळ, बाँडच्याच वयाचा माणूस. चेहऱ्यावर काळजीचे भाव अजिबात नाहीत.

मनिपेनीने नजर उचलून त्याच्याकडे बघितले. "सरळ आत जा बिल," ती म्हणाली. "पण आपला सीट-बेल्ट घट्ट लावून घे."

एम.च्या ऑफिसचे दार उघडले आणि बंद झाले. वर एक हिरवा दिवा लागला.

"बस," एम.ने त्याला सांगितले. "पिस्टाचिओच्या केबलबद्दल काय मत आहे तुझे?"

"आपल्या विमानतज्ज्ञांकडून आत्ताच रिपोर्ट आला आहे. केबलमधून मिळालेल्या त्रोटक माहितीच्या आधारावर खात्रीपूर्वक सांगणे कठीण असले तरी त्यांना वाटते की ते एक्रानोप्लेन असावे."

"एक्रानोप्लेन म्हणजे काय आता?"

"पंख कापलेले विमान बहुधा. हॉवरक्राफ्टसारखे ग्राउंड इफेक्टवर उडणारे. नेहमीच्या वापरातल्या विमानांपेक्षा दुप्पट वजन, तीनशे फूट तरी लांब आहे. पंखांच्या टोकांमधील अंतर १३० फूट. पक्षी उतरायला लागतात तेव्हा विनासायास तरंगत दूरवर कसे जातात ते आपण बघतो. तो ग्राउंड इफेक्ट. विमान उतरताना

खालून विमानावर हवेचा दाब पडलेला जाणवतो तोही ग्राउंड इफेक्टच. पंख आणि धावपट्टीमध्ये हवेचे कुशन तयार होते आणि वरच्या दिशेने हवेचा प्रवाह वाहतो. रशियन या शक्तीचा वापर करायचा प्रयत्न करत आहेत. त्याला त्यांनी (WIG) 'विंग-इन-ग्राउंड-इफेक्ट क्राफ्ट' असे नाव दिले आहे. आपल्याकडे असणाऱ्या तंत्रज्ञानापेक्षा प्रकाशवर्षे पुढे असणारे तंत्रज्ञान. तपशील या अहवालात आहे.'' त्याने एक फाईल एम. पुढे सरकवली.

''तू म्हणतोस तेच ते असेल तर आपल्यापुढे मोठाच प्रश्न आहे.''

''खरं आहे. पण ते अजून चाचण्या घेत आहेत. आपल्या माहितीप्रमाणे फक्त चार एक्रानोप्लेन्स अस्तित्वात आहेत. पण रशिया व्होल्गा शिपयार्डमध्ये तशी शंभर एक बांधायचा विचार करत आहे. कॅस्पिअनवरून उडताना अमेरिकन उपग्रहांनी काही फोटो घेतले आहेत. खूप चांगले नाहीत. यु-२ स्पायप्लेननेही घेतले आहेत. पर्शिअन मच्छिमारांनी ते बघितले आहे. ते त्याला कॅस्पिअन सी-मॉन्स्टर म्हणतात.''

''आपल्याला कुठल्या तऱ्हेच्या धोक्याला तोंड द्यावे लागेल? काय विध्वंस करू शकेल ते?''

''आमच्या मते ते सैन्यवाहू आणि हल्ला करणारे वाहन आहे. समुद्राच्या पाण्यापासून फक्त काही फूट उंचीवरून पंचवीस टनांचा पे-लोड नेऊ शकेल.''

''वेग?''

''मला वाटते त्या आधी आपण जरा बसून घ्या सर,'' चीफ ऑफ स्टाफने सुचवले. उत्तर ऐकून एम.ला धक्का बसेल अशी त्याला खात्री होती. ''ताशी चारशे किलोमीटर.''

''काय?'' एम.ने थक्क होऊन विचारले.

''बरोबर. म्हणजे दोनशे पन्नास मैल....''

''ते नको सांगायला मला, पण पर्शियामध्ये काय करते आहे ते?''

''पिस्टाचिओ फक्त 007ला ज्या ड्रायव्हरने डॉक्सवर नेले त्याचेच शब्द सांगतो आहे. खरे काय ते नक्की माहीत नाही. पण जी आहे ती बातमी वाईटच आहे. त्यात त्यांनी मुद्दाम काही खास बदल केले असले तर खूपच वाईट.''

एम.ने काही काळ पाईपमधून धूर काढण्यात घालवला. ''माझा विश्वास आहे पिस्टाचिओवर. पृथक्करण करण्यासाठी त्याने पाठवलेले सॅम्पल मिळाले? नौशारहून सकाळी पाठवलेली ती पॉलिथीनची बॅग?''

''मिळाले. शुद्ध हेरॉईन आहे. म्हणजे हेरॉईन कधी शुद्ध असू शकत असले तर. एक्रानोप्लेनमधून बहुतेक रशियाला पाठवणार होते.''

''म्हणजे गॉर्नरने रशियाबरोबर काहीतरी सौदा केला आहे. ते पूर्व युरोपमधून हेरॉईन पश्चिमी देशांत पाठवणार आहेत किंवा बाल्टिक राज्यांमधून, बहुधा इस्टोनिया.''

"तसेच दिसते आहे खरे. मला तीच भीती वाटते आहे."

एम.पुन्हा उठला. खिडकीजवळ जाऊन पाठमोराच बोलला, "पण हे सर्व फक्त पैसे मिळवण्याच्या हेतूनेच चालले आहे असे मला वाटत नाही. मादक द्रव्यांचा प्रचंड व्यापार हादेखील कुठल्या तरी योजनेचा एक भागच आहे असे सारखे मनात येते आहे. अमेरिकन सध्या पर्शियामध्ये खूप लोक उतरवत आहेत."

"नेहमीच पाठवत असतात."

"पण इतके नाही. बैरूटमध्ये फिल्बी प्रकट झाल्यानंतर मध्यपूर्वेमध्ये प्रथमच इतके भीतीचे वातावरण आहे. लॅंग्लेमधल्या लोकांना नक्की नवीनच काही तरी घडणार आहे असे कळलेले असणार."

"सध्या आपल्यामधले संबंध कसे आहेत?"

"अंतर राखूनच. व्हिएतनामचा परिणाम. जोपर्यंत त्याबाबत दोन्ही राज्यकर्त्यांचे एकमत होत नाही किंवा आपण आपल्या फौजा व्हिएतनामला पाठवत नाही तोपर्यंत असेच चालणार."

"म्हणजे पर्शियामध्ये काही तरी अघटित घडणार आहे असे दोघांनाही वाटत असले तरी आपण एकमेकांना काही सांगतही नाही?"

एम.ने एक मोठा सुस्कारा सोडला. "साधारण तसेच. म्हणूनच 007 कडून काही तरी कळायलाच हवे."

"आणि 004? काही संपर्क तरी?"

"अजिबातच नाही. वॉशिंग्टनमधून मला जे काही कळते आहे, त्यामुळे मी फारच काळजीत आहे. उपलब्ध असलेला प्रत्येक एजंट तेहरानला जातो आहे. असे कुठले संकट कोसळणार आहे?"

"आपल्याला काही कळत नाही आणि ते काही सांगत नाहीत. बरोबर?"

एम.ने फक्त मान डोलावली.

बराच वेळ दोघेही गप्प होते. शेवटी चीफ ऑफ स्टाफ म्हणाला, "जर रशियाचे एक्रानोप्लेन हेरॉईनची वाहतूक करण्यासाठी गॉर्नर वापरत असेल, तर या मेहेरबानीची परतफेड तो कुठल्या तरी तऱ्हेने करणार असेलच."

"फक्त पैशांनी नक्कीच नाही." एम.पुन्हा क्षणभर गप्प बसला. "मी करतो आहे तोच विचार तुझ्याही मनात येतो आहे का?"

"तेच तर माझे काम आहे सर," चीफ ऑफ स्टाफने उत्तर दिले. एम.ने पाईप टेबलावर ठेवला. इंटरकॉमचे बटण दाबले. "मनिपेनी, पंतप्रधानांना फोन लाव."

जगाच्या टोकावरचे शहर

"माझे हात जखडलेले आहेत हे तू तुझे नशीब समज," बाँड संतापानेच फुत्कारला.

"पोकळ बढाया मारू नकोस बाँड. मला वाटत नाही की माझी माणसे तुला माझ्या केसालाही धक्का लावू देतील." गॉर्नरने दरवाजातल्या दोन सशस्त्र गार्ड्सना खूण केली. "तुला नाही तुझ्या मैत्रिणीकडे बघायला आवडणार? खालचा गोंगाट लक्षात घेतला तर बाकीचे तरी खुशीत दिसत आहेत."

बाँडने खिडकीतून खाली बघितले. आपल्या हातांनी शरीराचा जास्तीतजास्त भाग झाकून घ्यायचा प्रयत्न करत स्कार्लेट ग्लास वॉकवेवरून धावत सुटली होती. तिच्या मागे लागलेला गार्ड हातामधल्या रायफलच्या दस्त्याने तिला ढुशा देत होता आणि सर्व गुलाम कामगार आरडाओरडा करत त्याला प्रोत्साहन देत होते.

'गॉर्नरला ठार कर. त्याला गाठ आणि सरळ ठार कर,' पॉपी त्याला म्हणाली होती. त्याच क्षणाची बाँड आता वाट बघणार होता. अत्यंत आनंदाने त्याला ठार मारणार होता.

"त्या मुलींची काळजी सोड," गॉर्नरने सांगितले. "तुमच्या साम्राज्यातसुद्धा कवडीची किंमत नसणारा गाळ आहे तो."

बाँडने एक शेलकी शिवी हासडली.

"आणि तुला नसेल आवडत बघायला तर तू आपल्या कोठडीत परत जाऊ शकतोस." गॉर्नरने स्वत:च्या मनावर पूर्ण ताबा मिळवला होता. खुशीत होता तो.

एका गार्डला जवळ बोलवून त्याने त्याला फार्सीमध्ये काही सूचना दिल्या. "नंतर तुझ्या मैत्रिणीला पाठवू तुझ्याकडे," बाँडकडे वळून तो म्हणाला. "आज तरी माझ्या कामगारांना मी ती देणार नाही. त्यांची उत्कंठा मला प्रथम वाढवायची आहे."

*

तो एकटा कोठडीत असताना बाँडने सुटकेची योजना आखायला सुरुवात केली. गार्डवर झडप घालून तो त्याची रायफल हिसकावून घेऊ शकेल, पण त्या आधी नायलॉनच्या दोरीने बांधलेले हात सोडवून घ्यायला पाहिजेत. हात सोडवता येणार असले तरी तो स्वत: पॉपी आणि स्कार्लेट यांना घेऊन कसा बाहेर पडणार याचाही नीट विचार करायला हवा.

तोपर्यंत गॉर्नर म्हणतो आहे तेच करणे ठीक पडेल. आज ना उद्या लष्करी हस्तक्षेप करण्याच्या त्याच्या योजनेची माहिती गॉर्नरला त्याला सांगावीच लागेल. मग संधी मिळाली तर लंडनला किंवा तेहरानमध्ये दारियुशला थोडे तपशीलवार कळवता येईल. शक्य आहे की त्या प्रयत्नात तो स्वत:चा जीवसुद्धा गमावून बसेल. पण त्यापूर्वी त्याने पाठवलेल्या माहितीच्या आधारे संरक्षणासाठी योग्य त्या गोष्टी लंडनला करता आल्या तर निदान कामगिरी पार पाडल्याचे समाधान तरी लाभेल.

अन्न नाही, पाणी नाही, स्कार्लेट नाही अशा अवस्थेत आठ तास गेले. त्याला मधून मधून डुलक्या येत असताना पिस्तूल रोखूनच त्याला पुन्हा गॉर्नरच्या ऑफिसात उभे करण्यात आले. शाग्रिन आता आपल्या बॉसशेजारी उभा होता.

“आता कसोटी आहे तुझी बाँड. मुख्य कामगिरीचा सराव म्हण हवे तर. कधी कधी तोच जिवावर बेतणारा ठरू शकतो. मेलास तरी निदान तुझ्यात खरी किती धमक आहे ते कळेल मला. जगलास तर खूप शिकलेला असशील. मी माझा सर्वांत विश्वासू सहकारी शाग्रिन याच्या हातात तुला सोपवतो आहे.”

त्याचे नाव कानावर पडताच केपी घातलेला शाग्रिन पुढे झाला आणि गार्डच्या कानात पुटपुटला. गार्डने एकदा खाडकन बूट जुळवून पाय आपटले आणि तो निघून गेला.

“मला वाटते शाग्रिनबद्दल तुला थोडी जास्त माहिती देण्याची वेळ आली आहे,” गॉर्नर म्हणाला. “त्याचे खरे नाव आहे फाम सिन क्वोक. तो व्हिएतमिन्हसाठी लढला होता. फ्रेंचांविरुद्ध लढलेला कडवा कम्युनिस्ट. इन्डो-चायनामध्ये फ्रेंचांनी वसाहत स्थापन केल्यावर त्यांनी तिथे अनेक मिशनरीज आणि नन्स पाठवल्या. फ्रान्समध्ये धर्म आणि राजकारण यांची १७८९ पासून फारकत केली असली तरी ज्यांचे देश त्यांनी बळकावले होते त्या छोट्या चणीच्या लोकांना रोमन कॅथलिक चर्चची शिकवण त्यांना द्यायची होती. त्यामुळे त्यांच्या सदसद्विवेक बुद्धीची टोचणी एखादे वेळी कमी होत असेल.”

गार्ड आणि इतर तिघे असंबद्धपणे बडबड करणाऱ्या एका गणवेशातल्या कामगाराला घेऊन परत आले. तो आल्या आल्या गुडघ्यांवर कोसळला. आता आपल्याला कशाला तोंड द्यावे लागणार आहे, या भीतीने तो थरथरत होता.

“शाग्रिन आणि त्याच्या बरोबरचे कॉम्रेड्स उत्तरेकडल्या एका खेडेगावात आले तेव्हा मुलांचा बायबलचा क्लास चालू होता. शिकवणाऱ्या प्रीचरची जीभ त्यांनी पकडीनेच तोडून काढली. त्या नंतर तो कधीच धर्माची शिकवण देऊ शकणार नव्हता. आजसुद्धा नको तिथे तोंड उघडणाऱ्यांना आम्ही तीच शिक्षा देतो.”

गॉर्नरने शाग्रिनला खूण केली. शाग्रिनने आपल्या खिशातून दोन चॉप स्टिक्स काढल्या. गार्ड्सनी त्या कामगाराचे दंड मागे खेचून घट्ट धरून ठेवले. शाग्रिनने

त्याच्या दोन्ही कानात एक एक चॉप स्टिक खुपसली.

''आणि बायबल ऐकणाऱ्या मुलांना शाग्रिन ही शिक्षा करत असे.''

त्या कामगारासमोर शाग्रिन पाय फाकवून उभा राहिला आणि त्याने खाडकन आपले हात चॉप स्टिक्सवर हाणून त्या त्याच्या डोक्यात घुसवल्या. कानातून रक्त वाहात असताना किंचाळतच तो खाली कोसळला.

''बराच काळ याला काहीच ऐकू येणार नाही,'' गॉर्नर म्हणाला. ''काही मुलांना नंतर कधीच ऐकू आले नव्हते.''

दोन गार्ड्स त्या किंचाळणाऱ्या माणसाला खेचत बाहेर घेऊन गेले. दोघे तिथेच थांबले.

''आणि शाग्रिनला त्याचे टोपण नाव कसे पडले हे कळून घ्यायलाही तुला आवडेलच. फ्रेंचमध्ये त्या शब्दाचे दोन अर्थ आहेत. वेदना आणि दु:ख. या दोन्ही शब्दांसाठी एखाद्या भाषेत एकच शब्द असावा ही खरी आश्चर्याचीच गोष्ट आहे असे नाही वाटत तुला? शाग्रिन इतर कुणापेक्षाही कडवा लढवय्या होताच, पण त्याच्याकडे दुसरेही काही तरी होते. एका तऱ्हेची पाशवी, हिंस्त्र प्रवृत्ती. रशियनांनी नाझी यातनातळांची मुक्तता केली तेव्हा नाझी डॉक्टरांच्या प्रयोगांचे कागदपत्रही त्यांनी पळवले. सोव्हिएट हेल्थ मिनिस्ट्रीच्या एका गुप्त विभागाने त्याच अनुषंगाने पुढे अनेक वर्षे ते प्रयोग चालूच ठेवले. फक्त एकच फरक. रशियनांनी स्वत:हून तयार झालेल्या माणसांवर प्रयोग केले. त्यासाठी जाण्या-येण्याचा खर्च आणि भरपूर पैसाही दिला. उत्तर व्हिएतनाममधल्या शाग्रिनच्या कम्युनिस्ट गटापर्यंत माहिती पोहोचली आणि स्वत:वर प्रयोग करवून घ्यायला शाग्रिन तयार झाला. ओमस्क इथल्या क्लिनिकमध्ये पोहोचला. मानसिक विकृतीने हिंसक बनणाऱ्या या माणसांच्या मज्जासंस्थेचा त्यांना अभ्यास करायचा होता, कारण अशा तऱ्हेची माणसे इतरांच्या भावनांची थोडी देखील कल्पना करू शकत नाहीत. तसा विचार करायचा विचारही कधी त्यांच्या डोक्यात येत नाही. रशियन डॉक्टरांना वाटत होते की, ही क्षमता रशियन सैन्याला आणि मुख्यत: के.जी.बी.ला फार उपयोगी पडेल. म्हणजे ती मुळात नसेल, तर ती निर्माण करता यायला हवी. आता जास्त लांबण न लावता सांगायचे तर ब्रेन सर्जरी करून घ्यायला तयार होणाऱ्या डझनभर माणसांमध्ये शाग्रिनही होता. पूर्वी अशा तऱ्हेच्या माणसांची मरणोत्तर शवचिकित्सा केल्यावर लक्षात आले होते की, त्यांच्या मेंदूच्या एका भागात, टेम्पोरल लोबमध्ये, काही तरी विकृती होती. मी आतापर्यंत जी बडबड करतो आहे ती कळते आहे ना तुला बाँड?''

''हो.''

''शाग्रिनवर केलेली शस्त्रक्रिया यशस्वी ठरली. डॉक्टरांनी त्याच्या मज्जासंस्थेचा नखाएवढा भाग जाळून काढला. शस्त्रक्रियेआधीही शाग्रिनच्या मनाला दया, माया

वगैरे गोष्टींचा स्पर्श झाला असेल असे मला वाटत नाही. पण शस्त्रक्रियेनंतर तर इतरांच्या बाबतीत तो पार बेपर्वा बनला. दुर्दैवाने सर्जन्सनी त्याच्या मेंदूमधले वेदनांची जाणीव देणारे न्यूरॉन्सही नष्ट केले होते. मॉर्फिनचा परिणाम होतो तो भाग. मेंदूच्या ज्या भागाशी भावनांचा संबंध असतो, त्याच भागामध्ये वेदनांचीही जाणीव होते. तुम्ही इतरांबाबत वाटणारी दयाबुद्धी थांबवण्याचा प्रयत्न केला, तर इतर भावनाही नाहीशा व्हायला लागतात. शाग्रिनला होणारी वेदनांची जाणीव सरसकट सारखी नसते. कधीकधी तर त्याला वेदना होतच नाहीत. त्यामुळे त्याला फार काळजीपूर्वक वागावे लागते. तो वीस फूट उंचीवरून उडी घेईल आणि त्याला कळणारही नाही की, त्याच्या घोट्याचे हाड मोडले आहे म्हणून. इतर काही वेळा याचे अर्थात खूप फायदेही आहेत. त्याच्याशी दोन हात करणे कठीण आहे. तो फार जबरदस्त भीतिदायक प्रतिस्पर्धी ठरेल.''

''असे आहे तर,'' बाँड म्हणाला. त्याच्या चेहऱ्याची एक बाजू पॅरॅलिसिसचा स्ट्रोक येऊन गेलेल्या माणसासारखी का दिसते, हे आता त्याच्या ध्यानात आले. ''पण हॅट कशासाठी?''

''शस्त्रक्रियेसाठी सर्जन कवटीमध्ये भोके पाडतात. हाडे आणि खालची मेम्ब्रेन – त्वचेचे पातळ आवरण – यामधून अत्यंत चपटी करवत आत घुसवतात. वरच्या बाजूने हाडांमधून वर्तुळाकार कापतात. साधारण तीन चतुर्थांश वर्तूळ झाले की तेवढा भाग वर उचलतात. ओमस्कमध्ये सर्जन्स बहुधा घाईत होते. नंतरचे काम बरोबर झाले नाही. ती फ्लॅप परत नीट बसली नाही. शाग्रिनला त्याची लाज वाटते.''

''पण फ्रेंचांशी इतक्या निर्घृणपणे लढल्यावर फॉरिन लीजनची केपी कशासाठी घालायची?''

गॉर्नरने खांदे उडवले. ''मला वाटते रशियन न्यूरोसर्जननी त्याची उपरोधाची भावनाही नष्ट केली आहे.''

गॉर्नरबद्दल वाटणारा द्वेष लपवायला बाँडला खूप कष्ट घ्यावे लागले. ऑक्सफर्ड विद्यापीठातल्या कोणत्या मूर्ख किंवा टवाळ विद्यार्थ्यांनी त्याच्या हातावरून त्याला प्रथम चिडवले असेल? या प्राण्याने आपले आयुष्यच नंतर अत्यंत विकृत स्वरूपाच्या धर्मयुद्धाला वाहून टाकले होते.

''मला माहीत आहे की तुला भूक लागली असणार बाँड,'' गॉर्नर म्हणाला. ''पण आज शिकण्याचा दिवस आहे तुझा. बटाट्याच्या दुष्काळात ब्रिटिशांनी किती पद्धतशीरपणे आयरिश लोकांना उपाशी ठेवले, याची तुला आठवण द्यायला हवी. उपासमारीने मेलेल्या लाखो जणांचा विचार केला, तर तुझ्या पोटाला लागलेल्या कळा काही जास्त नाहीत.''

''तुझ्या या कामगिरीवर मी कधी निघायचे आहे?'' बाँडने विचारले.

गॉर्नरचे लक्ष खिडकीमधून खाली दिसणाऱ्या त्याच्या कामगारांवर खिळले होते. बाँडचा प्रश्न त्याच्या कानांवर पडलाच नसावा. "ब्रिटनला धुळीला मिळवायचा दुसराही मार्ग माझ्या मनात आला होता. माझ्या फार्मास्युटिकल कंपनीतून मिळणाऱ्या नफ्यातून वर्तमानपत्रांचा उद्योगच विकत घ्यायचा मी विचार केला होता. आपण फारच चांगले आहोत असा दांभिकपणे आव आणणारे *द टाइम्स* हे वृत्तपत्रच समजा मी ताब्यात घेतले आणि माझ्याप्रमाणेच ब्रिटनचा द्वेष करणाऱ्या एका संपादकाच्या स्वाधीन केले, तर तुमच्याच मुखपत्रातून मी तुमचाच मुखभंग करू शकलो असतो... किंवा मी इतर वृत्तपत्रे, टेलिव्हिजन चॅनल्स विकत घेतली असती तर प्रत्येक ठिकाणाहून मी प्रचार करू शकलो असतो, बीभत्स वाङ्मयाचा प्रसार करू... पण त्याला फार काळ लागला असता, बाँड आणि तुमच्या समान संधीच्या कायद्यांमुळे मला थोपवले गेले असते. तेव्हा मी साधासरळ मार्ग शोधला. शिरेमधून इंजेक्शन देऊन लोकांचा जीव घ्यायचा. जालीम उपाय. परिणाम तोच आणि लवकर घडणारा."

गॉर्नर बोलणे थांबवून उभा राहिला. "दिवास्वप्नात रंगणे खूप झाले आता. शाग्रिन, बाँडला घेऊन जा आणि काम करायला लाव त्याला. माऊ-माऊच्या बंडाच्या वेळी ब्रिटिशांनी किकियूंचे काय केले ते आठवते ना? जा."

शाग्रिन पुढे निघाला. मागे बाँड, शेवटी दोन गार्ड्स. ते उघड्या एलिव्हेटरमधून खाली पोहोचले. बंद अशा कॉरिडॉरमधून इलेक्ट्रिक कार्टने एका गज लावलेल्या लोखंडी दरवाजाजवळ आले. जवळच्या की-पॅडवर शाग्रिनने पाच आकडी कोड दाबले.

प्रत्येक आकड्याचे बटण दाबले की, विशिष्ट तऱ्हेचा आवाज येतो. बाँडने क्रमवारीने प्रत्येक आवाज लक्षात ठेवला.

दरवाजा सरकताच गार्ड्सनी बाँडला बाहेर वाळवंटामध्ये ढकलले. पाच पाती फिरवणारे, छत्तीस सशस्त्र सैनिक घेऊन जाऊ शकणारे दोन इंजिनांचे एम.आय.८ हिप हे रशियन हेलिकॉप्टर बाँडने तत्काळ ओळखले.

तिथपर्यंत पोहोचेपर्यंतसुद्धा उन्हाच्या कडक झळांची जाणीव झाली. ते पायऱ्यांवरून चढत असताना हळूहळू फिरणारी पाती वाळू उडवत होती. टी शर्ट्स चढवलेले, आर्मी ट्राऊझर्स घातलेले आणि ॲम्युनिशन बेल्ट्स बांधलेले दहा सशस्त्र गार्ड्स आधीच आत बसले होते. कार्गो डोअर बंद करताच रोटर्सनी वेग पकडला आणि विनासायास हेलिकॉप्टर उंच उडाले. डावीकडे वळून वाळवंटावरून निघाले.

सूर्याकडे बघून ते पूर्वेला निघाले आहेत हे बाँडच्या ध्यानात आले. पूर्वेला अफगाणिस्तान. इलेक्ट्रॉनिक की-पॅडच्या आवाजांची उजळणी करत एका चालीत तो ते लक्षात ठेवत होता. पुन्हा पुन्हा घोळवत रेडिओवरल्या एखाद्या पॉप सॉंगप्रमाणे

सर्व पाठ करत होता.

एका कॅरव्हॅनसेराईजवळ शेवटी हेलिकॉप्टर उतरले. एका मोठ्या चौरस आकाराच्या भागात राहण्याच्या जागा बांधल्या होत्या. दूरवरच्या कुठल्या तरी पर्वतराजींवर वितळणाऱ्या बर्फाचे पाणी जमिनीखालून आणून तिथे खेळवले होते. या भूमिगत कालव्यांसाठी जे. डी. सिल्व्हर याने 'कॅनात' हा शब्द वापरला होता. हेलिकॉप्टरमधून उतरल्यावर उघड्यावर ठेवलेल्या टेबलावरून इतर सर्वांना अन्न-पाणी दिले गेले.

कबाब आणि भाताचा वास येताच बाँडच्या तोंडाला पाणी सुटले. हमीद आणि स्कार्लेट यांच्याबरोबर रात्री नौशारमध्ये जेवण केल्यापासून त्याच्या तोंडात अन्नाचा कण पडला नव्हता. पण त्याचे हात बांधलेले होते. कुकने त्याच्यासमोर जेवण पुढे करताच शाग्रिनने त्याला अडवले.

"आयरिश लोक," तो म्हणाला, "जेवण नाही."

"पाणी?" बाँडने विचारले.

त्याने एका वाडग्यात पाणी ओतले. "कुत्र्याप्रमाणे," तो म्हणाला. "इंग्लिश जसे गुलाम लोकांना प्यायला भाग पाडत तसेच."

गुडघ्यांवर बसून बाँडने जिभेने हलवत ते कोमट पाणी प्यायले.

कॅरव्हॅनसेराईमध्ये एक डझन तरी उंट बांधून ठेवले होते. स्थानिक माणसांनी त्यांच्या बाजूला शिड्या लावल्या आणि ते उंटांवर चढले. त्यांच्या भाजून काढलेल्या मदारीतून हात आत घालून त्यांनी पॉलिथीनमध्ये गुंडाळलेली पॅकेट्स रक्ताळलेल्या हातांनी बाहेर काढली. नौशारला बाँडने अशीच पॅकेट्स बघितली होती. भरपूर पाणी पाजून एका विशिष्ट मार्गाने वाटचाल करण्याचे शिक्षण या उंटांना दिले असणार असा बाँडचा कयास होता.

"निघ," असे म्हणत शाग्रिनने त्याला एका ऑल-टेरेन आर्मी व्हेइकलच्या-कुठल्याही तऱ्हेच्या भूभागावरून चालू शकणाऱ्या वाहनाच्या-दिशेने ढकलले.

वाळवंटातून सहा तास प्रवास करून, एक पर्वतराजी पार करून उंचावर पोहोचल्यावर प्रथमच त्यांना मानवी अस्तित्वाच्या खुणा आढळल्या. दश्त-ए-लुत या वाळवंटाच्या दक्षिण कडेला बामपासून झाहेदानपर्यंत आणि पुढे सरहद्दीवरच्या झाबोलपर्यंत चांगले रस्ते बांधले आहेत, हे त्याने बघितलेल्या नकाशांवरून बाँडला आठवत होते. पण रस्ते आले की ते अडवले जाऊ शकतात, पोलीस तपासणीला तोंड द्यावे लागते. तेव्हा गॉर्नरच्या कामासाठी वाळवंटामधले मार्गच योग्य.

डोंगर उतरून पठारावरून झाबोलच्या दिशेने निघाल्यावर थोडी हिरवळ नजरेत येऊ लागली. दहा मैल आधीच ऑल-टेरेन व्हेइकल थांबले आणि सर्व जण उभ्या असलेल्या उघड्या जीप्सच्या दिशेने निघाले. जीपचे ड्रायव्हर्स, बाँड, शाग्रिन आणि

इतर मिळून आता बावीस जण होते. सगळ्या जीप्स एकत्र निघाल्या आहेत असे वाटायला नको म्हणून बहुधा तीन-तीन मिनिटांच्या अंतराने एक-एक जीप निघाली. लष्करी ट्रकमध्ये खूप माल भरता आला असता, पण शहरात सर्वांचे लक्षही वेधले गेले असते. म्हणूनच तो बहुधा मागे सोडला होता.

तेहरानच्या हॉटेल रूममध्ये, जगाच्या अगदी पार टोकावरचे शहर अशी ज्या शहराची बाँडने मनात कल्पना केली होती, त्या शहरात तो पोहोचला होता. धुळीने भरलेले रस्ते, कुठे झाड म्हणून नाही, चिखलाच्या विटांनी बांधलेली घरे. रस्ते असे आखलेले की चारही बाजूंनी आपण कोंडले जात आहोत, अशी भावना निर्माण व्हावी. प्रखर उन्हाच्या झळा अंग भाजून काढत होत्या. तेहरानमध्ये बघितल्याप्रमाणे पाश्चिमात्य पोशाखातले काही पर्शिअन दिसत असले तरी हेडड्रेसेस घातलेले, कशाही दाढ्या वाढवलेले अफगाण टोळीवालेही दिसत होते. तसे मोठे शहर वाटले तरी जुन्या फ्रन्टिअर टाऊनसारखे वातावरण वाटत होते. फक्त जंगलचा कायदा असणार.

बाँडला जीपमधून खाली उतरवून जीप निघून गेली. शाग्रिनने त्याच्या पाठीला रिव्हॉल्व्हर टेकवून एका फालतू मार्केटमधून चालवत त्याला पुढे नेले. रेशमाचे कापड विकण्याऐवजी सिगारेट्स आणि रेकॉर्ड्स, परफ्युम्स, प्लॅस्टिक्स वगैरे चीनमध्ये तयार झालेला माल स्टॉल्सवर विकत होते. मोठ्या पाश्चिमात्य ब्रॅण्डचा नकली माल. खाण्यापिण्याच्या भागात कलिंगडे, द्राक्षे, खजूर, मसाल्याचे पदार्थ विकले जात असले तरी सगळ्यांवर एक विचित्र गंध दरवळत होता. अफूचा!

एका म्हाताऱ्या माणसाने बाँडजवळ येऊन कुजबुजत एका पडद्याआड यायची खूण केली. त्याची पांढरी दाढी वर्षानुवर्षे ओपियम ओढल्याने पिवळी पडली होती. बाँडला तेच विकायची त्याला आशा वाटत होती.

शाग्रिनने त्याच्या छातीवर हात ठेवून त्याला ढकलल्यावर तो पडद्यामधून आत कोसळला. झाबोलमध्ये पोलिसांचे अस्तित्वच जाणवत नव्हते, याचे बाँडला आश्चर्य वाटत होते. मोठे सौदे या मार्केटपासून खूप लांब होत असावेत आणि थोड्याफार चोरट्या व्यापाराकडे, बहुधा त्यांचाही सहभाग असल्यामुळे ते दुर्लक्ष करत असावेत असा बाँडने निष्कर्ष काढला.

शहर पार करून ते औद्योगिक विभागात पोहोचले. एका चिखलाच्या विटांच्या वेअरहाउस बाहेर दहा जीप्स उभ्या होत्या. इथे कलिंगडांचा व्यापार चालतो अशी समजूत करून देणारे चित्र काढलेली एक मोठी पाटी होती. गंजलेले दरवाजे करकरत बाजूला सरकताच सर्व जीप्स एका मागोमाग एक आत शिरल्या.

अंधाऱ्या वेअरहाउसमध्ये दोन्ही खांद्यांवरून रायफलच्या गोळ्यांचे पट्टे मिरवणारे आणि टोळीवाल्यांचे पारंपरिक पोशाख चढवलेले डझनभर तरी अफगाण रशियन

रायफली रोखूनच शाग्रिनची माणसे चहाची लाकडी खोकी जीपमध्ये चढवत असताना उभे होते. प्रत्येक जीपमध्ये दोन अशी वीस खोकी. कोणत्याही तऱ्हेने शुद्ध करण्याची प्रक्रिया न केलेला ओपियमचा हा अमाप साठा होता. पण गॉर्नरच्या कारखान्यातली यंत्रे चोवीस तास धडधडत राहतील एवढा नाही, असा विचार बाँडच्या मनात आला. लाओसमधून विमानाने किती माल येत असेल हे देवालाच ठाऊक.

आपल्या सशस्त्र माणसांच्या गराड्यात शाग्रिन वेअरहाउसच्या मध्यावर गेला आणि तिथे असलेल्या रिकाम्या खोक्यावर त्याने एक फूलस्केप आकाराचे मोठे पाकीट ठेवले. एका अफगाण माणसाने ते उघडून त्यातले डॉलर्स मोजेपर्यंत तो अगदी शांत आणि सावधपणे उभा होता.

त्या अफगाण माणसाने न बोलता खूण करताच शाग्रिन वळला. दहा जीप्सची इंजिने चालू झाली. एक-एक मिनिटाच्या अंतराने सर्व जीप निघाल्या. बाँड आणि शाग्रिन शेवटच्या जीपमध्ये निघाले. त्यांच्या जीपचा ड्रायव्हर सर्वांत तरुण आणि सर्वांत अस्वस्थ वाटत होता. शहराला वळसा घालून ते परत निघाले आणि झाबोलपासून दहा मिनिटे गेल्यावर त्यांनी आपल्या नऊ जीप्सना एका वाळूच्या खडकाळ टेकडीमागे गाठले.

दूर क्षितिजावर त्यांचा लष्करी ट्रक उभा असलेला बाँडला दिसत होता. अरुंद रस्त्याच्या दोही बाजूंना टेकड्या होत्या.

शाग्रिनने पॅन्टमधून चाकू काढला आणि बाँडची मनगटे बांधून ठेवणाऱ्या दोऱ्या कापल्या. "हेलफायर पास," तो पुढे बोट दाखवत म्हणाला.

काही चेतना नसलेल्या त्याच्या चेहऱ्यावरील त्वचेवर हसू उमटले आहे की, काय असा बाँडला उगीचच भास झाला. त्याला बायबलचा अभ्यास करणाऱ्या व्हिएतनामी मुलांची आठवण झाली.

"तू पहिली जीप चालव, "शाग्रिन म्हणाला. "निघ."

इतर सर्व माणसे हसत होती.

बाँड जीपच्या डाव्या बाजूच्या ड्रायव्हरच्या सीटमध्ये बसला. ही वेळ हेजिराची नव्हती, डावपेचाचा भाग म्हणून माघार घ्यायची नव्हती. दणक्यात पुढे जायची होती. पहिला गिअर टाकून क्लच सोडताच खरखराट करतच फोर-व्हील-ड्राईव्ह जीप निघाली आणि तिने वाळूचा रस्ता पकडून धरला. ती इतक्या दाणकन पुढे गेली की बाँड आपल्या सीटमधून उडणारच होता. त्याने धडपड करत स्टिअरिंग-व्हील पकडले आणि जीपवर ताबा मिळवत पुढले गिअर टाकले. खाचखळग्यातून जीप जाताना मागचे चहाचे दोन खोके एकदा एका बाजूला तर एकदा दुसऱ्या बाजूला घसरत होते. डावीकडल्या टेकडीवरून रायफल झाडल्याची चमक त्याला दिसली.

अफगाण टोळीवाले खडकांआडून गोळीबार करत होते. जीपच्या बॉनेटवर आपटून एक गोळी सणसणत निघून गेली. आपल्यावर नेम धरता येऊ नये म्हणून बाँड चाक उजव्या-डाव्या बाजूला वळवत होता. मग रॉकेट उडवल्याचा वेगळा आवाज कानांवर पडला. त्याच्या समोरच रस्त्यावरचे दगड, वाळू उडाली आणि विंडशिल्डची काच फुटली. त्याच्या डोळ्यात वाळूच वाळू उडाली. नीट दिसावे म्हणून बाँडने आपल्या बाहीने डोळे पुसले. काचेचा एक तुकडा त्याच्या गालात घुसून रुतून बसला. काचेचे पुढले टोक त्याच्या हिरडीत अडकले.

मग उजवीकडल्या टेकडीवरून गोळीबार सुरू झाला. त्याला जाणीव झाली की, त्याच्या मागेच दुसरे एक वाहन येत आहे. आता ते वाहन म्हणजे गॉर्नरच्या काफिल्यातली जीप आहे की, लुटांरूचे वाहन आहे हे बघायलाही त्याला वेळ नव्हता. आपल्याला जीप चालवत पुढे जात राहिले पाहिजे एवढेच त्याला कळत होते. उजवीकडून काही गोळ्या पॅसेंजर सीटच्या मागच्या बाजूला घुसल्या आणि तिथल्या स्टील फ्रेमवर आदळून वळल्या. तो नेत असलेल्या मादक द्रव्यांच्या भुकेने या सगळ्या टेकड्याच जणू बाँडवर तुटून पडत होत्या. चाक पकडलेले त्याचे हात पांढरे पडले होते. गालावरून ओघळणारे रक्त घामाने भिजलेल्या शर्टवर वाहत होते. त्याच्या डोळ्यांसमोर गॉर्नरचा चेहरा, ग्लास-वे-वरून चालणारी स्कार्लेट, वाळवंटात कुठेतरी पकडून ठेवलेली पॉपी अशी दृश्ये तरळून गेली. सर्व धुडकावून लावत असल्याप्रमाणे संतापानेच त्याने आरोळी ठोकली आणि जीपवर असंख्य गोळ्या आदळत असताना उजवा पाय ॲक्सिलरेटरवर पार खाली दाबून धरला.

जीपच्या ॲक्सलखालीच एक ग्रेनेड फुटला. सीटमधून फेकला गेलेला बाँड डाव्या खांद्यावर आपटला आणि कळवळला. त्याने एक कोलांटी उडी मारली आणि एका खडकामागे आश्रय घ्यायला धाव घेतली. त्याने मागे वळून बघितले तेव्हा त्याची जीप रस्त्यावर उलटली होती आणि तिची चाके गरगरा फिरत होती. त्याच्या मागच्या बाजूच्या खडकावर गोळी घुसलेली बघितल्यावर त्याने आसपास नजर फिरवली. उकरून बाजूला टाकलेल्या मातीचा एक छोटा उंचवटा त्याच्या नजरेस पडला. जमिनीखालच्या पाण्याच्या कालव्यांकडे नेणारा रस्ता, थेट झाबोलपर्यंत पोहोचवणारा. त्याने डोके खाली घालून त्या दिशेने धाव घेतली, तोंडावरचे लोखंडी झाकण उचलून फेकून दिले आणि आत पंधरा फूट खोलीवर असणाऱ्या थंडगार पाण्यामध्ये उडी घेतली.

एक क्षणभर तरी त्याला विचार करायला वेळ मिळाला. शक्य होते की त्याला कुणी इथे येताना पाहिले नसेल. पण तरी थोडीफार शंका मनात होतीच. 'हेलफायर पास' या क्षणी तरी पर्शियातला दाट गर्दी असलेला भाग बनलेला होता. अफगाण टोळीवाल्यांचे लक्ष वेधून घ्यायला त्याला पाठवून दुसऱ्या सुरक्षित मार्गाने इतर

जीप्स त्या लष्करी ट्रकच्या दिशेने सुसाट निघाल्याही असतील. पण गॉर्नरच्या गुहेत पुन्हा स्वत:हून शिरणे त्याला भाग होते. इथे वाळवंटात अडकून राहिला तर त्याचा स्कार्लेटला उपयोग नव्हता, पॉपीला नव्हता की त्याच्या सर्व्हिसला नव्हता. त्याला शाग्रिनच्या माणसांकडे पोहोचायला मार्ग शोधायलाच हवा होता.

पाणी कंबरेपर्यंत होते, थंडगार होते. काळजीपूर्वक आपला चेहरा पाण्याखाली घेत त्याने गालात घुसलेला काचेचा तुकडा खेचून बाहेर काढला. त्याचे दोन इंच लांबीचे दोन तुकडे केले आणि शर्टच्या खिशात ठेवून दिले.

एक पिस्तुलाची गोळी सणसणत पाण्यामध्ये घुसली. त्याने जिथून खाली उडी घेतली होती तिथून कुणीतरी आत गोळ्या झाडत होते. तो पाण्यामधून वरच्या बाजूला निघाला. प्रवाह जोरदार होता आणि त्याविरुद्ध दिशेने पोहोताना त्रास होत होता. त्याने पाण्याखालून पोहायला सुरुवात केली. वर येणे भाग पडले तेव्हा त्याच्या लक्षात आले की काही यार्ड अंतरच तो कापू शकला आहे. आणखी एक गोळी त्याच्या बाजूने गेली. त्याच्या मागावर असणारे पाण्यात उतरले असणार. त्याने जीव तोडून पोहायला सुरुवात केली आणि वेगळीच गोष्ट त्याच्या ध्यानात आली. पाण्याची पातळी वाढत होती. दूरवरच्या पर्वतावर बर्फ अचानक जास्त प्रमाणात वितळायला लागणे शक्य नव्हते. ज्या दिशेने पाणी वाहत येत होते तिथला दरवाजा कुणीतरी जास्त उघडला होता किंवा विरुद्ध दिशेला असणारा बंद केला होता. पण त्या जोरदार प्रवाहाच्या अंधारात त्याला काही दिसत नव्हते.

त्याने हात वर केला तर काही इंचांवर छत हाताला लागले. पाण्याचा ओघ वाढला तर तो बुडून मरण्याचीच शक्यता होती. पाठलागावर सशस्त्र माणसे होती तेव्हा तो मागे वळू शकत नव्हता. पुढे जात राहणे त्याला भाग होते.

तोंडापर्यंत पाणी चढले. डोके पाण्याखाली घेऊन त्याने पुन्हा पोहायला सुरुवात केली. कुठेतरी हा पॅसेज उंच असेल आणि त्याला डोके पाण्यावर काढता येईल अशी त्याला आशा होती. वर आला तर त्याला डोके उचलता येत नव्हते. श्वास घेण्यासाठी मान वाकडी करायची पाळी आली. त्या अंधाऱ्या प्रवाहात त्याने जोरदार मुसंडी मारली आणि त्याच्या डाव्या हाताला वेगळा भास झाला. हवा! वरच्या बाजूला एक विवर होते. त्याने कष्टाने कपारी पकडून डोके वर घेतले आणि तो श्वास घेऊ लागला. थोडे वर पकडता येईल अशी दुसरी कपार दिसत होती. पाण्याची वाढती पातळी लक्षात घेता वर जाणे हाच त्याच्यापुढे पर्याय होता.

अरुंद विवरामधून तो वर येण्याचा प्रयत्न करत होता. त्याचे रुंद खांदेच त्याला अडवत होते. खडकांमुळे त्याचे हाताचे तळवे खरचटत होते. शेवटी एकदा तो त्या उभ्या विवरामध्ये पाण्यावर पाय घेऊन उभा राहिला.

चिमणीसारख्या त्या अरुंद जागेतून तो इंच इंच करत चढत राहिला. त्याचे

हात, पाय रक्तबंबाळ झाले. त्याला मनात भीती भेडसावत होती. हे सर्व करून तो वर गेला आणि त्याला आढळले की, तो जमिनीखालीच अडकला आहे तर काय? त्याने ठरवले की हालचाल करता येणे अशक्य बनले तर सरळ आधार सोडायचा, खालच्या थंडगार पाण्यात कोसळायचे. मग थंडीनेच मरण ओढवेल. जीपमधून फेकला गेल्यावर तो डाव्या खांद्यावर आदळला होता आणि तो खांदा दुखावला होता. डाव्या दंडावरही त्यामुळे जास्त भार देता येत नव्हता. एका हाताच्या जोरावरच खरे तर त्याची वर येण्याची धडपड सुरू होती.

अर्धा इंच, अर्धा इंच चढताना चिमणी अरुंद होते आहे असा भास व्हायला लागला, श्वास घ्यायला हवा पुरी पडेना, पायात गोळे यायला लागले. हाताच्या तळव्यांमधून रक्त ओघळायला लागले.

देशासाठी कामगिरी हातात घेताना आज ना उद्या मृत्यू आपल्याला गाठणार आहे हे बाँडला नेहमीच माहीत होते. आपल्या भवितव्याबद्दल तो पार उदास होता. होईल ते होईल. याक्षणीही आपल्या वृत्तीत बदल करण्याची त्याची इच्छा नव्हती. त्याच्या थकल्या भागल्या मनाला, रोममधल्या एका हॉटेल बारमध्ये लारिसा रोस्सी पायावर पाय ठेवून भुवई उंचावून त्याच्याकडे बघत असल्याची आठवण झाली. आतासुद्धा तिच्या ओठांची ठेवण, तिच्या कातडीचा रंग, तिच्या डोळ्यातले स्वच्छंदी भाव त्याच्या डोळ्यांसमोर तरळून गेले. काळ जवळ येत होता आणि भलतेच विचार त्याच्या मनात येत होते. आपल्याला भ्रम झाला आहे बहुधा. तो मरायला टेकला होता आणि स्कार्लेट सोडून दुसरा कुठला विचार त्याच्या मनात येत नव्हता. ती म्हणत होती आज रात्री माझ्या नवऱ्याला नेपल्सला जाणे भाग पडले आहे... तुला आवडत असेल तर तू आमच्या स्यूटमध्ये येऊन एखादे ड्रिंक घेऊ शकतोस.

बाँडचा श्वास कोंडला. त्याचे या स्त्रीवर प्रेम जडले होते की काय? आणि ते इतक्या उशिरा लक्षात यावे? निराशेनेच त्याच्या डोळ्यांतून पाणी आले. चेहऱ्यावरच्या घामात आणि रक्तात मिसळले.

जवळ येणाऱ्या मृत्यूचा विचार न करता त्याने पॅरिस हॉटेलमधल्या सोनेरी मुलामा दिलेल्या, आर्मचेअरवर आपला एक पाय दुसऱ्या पायावर ठेवून आणि वक्षस्थळांवर हाताची घडी घालून बसलेल्या स्कार्लेटवर....

सर्व जोर एकवटून त्याने वर मुसंडी मारली. त्याचे हात वाळूतून, मातीतून वर आले. मोकळ्या हवेत. त्याने ते बाजूला घट्ट पकडून धरायचा प्रयत्न केला.

मी हवी आहे ना तुला?

एक प्रकाशाची तिरीप, गरम हवेचा झोत. गुरगुरतच त्याने आपल्या चांगल्या खांद्याने वर जोर लावला आणि शेवटी एकदाचे त्याचे डोके वर आले. अतीव वेदनांनी शुद्ध हरपत असताना त्याने आपले खांदे, मग कंबर, मग पाय वर खेचले आणि तो वाळूत कोसळला. तो कण्हत होता, शुद्ध जाऊ नये म्हणून श्वास घ्यायला धडपडत होता.

त्याला नीट दिसायला लागल्यावर समोर तपकिरी रंगाच्या, चकचकीत पॉलिश केलेल्या शूजची टोके आणि वर पिवळसर रंगाचा सूट दिसला. त्याने डोके वर केले आणि बुटाचा पाय गालावर बसला. त्याचा चेहरा मातीत दाबला गेला.

''द सिगार ट्यूब,'' गॉर्नरचा आवाज कानावर पडला. ''मलायामधल्या आणीबाणीच्या काळात तुमच्या उत्कृष्ट अशा रेजिमेंट्सच्या पब्लिक स्कूल ऑफिसर्सनी शोधून काढलेली, सहनशीलतेचा अंत बघणारी चाचणी. मला वाटले की तुला ती चाचणी द्यायला आवडेल आणि मलाही बघायला आवडेल. तेव्हा खास तुला बघण्यासाठी म्हणून मी इथे आलो आहे.''

गॉर्नरच्या बुटाचा पाय बाँडच्या चेहऱ्यावरच होता. ''सुरुवातीला स्थानिक खबरे शोधून काढण्यासाठी बनवलेली चाचणी तुमच्या ऑफिसर्सना इतकी आवडली की, मजेसाठी म्हणून ते ती द्यायला लागले.'' त्याच्या नजरेआड असणाऱ्या आपल्या असिस्टंटकडे वळून गॉर्नर म्हणाला, ''घेऊन जा या हरामखोर फितूर इंग्रजाला.''

बाँडच्या चेहऱ्यावरचा बूट नाहीसा झाला. तो वळला तेव्हा गॉर्नर एका छोट्या हेलिकॉप्टरकडे निघाला होता. कोणीतरी त्याच्या दंडांना धरून जीपमध्ये टाकले आणि जीप लॉरीच्या दिशेने निघाली. डावा खांदा दाबला जाताच तो कळवळला. गॉर्नरचे हेलिकॉप्टर तोपर्यंत निघाले होते.

बाँडच्या जीपमधली दोन खोकी सोडून उरलेल्या जीप्समधली खोकी ऑल-टेरेन-ट्रान्स्पोर्टमध्ये आधीच ठेवली होती. त्याचे मुटकुळे लॉरीमध्ये फेकल्यावर ती दूरवरच्या कॅरव्हॅनसेराईच्या दिशेने निघाली. तिथून एम.आय.८ हिप ट्रान्स्पोर्ट हेलिकॉप्टर त्यांना परत घेऊन जाणार होते. तो बेशुद्ध पडला आहे ही इतरांची समजूत होती. त्याचा फायदा घेऊन त्याने शर्टच्या खिशात ठेवलेले काचेचे दोन तुकडे काढून

आपल्या जिभेखाली ठेवले.

त्याचा परतीचा प्रवास वेदना, थकवा, अर्धवट शुद्धीतच पार पडला. थोडा काळ झोपही झाली. हेलिकॉप्टरमध्ये चढण्यापूर्वी त्याने लक्षात ठेवून पाणीही घेतले. त्याचे हात गार्ड्सनी पुन्हा बांधले. हेलिकॉप्टर उतरले आणि ते गॉर्नरच्या किल्ल्यावर परतले. त्याचे सर्व कपडे उतरवून तपासणी झाली आणि फाटके कपडे त्यांनी पुन्हा परत केले.

तो पुन्हा पूर्ण शुद्धीवर आला तेव्हा त्याच्या पूर्वीच्या कोठडीत होता. शेजारी स्कार्लेट झोपली होती. कमीतकमी वेदना होतील अशा तऱ्हेने झोपायचा त्याचा प्रयत्न चालू होता. त्याचे सर्व शरीर ठणकत होते. लपवलेल्या कुठल्या कॅमेऱ्याच्या लक्षात येणार नाही अशा तऱ्हेने डोके न हलवता त्याने काचेचे तुकडे तोंडातून बाहेर टाकले आणि जिभेने त्यांच्यावर वाळू लोटली.

दारावरच्या कड्या सरकल्या आणि एक गार्ड आत आला. त्यांना उठवण्यासाठी बिगुल वगैरे वाजला नाही. लाथा घालूनच त्याने त्यांना उभे राहायला सांगितले. स्कार्लेटच्या अंगावर राखाडी रंगाचा शर्ट आणि पॅन्ट होती. गॉर्नरने आघात केल्यामुळे तिचा खालचा ओठ सुजला होता. ती पांढरी फटफटीत पडली होती, घाबरली होती. त्याने हळूच हसून तिला धीर द्यायचा प्रयत्न केला. पिस्तूल रोखून गार्डने प्रथम त्यांना वॉशरूममध्ये नेले आणि नंतर गॉर्नरच्या ऑफिसात.

उन्हाळी सूट चढवलेला आणि कोटावर फूल लावलेला गॉर्नर दहशतवाद्यासारखा न दिसता कान्समध्ये आलेल्या जुगाऱ्यासारखा दिसत होता. भीती वाटावी अशा उत्साहात होता. झाबोल किंवा सिगार ट्यूबचा उल्लेख त्याने केला नाही. त्याचे लक्ष भविष्यकाळावर लागले होते.

त्या दोघांना मागे हात बांधलेल्या अवस्थेत, पिस्तूल रोखून त्याच्यासमोर गुडघ्यावर बसणे भाग पाडल्यावर तो म्हणाला, "उद्याच्या दिवसाची मी आयुष्यभर प्रतीक्षा करत होतो. उद्या मी असा हल्ला चढवणार आहे की ज्यामुळे ब्रिटनवर गुडघे टेकायची पाळी येईल. प्रत्येक उत्कृष्ट लष्करी चढाईप्रमाणे माझ्या योजनेचेही दोन भाग आहेत. लक्ष एकीकडे वेधून घ्यायचे आणि खराखुरा हल्ला दुसरीकडे करायचा."

हा खरा मार्सेलीसच्या डॉक्सवर बघितलेला माणूस. काहीही झाले तरी आपल्या ध्येयापासून थोडाही विचलित न होणारा. या क्षणी त्याला स्वत:च्या हुशारीचा इतका गर्व वाटत होता की, आजपर्यंत गुप्त ठेवलेल्या योजनेचा तपशील तो बेदरकारपणे सांगायला सिद्ध झाला होता. त्याच्या उद्धटपणाने डोके वर काढले होते. मागचा पुढचा विचार करायची आता त्याला गरजच वाटत नव्हती.

आपल्या टेबलाशी बसून त्याने क्लिपबोर्ड बघितला. "फक्त मादक द्रव्यांचा वापर करून ब्रिटनला आपली खरीखुरी जागा दाखवून द्यायची मला आशा वाटत

होती. दूरच्या काळात मला नि:संशय यश मिळाले असते. या शतकाच्या अखेरीपर्यंत तुझी सर्व शहरे मादक द्रव्यांच्या आहारी गेलेल्या झोपडपट्ट्यांसारखी बनली असती. पण मला तेवढा धीर नाही. मी यशासाठी आसुसलेला आहे. मला आत्ता सर्व परिणाम दिसावेत अशी इच्छा आहे. आणि त्यासाठी काहीही करायची माझी तयारी आहे.''

गॉर्नरने आपला हातमोजा चढवलेला डावा हात दाणकन टेबलावर आदळला. खोलीमध्ये अतीव शांतता पसरली होती. एअर कन्डिशनिंगची छोटी धडधड फक्त ऐकू येत होती.

''तेव्हा ठीक दहा वाजता एक्रानोप्लेन आपल्या नौशार या तळावरून उत्तर, उत्तर -पश्चिम दिशेने सोव्हिएट युनियनच्या दिशेने निघेल. त्याचे फोटो घेण्याचा प्रयत्न करण्यात तू मूर्खासारखा बराच वेळ दवडला असल्याने ते तुझ्या चांगल्या परिचयाचे झाले आहे. थोडे बदल केल्याने त्यामधून सहा रॉकेट्स नेता येतील. तीन रॉकेट्सवर अण्वस्त्रे बसवली आहेत. कुणी जवळपास फिरकायचा प्रयत्न केला तर त्यांचा समाचार घ्यायला अद्ययावत अशी जमिनीवरून आकाशात मारा करू शकणारी क्षेपणास्त्रेही त्यावर सज्ज आहेत. प्रवेश करण्यासाठी व्होल्गा नदीच्या मुखाजवळचा भाग अगदी योग्य आहे, कारण तिथून सरळ स्टालिनग्राडला पोहोचता येईल. नदीचा प्रत्येक चॅनल आमच्या गरजेएवढा रुंद नसला तरी मुख्य नदीवर पोहोचण्यासाठी आमचा मार्ग आखलेला आहे. तिथूनच तर प्रथम ते आले होते. नौशारपासून अस्त्राखान साधारण सहाशे मैलांचे अंतर आहे. तिथून दोनशे मैलांवर स्टालिनग्राड. टॅन्कर्समधून इंधन भरण्यासाठी काही ठिकाणी थांबावे लागले तरी एक्रानोप्लेनचा वेगच इतका जबरदस्त आहे की, केवळ चार तासांत ते स्टालिनग्राडपर्यंतचे अंतर कापू शकेल आणि रडारवर दिसणारही नाही.

''शहराच्या सीमेवर पोहोचल्यावर ते शत्रूवर मारा करायला सुरुवात करेल. सोव्हिएट युनियनविरुद्ध युद्ध पुकारेल. या क्राफ्टवर ब्रिटनचा ध्वज रंगवला आहे. क्राफ्टवरील सर्वांकडे ब्रिटिश पासपोर्ट आहेत. काम संपताच क्राफ्टवरील माझी दोन खास माणसे त्यावरील नोकरवर्गाचा खातमा करतील. या हल्ल्याला कोण जबाबदार आहेत याचा जेव्हा रशियन शोध घेतील तेव्हा मृतावस्थेत असलेले ब्रिटनचे नागरिक त्यांना सापडतील. माझी दोन माणसे तोपर्यंत परत यायला निघालेली असतील.''

बाँडने मान वर करून विचारले. ''अण्वस्त्रे कुठून मिळाली तुला?''

''विकत घेतली. अमेरिकन बनावटीची आहेत. अशा वस्तू विकणारे मार्केट असतेच. तशी त्यांची विध्वंसक शक्तीही कमी आहे. तुझ्या अमेरिकन मित्रांनी लाकूड आणि कागद वापरून बनवलेल्या घरात राहणाऱ्या जपानी नागरिकांना जिवंत जाळण्यासाठी वापरलेल्या विध्वंसक शक्तीशी तुलना करता तर खूपच कमी

शक्तीची. पण ती तीन आहेत. आम्ही घेतलेल्या चाचण्यांचे निष्कर्ष सांगतात की, स्टालिनग्राडचा विध्वंस होईल. माझी तरी तीच आशा आहे आणि मजा म्हणजे माझ्या सांगण्यानुसार देशांतर केलेल्या रशियन तंत्रज्ञांनीच एक्रानोप्लेनमध्ये मला हवे तसे बदल नौशारच्या डॉक्समध्ये करून दिले आहेत.''

क्षणभर तरी एक खुशीची चमक त्याच्या चेहऱ्यावर उमटून गेली. ''यापूर्वी एक्रानोप्लेनचा वापर मी फक्त माल वाहून नेण्यासाठी केला आहे. उद्यासुद्धा रशियन अधिकाऱ्यांना कुठलाच संशय येण्याचे कारण नाही. माझे सोव्हिएट युनियनमध्ये खूप मित्र आहेत. त्यांच्या देशामधून पाश्चिमात्य देशांना हेरॉईन पाठवण्यासाठी स्मेर्शमधील सभ्य लोक मला खूप मदत करतात. या गोष्टीचे खरेखुरे महत्त्व ते जाणतात.''

स्मेर्श. नुसते नाव ऐकताच बाँड चरकला. स्मिएर्त स्पिओनामचे संक्षिप्त रूप. गुप्तहेरांना मृत्युदंड देणारी अत्यंत गुप्त आणि इतरांच्या मनात धडकी निर्माण करणारी रशियन सरकारी यंत्रणा. त्या यंत्रणेचे अस्तित्वही फक्त त्यात काम करणाऱ्या लोकांनाच ठाऊक होते किंवा बाँडसारख्या त्यांच्या मार्गात आडवे आलेल्या लोकांनाच.

गॉर्नर उभा राहिला आणि गुडघ्यांवर बसलेल्या बाँड आणि स्कार्लेट समोर आला. किती उंचच उंच भासत होता. पांढरा हातमोजा घातलेला आपला डावा हात स्कार्लेटच्या हनुवटीखाली धरून त्याने तिचे डोके खाडकन वर केले. ''सुंदर बाहुलीसारखी आहेस तू. उद्या सकाळच्या पाळीवर येणारे कामगार संध्याकाळी खूप धमाल करणार आहेत.''

तो परत आपल्या टेबलामागे जाऊन खुर्चीत बसला. ''हा झाला दुसरीकडे लक्ष वेधून घेण्यासाठी केलेला हल्ला. आता खराखुरा दणका कुठे बसणार आहे हे कळून घ्यायला आवडेलच तुला. ये माझ्याबरोबर.''

त्याने गार्ड्सना खूण केली. त्यांनी खेचूनच बाँड आणि स्कार्लेट यांना उभे केले आणि ते कॉरिडॉरमधून गॉर्नरमागे निघाले. वर्तुळाकृती उघड्या एलिव्हेटरने तळमजल्यावर पोहोचल्यावर एका इलेक्ट्रिक कार्टमध्ये बसून ते बाजूच्या पोलादी दरवाजाशी गेले. कार्टमधल्या रिमोट कंट्रोलने एक लेझर बीम फेकताच तो दरवाजा वर सरकून छतापर्यंत पोहोचला. डोळे दिपवणारा प्रखर सूर्यप्रकाश त्यांना दिसला.

पण त्यांच्यासमोर फक्त वाळवंटच नव्हते. उन्हाच्या हलत्या झळांमधून मैलभर लांबीची विमानाची धावपट्टी दिसत होती. पिवळ्या रंगात उभ्या-आडव्या रेषांनी खुणा केल्या होत्या. बाजूला इलेक्ट्रिक लॅन्डिंग लाईट्स होते. एका बाजूला बाँडने आदल्या दिवशी बघितलेली दोन हेलिकॉप्टर्स उभी होती. दुसऱ्या बाजूला कुठल्याही खुणा नसलेले एक लिअरजेट होते आणि दोन इंजिनांचे सेसना-१५०ई.

आणि त्यांच्याशेजारी सकाळच्या सूर्यप्रकाशात चमकणारे आणि जागा चुकून इकडे आले आहे की काय असा विचार मनात आणणारे एक प्रचंड, पांढरे, कोरे करकरीत ब्रिटिश एअरलायनर होते. व्हिकर्स-व्ही.सी.१०... बी.ओ.ए.सी.च्या विशिष्ट चिन्हांनी रंगवलेले. शेपटीवर ब्रिटनचा युनियन फ्लॅग. वेल्डिंग मशिनरी घेऊन अनेक तंत्रज्ञ कार्गो-बेवर काम करत होते.

''विमाने हा माझा छंद आहे. या अशा मोठ्या देशात कुठूनही कुठेही लवकरात लवकर पोहोचता यायला हवे. व्ही.सी.१० आत्ताच पैदा केले आहे. बाहरीनच्या एका व्यापारी विमान कंपनीसाठी तेल उद्योगातील माणसे आणि त्यांची कुटुंबे यांना इकडे तिकडे नेऊन त्या विमानाने आपले आयुष्य घालवले असते. पण ब्रिटन ते बाहरीनपर्यंतचे पहिले उड्डाण करत असताना व्हिकर्सचे अधिकारी म्हणून विमानात बसलेली दोन माणसे खरी तर त्या कंपनीची नव्हतीच. ती माझ्यासाठी काम करणारी माणसे होती. मार्ग बदलण्यासाठी त्यांनी वैमानिकाचे मन वळवले. तीन दिवसांपूर्वी त्याने विमान या ठिकाणी उतरवले. त्याच्या मनावर प्रचंड दडपण असतानासुद्धा त्याने उत्कृष्टपणे विमान उतरवले हे मात्र मीही कबूल करेन.''

हे सर्व स्कार्लेट कशा तऱ्हेने सहन करते आहे हे बघण्यासाठी बाँडने तिच्याकडे नजर टाकली. ती धावपट्टीकडे, छोट्याशा हॅन्गरकडे, वाळवंटाकडे बघत होती. थोडीफार परिस्थितीशी जुळवून घेत होती बहुधा, असे त्याला वाटले तरी.

''उद्या ते उत्तर दिशेने सतराशे मैलांचे उड्डाण करेल आणि उरल पर्वतराजींमधल्या इस्लातूस्त-३६ पर्यंत जाईल. तिथपर्यंत उड्डाण करता येईल एवढेच इंधन त्या विमानात भरलेले असेल. त्या ठिकाणी कार्गो-बेचा दरवाजा उघडला जाईल आणि एक बॉम्ब टाकण्यात येईल. खाली असलेला विध्वंसक स्फोटकांचा साठा लक्षात घेता असा आगडोंब उसळेल की इस्लातूस्त-३६ आणि आजूबाजूचा परिसर संपूर्ण बेचिराख होईल.

''रॉयल एअर फोर्सने ड्रेस्डेनच्या नागरिकांवर बॉम्ब टाकून जेवढा विनाश घडवला होता तेवढा विनाश घडेल आणि बाँड, इस्लातूस्त-३६ या ठिकाणी काय घडते हे तुला माहीत असेल असे मी गृहीत धरतो आहे.''

अर्थातच बाँडला अगदी पूर्ण माहिती होती. इस्लातूस्त-३६ हे रशियन अण्वस्त्रांच्या पंढरीला दिलेले सांकेतिक नाव होते. इतर कुणाला प्रवेश नसणारे शहर – त्रेखगोर्निती. १९५०मध्ये रशियन अण्वस्त्रे तयार करण्यासाठी या शहराची स्थापना झाली. तिथेच अण्वस्त्रसाठाही उभारण्यात आला. या जागेला शीतयुद्धामधली रशियाची इंजिनरूम म्हटले असते तर ती अतिशयोक्ती ठरली नसती.

''त्या ठिकाणी कोळ्याच्या जाळ्यासारखे घट्ट असे रडारचे जाळे उभारलेले आहे. तू तिथे पोहोचू शकणार नाहीस.''

गॉर्नर स्वत:वर इतका खूश दिसला की, तो हळूच हसतो आहे की काय असा संशय यावा. "स्टालिनग्राडच्या हल्ल्याचा उद्देशच त्यांचे लक्ष दुसरीकडे वेधून घ्यायचा आहे. स्टालिनग्राड जळत असताना सर्वांचे डोळे तिथेच खिळलेले राहतील."

"मला नाही वाटत तसे," बाँड म्हणाला. "त्यांना वाटेल की तो नाटोने केलेला सर्वंकष हल्ला आहे आणि ते रेड ॲलर्टच जाहीर करतील."

"बघू या काय घडते ते. या योजनेची खासियत अशी आहे की, ते विमान लक्ष्यापर्यंत पोहोचले किंवा नाही पोहोचले तरी काही फरकच पडत नाही. रशियन लढाऊ विमानांनी ते उरलच्या दक्षिणेला पाडले तरी माझे ध्येय साध्य होणारच आहे. सोव्हिएट क्रॅश इन्व्हेस्टिगेटर्सना इलातूस्तचे तपशीलवार नकाशे, स्फोटके यांनी गच्च भरलेले आणि कॉकपिटमध्ये ब्रिटिश वैमानिक असलेले ब्रिटिश विमान सापडेल. तेवढे पुरे आहे. जलमार्गाने जाणाऱ्या एक्रानोप्लेनला तर कुणी थोपवूच शकणार नाही."

"हे सर्व कशासाठी पण?"

"कमालच झाली बाँड. मला खरंच आश्चर्य वाटते," गॉर्नर म्हणाला. "सरळ आहे सर्व. ब्रिटनला अशा युद्धात खेचायचे की, जे ब्रिटन कधी जिंकूच शकणार नाही. अमेरिकेने दोन वेळेला तुम्हाला विनाशाच्या खाईतून वाचवले आहे. तरीही व्हिएतनामच्या बाबतीत त्यांचे नसते धाडस त्यांच्या अंगलटीला आले असताना ब्रिटनने अमेरिकेला काडीमात्र मदत केलेली नाही. मला नाही वाटत या वेळी ते ब्रिटनच्या मदतीला धावून येतील. खरे तर त्यांना तसा वेळही मिळणार नाही. माझ्या हल्ल्यानंतर सहा तासांच्या आत रशिया लंडनवर अण्वस्त्रांनी हल्ला केल्याशिवाय राहणार नाही. कळले बाँड? ब्रिटनच्या सर्व अपराधांची खरी शिक्षा."

बाँडने स्कार्लेटकडे बघितले. ती क्षितिजावर कुठेतरी नजर रोखून बसली होती. चेहरा पांढराफटक पडलेला. इतकी थरथरत होती की, बेशुद्ध पडणार वाटत होते. आतापर्यंत सर्व गोष्टींना तिने धीराने तोंड दिले असले तरी तिच्या सहनशक्तीलाही मर्यादा होती.

पुढले सर्व हात नक्की आपलेच आहेत लक्षात आल्यावर एखादा ब्रिज खेळणारा खेळाडू सफाईदारपणे आपल्या हातामधले पत्ते सर्वांना दिसतील असे फेकत 'पुढले सर्व हात माझेच आहेत', म्हणताना त्याचे डोळे जसे अत्यंत आनंदाने आणि खुशीने चमकताना दिसतील तसे गॉर्नरचे डोळे चमकत होते.

"हाउस ऑफ पार्लमेंट, बिग बेन, नॅशनल गॅलरी, लॉर्ड्स क्रिकेट ग्राउंड सर्व काही अणुऊर्जेच्या ढगात विरघळून जातील. "

"आणि हे व्ही.सी.१०... कोणता मूर्ख माणूस हे विमान चालवणार आहे?"

"कोण म्हणजे? साधे उत्तर आहे," बाँडच्या दिशेने येत गॉर्नर म्हणाला. "तूच

चालवणार आहेस?"

"मी? इतके मोठे काहीतरी मला चालवताच येणार नाही आणि खांद्याच्या हाडाचा सांधा निखळलेला असताना तर नक्कीच नाही."

गॉर्नरने बाँडकडे बघितले नंतर शाग्रिनकडे. "खांदा दुरुस्त कर त्याचा."

शाग्रिन बाँडजवळ आला आणि त्याने त्याला जमिनीवर झोपायची खूण केली. बाँड आपल्या पाठीवर झोपला. शाग्रिनने बाँडच्या छातीवर आपला बुटाचा पाय ठेवून त्याचा डावा हात आणि दंड पकडला आणि एका झटक्यात हात वर आणि अंगावर आडवा खेचला. खाट करून आवाज करत बाँडच्या निखळलेल्या सांध्यामध्ये हाड पुन्हा बसले.

"आणि तुला विमानात बरीच मदतही आहे," गॉर्नरने पुन्हा बोलायला सुरुवात केली. "मूळ वैमानिकच धावपट्टीवरून विमान आकाशात उडवेल. मग तू त्याच्या जागी बसशील. माझा सर्वोत्कृष्ट माणूस शेवटपर्यंत तुझ्याशेजारी बसलेला असेल. तसे काहीच कठीण नाही."

बाँड धापा टाकत गुडघ्यांवर बसला होता. दातांवर दात दाबून वेदना सहन करत होता.

गॉर्नर इलेक्ट्रिक कार्टमध्ये जाऊन बसला आणि इलेक्ट्रिक कार्ट निघाली. निघता निघता तो उद्गारला, "आणि सर्वांत महत्त्वाची गोष्ट म्हणजे तुला विमान उतरवायचेदेखील नाही. सोपे आहे सर्व."

कोठडीत परतल्यावरच बाँडला बरे वाटले. त्याने बोटांनी वाळूखाली लपवलेले विंडस्क्रीनचे काचेचे तुकडे जागेवर आहेत याची खात्री करून घेतली आणि मगच तो स्कार्लेटकडे वळला.

"ग्लास वॉकवेवरच्या परेडबद्दल वाईट वाटते मला."

"ठीक आहे तरी. मी... मी आले आहे बाहेर त्यातून."

"आपल्याला आत्ताच हालचाल करायला हवी. नाहीतर फार उशीर होईल," बाँड म्हणाला. "जवळ ये म्हणजे मला तुझ्याशी हळू आवाजात बोलता येईल. मी तुला धीर देतो आहे असे वाटायला हवे."

स्कार्लेट वाळूवरून सरपटत बाँडजवळ गेली आणि तिने आपले डोके त्याच्या छातीवर टेकवले. चेहरा वर केला. रोममध्ये पहिल्या रात्री दिसत होती तशीच ती आता दिसली त्याला. तिने हळूच विचारले "तू बघत होतास मला? म्हणजे... वॉकवेवर?"

"नाही. मी पाठ फिरवली होती. मला बघायची इच्छा नव्हती. कधीतरी एक दिवस...."

"इथून जर बाहेर पडलो ना... हवे तितके बघू शकतोस.''

बाँड हसला. "गॉर्नरने पॉपीला कुठे अडकवून ठेवले असेल वाटते तुला? ती तिच्या राहण्याच्या जागेबद्दल, ती जागा कुठे आहे याबद्दल कधी बोलली होती?''

"नाही. पण माझी खात्री आहे की, मला बघताच त्याने तिला दडवून ठेवायचे ठरवले असणार म्हणून. त्याला नक्की तिच्याबद्दल काहीही बोलायचे नाही.''

बाँडने एकदा खोल श्वास घेतला आणि घोगऱ्या आवाजात तो उद्गारला, "स्कार्लेट, आपण तिला मागे सोडून जाणार आहोत. तिला शोधत बसायला आपल्याकडे वेळ नाही. मी त्या विमानात असणार आहे आणि तुला माझ्याबरोबर यायला हवे. मी तुला मागे सोडले तर गॉर्नर तुला कामगारांच्या ताब्यात दिल्याशिवाय राहणार नाही.''

"नाही, मी तसे करू शकत नाही. मी माझ्या बहिणीची मुक्तता करायला आलेली आहे आणि तिला बरोबर घेतल्याशिवाय मी इथून जाणार नाही.''

"तू त्यासाठी नाही तर मी तिची मुक्तता करेन, तेव्हा जवळपास असावीस म्हणून आली आहेस.''

"नसता काथ्याकूट करू नकोस जेम्स. पॉपी माझी जुळी बहीण आहे. माझ्या रक्तामांसाची. ती बरोबर असल्याशिवाय मी इथून निघणार नाही.''

"उगीच भावनावश होऊ नकोस स्कार्लेट. सत्य परिस्थितीचा विचार कर. आपण जर आज गॉर्नरला थांबवू शकलो, तर उद्याच इथे आपली माणसे पाठवून हा प्लॅन्ट बंद करू शकतो आणि तिची सुटका करू शकतो. पोलीस, सैन्य, सर्व जण.''

"सॉरी जेम्स... मी....''

"गप्प बस,'' बाँडने आवाज चढवत म्हटले. "आजच्या हिंसाचारात गॉर्नरला पॉपीची आठवणसुद्धा येणार नाही. वॉकवेवरची एक फडतूस मुलगी याच्यापेक्षा त्याच्यालेखी तिला काहीही किंमत नाही. त्याचे लक्ष त्याचा पैसा, त्याचा प्लॅन्ट, मशिनरी, त्याचे भवितव्य यांवर खिळलेले असणार. पॉपी तुला कितीही प्रिय असली तरी फक्त एका मुलीचा विचार करायला त्याच्याकडे वेळच नाही.''

स्कार्लेटने त्याच्याकडे पाठ फिरवली. "तू अगदी पाषाणहृदयी माणूस आहेस. मी तुझ्यावर विश्वास टाकायला नको होता.''

ओंजळीत चेहरा लपवून, गुडघ्यांवर बसून ती हुंदके द्यायला लागली.

"सत्य गोष्ट एकच आहे की मी आणि तू बरोबर राहिलो तरच पॉपीला सुटका करून घ्यायची सर्वोत्कृष्ट संधी असू शकते. आपण इथून सुरक्षित बाहेर पडून गॉर्नरला धुळीस मिळवू शकलो, तरच ती सुरक्षित राहील. पण स्कार्लेट, आज रात्री तरी तिला सोडूनच आपल्याला निघायला हवे.''

पाच मिनिटे दोघेही गप्प होते. शेवटी स्कार्लेटने साश्रुनयनांनी त्याच्याकडे बघितले. तिच्या सुजलेल्या डोळ्यात त्याला परिस्थितीची जाणीव दिसली. त्याने हळूच तिचा हात पकडून तिला उभे केले.

तिने त्याच्या कानाला तोंड लावत उदासपणे म्हटले, "तुझेही बरोबर असेल म्हणा." पॉपीसाठी आता आपण काही करू शकत नाही या विचाराने ती धुमसत होती. "पण माझी सुटका कशी करायची याची तुला खरोखर कल्पना आहे ना? म्हणजे कामगार माझा... आणि मला ठार मारायच्या आधी?"

"हळूच वळ आणि माझ्या बोटांवर तुझी बोटे टेकव," बाँड म्हणाला. "काहीतरी टोकदार जाणवते आहे?"

"हो."

"तुझ्या हाताला बांधलेल्या दोऱ्यांना ते टेकेल अशी उभी राहा आणि हळूहळू दोऱ्या घासायला लाग. इथे वरच्या बाजूला खरोखर एखादा कॅमेरा आहे की नाही याची मला कल्पना नाही... असेल असे मला खरे तर वाटत नाही... पण आपण कुठलाही धोका पत्करू शकत नाही."

नायलॉनच्या दोऱ्या घासत त्या तोडायला स्कार्लेटला जवळजवळ दोन तास लागले. त्यानंतर ती त्याची सुटका करायच्या मागे लागली.

"तुला संगीत आवडते स्कार्लेट?" बाँडने विचारले.

"मला व्हायोलिन वाजवता येते. पियानोही. माझ्या वडिलांचा आग्रह असायचा. रशियन्सना संगीत प्रिय असते. भान हरपून रडायला लागतात ते. पण कशासाठी विचारतो आहेस तू?"

"मी पाच नोट्सचा एक सिक्वेन्स गुणगुणला तर प्रत्येक नोट एक ते नऊ या आकड्यांमधला कुठला आकडा दर्शवते सांगू शकशील?"

"एखादे वेळी कळेल."

"तुझे डोके माझ्या खांद्यावर ठेव मग."

पुढल्या तासाभरात, बाहेर हेलिकॉप्टरकडे पोहोचण्यासाठी दरवाजा उघडायच्या वेळी गार्डने की-पॅडवरचे आकडे दाबल्यावर त्याने ज्या क्रमाने आवाज ऐकले होते ते आवाज त्याच क्रमाने स्कार्लेटच्या मनावर बिंबवले. तिने ते तसेच म्हटले, सुरात गाऊन बघितले, अधूनमधून कॉमेंट्री करत बोलले. ती बोलत असलेल्या इन्टरव्हल्स, सेमिटोन्स वगैरे शब्दांचा अर्थ त्याला कळला नाही.

बाँडच्या दोऱ्या त्याला एक हात बाहेर काढण्याइतक्या घासल्या गेल्या.

"मला नीट उलगडा होत नाही जेम्स. मला जवळजवळ समजल्यासारखे वाटते आणि..." अचानक ती जोराने हसायलाच लागली. "जेम्स, तूही कमाल करतोस,"

"काय?"

"तू शून्य विसरलास. थांब जरा." ती पुन्हा स्वत:शी गुणगुणायला लागली. "आता पुन्हा ऐक." आपले ओठ त्याच्या कानाला टेकवून तिने विचारले, "हाच क्रम होता ना?"

"अगदी हाच. काय नंबर आहे मग?"

"एक, शून्य, सहा, सहा, नऊ. त्याचा अर्थ मला विचारू नकोस."

"नाही विचारणार. स्कार्लेट, तू इथून बाहेर पडलीस तर तुला एकटीलाच विमानापर्यंत पोहोचावे लागणार आहे आणि नंतर... ते मी तुझ्या हुशारीवर सोडतो. तुला विमानात शिरून लपून राहायचे आहे एवढेच मी सांगतो. आता मला वाटते संध्याकाळ होत आली असावी. पहाटे दोनच्या सुमाराला आपण हालचाल करू. एखादे वेळी तुला नशीब साथ देईलही. काहीही असले तरी आपल्यासाठी ही एकच संधी आहे."

स्कार्लेटने मान डोलावली. काही बोलली नाही. पण तिच्या मनाची तयारी होत आहे, असे बाँडच्या ध्यानात आले.

"भूक लागली आहे?" शेवटी तिने विचारले.

"जबरदस्त."

"काय खायला आवडेल?"

बाँडने विचार केला. "जरा पचेल असे. एग्ज बेनेडिक्ट, मग कॅव्हिआर, दारियुशने त्याच्या बागेत दिले होते तसे. मग... पाट्रिज बोलिनिए ग्रान्द आने – १९५३ची – थोडी रेड वाईन – शातो बाताये – माझ्या मित्राने पॅरिसमध्ये प्रथम मला पाजली होती."

"आणि काही?"

"आणि हे सर्व हॉटेलच्या रूममध्ये हवे आहे. शेजारी तू. काही कपडे न घातलेली. आता सध्या मी तुला निघायची वेळ झाली आहे, असे सांगेपर्यंत माझ्या अगदी जवळ येऊन झोप. हॉटेलमधल्या खोलीचा विचार कर आणि झोप घ्यायचा प्रयत्न कर."

"मी तर तिथे पोहोचलेलीच आहे. उघड्या दरवाजातून गार्डेनिया बाथचा मंद सुगंध येतो आहे...."

स्कार्लेट झोपल्यावर बाँड छतामध्ये एखादी कॅमेऱ्याची लेन्स दिसते का शोधत होता. कोठडीमध्ये तसा अंधारच होता. कॉरिडॉरमध्ये असलेल्या सोडियम लॅम्पचा थोडाफार प्रकाश दाराच्या अर्ध्या बंद अशा ग्रीलमधून आत येत होता. तेवढाच प्रकाश. ठीक आहे. त्या मुलीला केलेल्या सूचना तिच्या बरोबर ध्यानात आल्या होत्या याबद्दल त्याची खात्री होती आणि तिने आतापर्यंत त्याची निराशा केली नव्हती.

दोन वाजले असणार असे वाटल्यावर बाँड काळजीपूर्वक उठला आणि उभा राहिला. स्कार्लेटला उभे राहायलाही त्याने मदत केली. निखळलेले हाड बसवलेला त्याचा खांदा तिने जरा चोळून दिला आणि गालावरच्या, जिथून काचेचा तुकडा पार हिरडीमध्ये घुसला होता त्या ठिकाणच्या जखमेवर हळूच ओठ टेकले. "तुझा डेन्टिस्टकडे खूप छान वेळ जाणार आहे ना?"

त्याने कसेबसे हसायचा प्रयत्न केला.

"शेवटची गोष्ट," स्कार्लेट म्हणाली. "वचन दे मला की आपण यामधून जिवंत बाहेर पडलो तर प्रथम पॉपीला सोडवायला कुणाला तरी पाठवू म्हणून."

"दिले," असे म्हणत बाँडने हळूच एकदा तिच्या ओठांवर ओठ टेकवले. दाराकडे वळून आपले दुखणारे शरीर त्याने दाराच्या वरपर्यंत खडकात चढवले. "आता," तो म्हणाला.

ग्रीलवर चेहरा टेकवून स्कार्लेटने एक मोठी किंकाळी मारली. बाहेरच्या बाजूने कुठलाही आवाज आला नाही. फॅक्टरी चालू आहे आणि जवळपास गार्ड्स आहेत हे बाँडला माहीत होते. अनेक पावलांचा आवाज येण्यापेक्षा कुणाच्याच पावलांचा आवाज आला नाही तरी चांगलेच म्हणायचे.

"पुन्हा एकदा प्रयत्न कर."

"शू ऽऽ! तो येतो आहे," स्कार्लेट कुजबुजली.

कोणीतरी जवळ येत असल्याचा आवाज आला. ग्रीलमधून आतमध्ये टॉर्चचा प्रकाश पडला.

स्कार्लेटने आपल्या शर्टची बटणे उघडली. आत दुसरे काही नव्हतेच.

"मी हवी आहे ना तुला?" तिने गार्डला विचारले.

"तो कुठे आहे?" गार्डने विचारले.

"झोपला आहे. त्याचा खांदा दुखावला आहे," गार्ड बघू शकत नसणाऱ्या कोपऱ्याकडे बोट करत स्कार्लेट थकलेल्या आवाजात उद्गारली. "पटकन आत ये," कंबरेजवळ पॅन्टशी चाळा करत ती उद्गारली.

तरीही गार्ड घुटमळत होता. ती छाती उघडी करत टॉर्चच्या प्रकाशात उभी राहिली. कुलपामध्ये किल्ली घातल्याचा आवाज आला. दार उघडून गार्डने आत पाऊल टाकले. तो दार पुन्हा बंद करण्यासाठी वळताच बाँड वरून त्याच्या खांद्यावर कोसळला. एका हाताने त्याचे तोंड दाबत दुसऱ्या हाताने त्याने त्याचा गळा आवळला. नौशारमध्ये त्याने गार्डला फक्त बेशुद्ध केले होते. या वेळी त्याला जिवंत सोडण्यात अर्थ नव्हता. स्कार्लेटने त्याचे पिस्तूल काढून घेतले. कंबरेशी आपल्या पॅन्टमध्ये अडकवले.

गार्ड मरून पडताच बाँड स्कार्लेटला घेऊन बाहेरच्या पॅसेजमधून कॉरिडॉरपर्यंत

पोहोचला. गॉर्नरच्या ऑफिसच्या विरुद्ध दिशेने पळत ते उघड्या एलिव्हेटरजवळ पोहोचले. बाँडने अगदी वरच्या मजल्यावरच्या दाराकडे बोट दाखवले, बटण दाबले. तिला घेऊन एलिव्हेटर वर निघाला. मृत गार्डचे पिस्तूल पॅन्टच्या पट्ट्यामध्ये खोचलेली स्कार्लेट एलिव्हेटरमधून वर जायला निघाली.

ती बाहेर पडायच्या दरवाजापर्यंत गेली असणार असे वाटताच बाँड कॉरिडॉरमधून गॉर्नरच्या ऑफिसच्या दिशेने धावत सुटला. दरवाजाशेजारच्या की-पॅडची बटणे वाटेल तशी दाबत सिक्युरिटी कॅमेऱ्यासमोर उभा राहिला. काही सेकंदांत दरवाजावरचा लाल दिवा उघडझाप करायला लागला. कॉरिडॉरमध्ये लख्ख प्रकाश पडला. सायरनचे, अल्सेशियन कुत्र्यांच्या भुंकण्याचे आणि धावत त्याच्या दिशेने येणाऱ्या पावलांचे आवाज त्याच्या कानांवर पडले.

आपल्याकडेच त्यांचे लक्ष वेधून तर घेतले आहे, तो विचार करत होता. आता जिवानिशी सुटलो की मिळवली. दोन्ही हात ताठ वर करून तो उभा राहिला.

पुन्हा खेळ सुरू करू या?

काही क्षणातच सहा ऑटोमॅटिक रायफल्सच्या नळ्या बाँडच्या डोक्याला टेकल्या होत्या आणि कसेबसे पकडून ठेवलेले तीन अल्सेशियन कुत्रे त्याच्यावर झेप घ्यायचा प्रयत्न करत होते. गॉर्नरच्या ऑफिसच्या दरवाजाकडे पाठ करून, हात डोक्यावर उंच धरून तो अगदी स्तब्ध उभा होता. त्याची अपेक्षा होती तसेच घडेल अशी त्याला आशा वाटत होती.

त्याला जिवंत ठेवा अशी गॉर्नरने आपल्या माणसांना आज्ञा दिली असणार अशी बाँडची समजूत होती. बाँड नसला तरी अपहरण केलेल्या व्ही.सी.१० विमानाचा ब्रिटिश पासपोर्ट असणारा वैमानिक त्याच्याजवळ होता. तो त्याला विमान चालवायला भागही पाडू शकला असता. पण गॉर्नरचे लक्ष जास्तीतजास्त चिथावणी देण्यावर होते. म्हणूनच सोव्हिएट युनियनवर हल्ला चढवण्यासाठी, त्यांना अनेक वर्षे माहीत असलेल्या त्यांच्या कट्टर शत्रूचा उपयोग करण्याची संधी असताना, कोणत्या तरी त्यांना अज्ञात असणाऱ्या वैमानिकाचा उपयोग करण्यात गॉर्नरला स्वारस्य नव्हते. ब्रिटनचा भयानक सूड घेण्यासाठी टपलेल्या गॉर्नरला त्याच्या पद्धतीने बदला घेण्यासाठी बाँडसारख्या प्रतीकाची निवड अत्यंत आवश्यक होती.

कॉरिडॉरच्या टोकाला त्याच्या दिशेने निघालेली एक दणकट आकृती त्याला दिसली. तिच्या डोक्यावर फॉरिन लीजनची टोपी होती. त्या व्यक्तीला बघताच बाँडच्या मनात एक नवीनच, चमत्कारिक भावना निर्माण झाली, सुटकेची.

शाग्रिनने फार्सीमध्ये दोन शब्द उच्चारताच गार्ड्स थोडे बाजूला सरकले. तो बाँडसमोर येऊन उभा राहिला.

"ती मुलगी कुठे आहे?" शाग्रिनने विचारले.

"माहीत नाही," बाँडने उत्तर दिले.

उघडा दरवाजा दिसल्यावर ते इमारतीबाहेर शोध घेणारच होते. पण जे विमान उद्या नक्की कोसळणार आहे हे माहीत होते त्याच विमानात ती दडून राहील अशी कल्पना त्यांना येणार नाही आणि ते विमानात शोध घेणार नाहीत अशी बाँडची अटकळ होती.

कोठडीच्या दिशेने मान हलवत त्याने गार्ड्सना काहीतरी आज्ञा केली. बाँडला

नेत असताना इमारतीमध्ये कोलाहल सुरू झाल्याचे आवाज त्याच्या कानांवर पडत होते. सगळीकडे घंटा घणघणत होत्या. शेकडो जणांची धावपळ सुरू झालेली होती. "जा स्कार्लेट, जा," तो स्वत:शी पुटपुटला. बाहेरच्या काळोखात आवाज न करता उठून उभी राहाणारी स्कार्लेटची आकृती त्याला डोळ्यांसमोर दिसत होती.

त्याला परत कोठडीत नेल्यावर त्यांनी पुन्हा त्याचे हात बांधले. दोन गार्ड्स त्याच्याजवळ थांबले. दोघे बाहेर. काही मिनिटांनी सायरन्सचे, घंटांचे आवाज थांबले, दार उघडले आणि शाग्रिन आत आला.

"खाली बस," जमिनीकडे बोट करत त्याने सांगितले.

ज्या ठिकाणी काचांचे दोन तुकडे वाळूखाली दडवले होते त्या ठिकाणी गुडघे टेकून बाँड खाली बसला.

"मुलगी कुठे आहे?" शाग्रिनने विचारले.

"मी सांगितले मघाशीच," बाँडने उत्तर दिले. "मला माहीत नाही. तिला बरे वाटत नव्हते म्हणून एका गार्डने दरवाजा उघडला. ती पळाली. पण कुठे ते मला कळले नाही. मी कॉरिडॉरमधून त्याचा एक पाहुणा नाहीसा झाला आहे असे गॉर्नरला सांगण्यासाठी गेलो. त्याच्या ऑफिसमध्ये शिरायचे कोड मी बहुतेक विसरलो."

"खोटे सांगतो आहेस," शाग्रिन किंचाळला.

त्याच्या चेहऱ्याच्या ज्या एका बाजूची सर्वसामान्य लोकांप्रमाणे हालचाल होऊ शकत होती ती बेफाम संतापाने एकदम आक्रसली. दुसऱ्या बाजूला काहीही फरक नव्हता. ओठांच्या एका कडेला फेस गोळा व्हायला लागला.

व्हिएतनाममधल्या खेडेगावात, साफसूफ केलेल्या जागेवर मांडी घालून गोलाकार बसलेल्या आणि प्रीस्टकडून बायबलमधल्या कथा ऐकणाऱ्या छोट्या शाळकरी मुलांनी त्याचे हेच स्वरूप बघितले असणार असा विचार बाँडच्या मनात आला.

"सांग मला की ती मुलगी कुठे गेली. सांग!"

बाँडने अत्यंत तिरस्काराने त्याच्याकडे बघितले. खूप वर्षांपूर्वी शिकलेल्या बायबलमधल्या कवनांच्या ओळी अचानक त्याच्या डोक्यात आल्या. "Suffer the little children to come upto me" तो म्हणाला, "and forbid them not : for such is the kingdom of –"

शाग्रिनने त्याच्या कुशीत बुटाची एक लाथ हाणली आणि हाड कचकल्याचा आवाज आला. शाग्रिनने शर्टच्या खिशातून एक चामड्याची केस काढून तिच्यामधून शेंदरी रंगात चिनी अक्षरे असणाऱ्या दोन हस्तिदंती चॉपस्टिक्स काढल्या.

एका गार्डने बाँडचे केस पकडून त्याचे डोके मागे खेचले आणि दुसऱ्याने बाँडची हनुवटी घट्ट पकडली. शाग्रिनने अत्यंत काळजीपूर्वक एक चॉपस्टिक हळूहळू बाँडच्या डाव्या कानामध्ये आतपर्यंत घुसवली. मग दुसरी चॉपस्टिक तशीच

उजव्या कानात घातली.

"वाईट गोष्टी ऐकतोस – सांगत नाही," शाग्रिन म्हणाला. "वाईट गोष्टी ऐकल्या की 'फाम सिन क्वोक' असे करतो."

शाग्रिन त्याच्याजवळ पोहोचला, पाय फाकवून उभा राहिला. पाय घट्ट रोवण्यासाठी वाळूमध्ये बूट हलताना बाँडला दिसले. शाग्रिनने आपले जाडजूड हात लांब केले.

एक खोल श्वास घेत बाँडने डोळे मिटले. त्यामुळे कुणाच्या तोंडून "थांब" हा एकच शब्द बाहेर पडला हे त्याला कळले नाही.

त्याने मान वर केली. कोठडीच्या दरवाजाच्या उघड्या ग्रीलमधून आकाराने अतिशय मोठी असलेली पांढऱ्या हातमोजातली बोटे दिसली. दार उघडून गॉर्नर आत आला.

"आभारी आहे शाग्रिन. तू जा आता. उड्डाण करत असताना बाँडला सूचना ऐकता येणे गरजेचे आहे. उभा राहा बाँड."

बाँड उभा राहिला. "ती पोरगी पळाली तर. तिला पकडून परत आणले नाही तर माझ्या कामगारांची फार निराशा होणार आहे. पण ती नसली तरी आम्ही त्यांची काहीतरी सोय करू शकतो. बरोबर आहे ना मी काय म्हणतो आहे ते?"

पॉपी, बाँडच्या मनात विचार आला. स्कार्लेट नाही तर तो पॉपीला कामगारांच्या ताब्यात देईल. कामगारांना फरक कळणारच नाही.

"या खेळात कुठल्यातरी प्याद्याचा बळी जाणार हे मी गृहीत धरायलाच हवे होते. युद्ध जिंकायचे तर कधीतरी एखादी चकमक हरायची तयारी पाहिजे. त्या पोरीची डोकेदुखीच झाली होती. खरा मोहरा माझ्या ताब्यात आहे. बरोबर आहे ना बाँड?"

"आम्ही कधी निघणार आहोत?"

"तासाभरात ज्या पोरीला माझी माणसे शोधून काढणार आहेत तिच्या मागे लागून माझ्या योजनेत बदल करायची आवश्यकता दिसत नाही. तू नऊ वाजता विमानात चढशील. तुझा नॅव्हिगेटर माझा एक उत्कृष्ट माणूस आहे. तेहरानच्या बाजारातला एक गुंड. मी स्वत: त्याला शिकवून तयार केले आहे. मसूद नाव आहे त्याचे. तू काय करायचे एवढे सांगण्याइतके इंग्लिश त्याला नक्की येते. इलातूस्त-३६ पर्यंत विमान जाईल इतके इंधन विमानात भरलेले आहे, जास्त नाही. खालच्या उंचीवर येऊन बॉम्ब टाकल्यानंतर मसूदच्या सूचनांप्रमाणे तू विमान आणखी खाली आणायचे. तो पॅराशूटच्या साहाय्याने बाहेर उडी घेईल. तू... तू अर्थातच विमानातले इंधन संपेपर्यंत विमान उडवतच राहशील आणि इंधन संपले की..." त्याने नाइलाज असल्याप्रमाणे आपले हात बाजूला धरले.

"आले लक्षात."

"ब्रिटिश विमाने. विश्वास ठेवण्यासारखी नसतात. मसूदने उडी घेतल्यावर आपण काही अचाट धाडस करून दाखवू असे तुझ्या मनात येत असेल तर तो विचार मनातून काढून टाक. तुझ्याबरोबर तीन सशस्त्र गार्ड्स असतील. मसूद विमानात नाही हे त्यांना कळणारही नाही. किंवा इंधन नाही हेदेखील. त्यांनी माझा रोष ओढवून घेतला होता आणि मला खूश करण्याची ही त्यांची शेवटची संधी आहे असा त्यांचा समज आहे. त्यांची कल्पना आहे की मसूद नंतर विमान वळवून परत इकडे आणणार आहे. पण त्यांच्याकडे ब्रिटिश पासपोर्ट्स आहेत आणि ते तुझ्याबरोबरच खाली कोसळणार आहेत. तेव्हा एखाद्या कथेप्रमाणे रशियन हायवेवर विमान उतरवू अशी काही अफलातून कल्पना तुझ्या डोक्यात घोळत असली तर ती मनातून काढून टाक.''

गॉर्नरने आपल्या घड्याळाकडे बघितले. ''चार वाजत आले आहेत. मी पुन्हा थोडी झोप घेणार आहे. सहा वाजता उठून मी ब्रेकफास्ट घेईन. अंडी, बेकन, कॉफी.''

''मला काळी मिरी चालेल त्याबरोबर,'' बाँड म्हणाला. ''तुकडे केलेली. मिरपूड नव्हे.''

''उपासमार केलेले आयरिश आठव. तुला आठ वाजता एक कप पाणी मिळेल. झोप काढ आता बाँड. उद्या महत्त्वाचा दिवस आहे.''

दरवाजा खण् करून बंद झाला. खाली पडून बाँडने वाळूत जीभ घालून काचेचे तुकडे शोधायला सुरुवात केली.

त्याच वेळेला नौशारमधल्या 'जलाल्स फाईव्ह स्टार हॉटेल'मध्ये झोपलेला दारियुश अलीझादे टेलिफोनची घंटा वाजल्याने जागा होत होता. तो खरे तर स्त्री-पुरुषांसाठी एकत्र असलेल्या हमामखान्यातल्या झोहराबद्दल स्वप्ने बघत होता.

''हॅलो दारियुश! फेलिक्स लेईटर बोलतो आहे. सी.आय.ए... तुला झोपेतून उठवतो आहे, सॉरी. पण काही तरी मोठी घटना घडते आहे. मला तुझ्या मदतीची गरज आहे.''

स्टीमबाथमधून बाहेर येणाऱ्या गरमागरम झोहराची प्रतिमा नाइलाजानेच दूर करत दारियुशने विचारले, ''तू मला कसे काय शोधून काढलेस?''

''जुन्या मित्रांमधले संबंध पार तुटलेले नाहीत अजून. मी लंडनमधल्या लोकांशी बोललो. राजकारण्यांना दूर राहू दे सध्या. खरेखुरे काहीतरी घडते आहे.''

''जे.डी. सिल्व्हर भेटला होता?'' दारियुशने विचारले.

''कारमेन? तेहरानमध्ये भेटलो होतो. तो इकडेच यायला निघतो आहे.''

''तू आत्ता कुठे आहेस फेलिक्स?''

"रस्त्यापलीकडे."

"तू जेम्स बाँडचा मित्र आहेस का?"

"सॅन्टिगो! युद्धात पडतानाची आरोळी आहे आमची, कॉर्टेझसारखीच. जेम्स बाँड माझा रक्ताचा भाऊ आहे. त्याचे गाड्यांचे भलतेच वेड सोडले तर...."

"मग ठीक आहे," दारियुश म्हणाला. "माझ्या खोलीवर ये, नंबर २३४."

"आलोच."

वॉटरफ्रंटवरच्या टेलिफोन बूथमधला टेलिफोन लेईटरने खाली ठेवला आणि तो जवळच असणाऱ्या जलालच्या दिशेने निघाला. तो २३४ नंबरच्या खोलीत पोहोचला तेव्हा दारियुश अलीझादे कपडे करून तयार होता. टेबलावर फळे आणि कॉफी होती.

अलीझादेबरोबर एक स्थूल असा माणूसही होता. "हा हमीद," दारियुशने ओळख करून दिली. "ड्रायव्हर. मधूनमधून गुप्त हेर. डेड ड्रॉप्स, सुरक्षित घरे याला माहीत आहेत."

हमीद हळूच हसला.

"हे ऐकले की मला माझे जुने दिवस आठवतात."

"आणि मॉन्स्टर कुठे असतो, ते हमीदला ठाऊक आहे."

"बाँडचा विश्वास होता त्याच्यावर?"

"संपूर्ण विश्वास."

दारियुशने पुढे केलेला काळ्या कॉफीचा कप हातात धरून लेईटर म्हणाला, "ठीक आहे. तुला जी माहिती आहे ती सांग मला."

सुधारणा केलेल्या एक्रानोप्लेनचा लंडनहून मिळालेला तपशील दारियुशने सांगितल्यावर लेईटर म्हणाला, "निदान ते कुठून निघणार आहे तेवढे तरी आपल्याला कळलेले आहे. पण ज्या वेगाने ते जाते त्याचा विचार केला तर विमाने एकत्र करून ती बाँब फेकेपर्यंत केवळ दोन तासच मिळणार आहेत. त्यानंतर आपली विमाने रशियाच्या हवाई सीमेत असतील. त्या ठिकाणी अमेरिकन विमाने पाच मिनिटांपेक्षा जास्त काळ राहू शकणार नाहीत."

"तुमचा जवळचा तळ कुठे आहे?" दारियुशने विचारले.

"अधिकृतपणे फारच लांब – टिंबक्टूला असे म्हणण्यासारखे आहे. पण अनधिकृतपणे सौदी अरेबियामधील धहरान इथे आणि तुर्कस्तानच्या पूर्व भागातही आहेत. लढाऊ बॉम्बफेकी विमाने. नक्की खात्री नाही. मलाही इथे गरज असेल तेवढीच माहिती मिळते. मी चांगली ठरणारी बातमी पुढे कळवतो एवढेच. वेळ नाही हा आपल्या पुढल्या समस्येचा अर्धाच भाग झाला."

"मग दुसरा अर्धा भाग काय आहे?"

"माझ्या माहितीप्रमाणे काही दिवसांपूर्वी नाहीसे झालेले एक ब्रिटिश एअरलायनर पुन्हा कोणत्याही दिवशी नजरेला पडेल. उत्तर दिशेने जात असताना."

"रशियाच्या दिशेने?"

"हो, पण नक्की कुठे ते माहीत नाही. ते काही आपल्या दृष्टीने चांगल्या कामाला जाणारे नाही. इस्तंबूलहून पकडल्या गेलेल्या संदेशांप्रमाणे कुठलेतरी बॉम्ब घेऊन जाण्यासाठी त्या विमानात बदल केले आहेत. सोव्हिएत रडार यंत्रणा उत्कृष्ट आहे. माझी खात्री आहे की रशियन हवाई सीमा पार करताच ते त्यांच्या एम.आय.जी. २१ विमानांच्या तावडीत सापडेल. तत्काळ उडवले जाईल."

"पण या घटनेचे राजकीय परिणाम दूरगामी ठरतील," दारियुश म्हणाला. "ब्रिटनने किंवा नाटो राष्ट्रांनी ठरवून हल्ला केला आहे. अशी त्यांची समजूत झाली तर...."

"अगदी बरोबर बोललास. म्हणूनच रशियाच्या आधी आपणच ते विमान पाडायला हवे. पण ते कुठून निघणार आहे याचीसुद्धा आपल्याला कल्पना नाही. आपल्या सर्व विमानतळांना सावधान राहायला सांगितले आहे. पण... आकाश फार फार मोठे आहे. मिनिटा-मिनिटाला कारमेन सिल्व्हरला लँग्लेकडून माहिती मिळते आहे."

"इतकी गंभीर आहे परिस्थिती?"

"तशीच आहे. अध्यक्षांनी त्यांच्या सर्व भेटीगाठी रद्द केल्या आहेत. क्यूबान मिसाईल्स पेचप्रसंगानंतर आणीबाणीच्या प्रसंगासाठी काही नियम बनले आहेत. त्यांना वाटते की हे प्रकरण कुठल्याही क्षणी तसेच वळण घेईल."

"पण मग आपण काय करू शकतो?"

"आत्ता तरी काहीच नाही. सूचनांची वाट बघायची. सिल्व्हरला एखादे वेळी काहीतरी अधिक बातमी कळली असेल."

दारियुशने कॉफीचा घोट घेतला आणि एक सुस्कारा सोडला. "मला करण्यासारखे काहीतरी असायला हवे. याच्याशी गॉर्नरचा संबंध असला तर तो वाळवंटामध्ये कुठे असतो याबद्दल सॅवाकला थोडीफार कल्पना असायला हवी."

"पण विमान वाळंवटामधून येऊ शकत नाही. कसे येणार? मोठे विमान आहे. मोठी धावपट्टी, मोठा विमानतळ पाहिजे."

दारियुशने डोके खाजवत खोलीत फेऱ्या घालायला सुरुवात केली. "विमानतळ... याझ्द, केरमान... मी विचार करतो. पण फेलिक्स मला एक गोष्ट सांग, त्याला कारमेन का म्हणतात?"

"तू काय ऐकले आहेस?"

"तो पहिल्या कामगिरीवर ग्वाटेमालाला गेला असतानाची काहीतरी गोष्ट त्याने

मला सांगितली,'' दारियुश म्हणाला. ''तिथल्या शक्तिमान माणसाविरुद्ध क्रांतीची सुरुवात करून त्याला कसे पदभ्रष्ट केले... वगैरे. ऑपेरामध्ये कारमेन या पात्राने असेच काम केले होते आणि त्याने क्रांतीला आरंभ झाला होता.''

फेलिक्स लेईटर मोठ्याने हसला. ''सगळा भंकसपणा, जे.डी. असा माणूस आहे की, ज्याला स्त्रिया आवडत नाहीत. लक्षात येते आहे ना मी काय सुचवतो आहे? तो तसला एक माणूस आहे. एका कामगिरीच्या वेळी त्याने जनरल मोटर्सचा माणूस आहे अशी बतावणी केली होती. कुठे ते विसरलो मी. त्या वेळी त्यांच्या विक्रेत्यांपैकी तिघा जणांशी त्याने कसे संबंध जोडले याची त्याने दारू पिता पिता बढाई मारली होती. कारण त्याला 'कारमेन' आवडतात. तेव्हापासून त्याला 'कारमेन सिल्व्हर' म्हणतात.''

आता दारियुशलाही हसू आवरले नाही. ''जोपर्यंत तो आपल्याला माहिती देतो आहे तोपर्यंत तो कसाही असला तरी चालेल.''

''तूही त्याच्यासाठी तेच करायला हवे. मी सापडलो नाही तर तू या नंबरवर फोन कर.'' फेलिक्सने एक कार्ड त्याच्या हातात ठेवले. ''आता डॉक्सवर जाऊन आपण त्या मॉन्स्टरवर नजर ठेवू या का?''

दारियुशने एकदा फेलिक्सकडे नीट रोखून बघितले. तो जसा काही त्याच्यावर किती विश्वास ठेवायचा हे ठरवत होता. त्याने निर्णय घेतला. ''आपल्याला जाण्याची आवश्यकता नाही,'' तो म्हणाला. ''आपण इथेच राहू. माझा एक माणूस मी तिथे घुसवला आहे.''

''काय?''

''मी काही स्वस्थ बसलेलो नाही,'' दारियुश म्हणाला. ''युनायटेड स्टेट्स कॅव्हल्रिची वाट बघत मी दिवसभर कसा थांबणार? रशियामधून पळालेल्या आणि एक्रानोप्लेनवर सुधारणा करणाऱ्या एका रशियन माणसाला मी गाठले आहे. त्यांच्या नॅव्हिगेशन सिस्टिममध्ये ते जे को-ऑर्डिनेट्स फीड करत असतील ते तो माझ्या तेहरान ऑफिसला रेडिओवरून कळवणार आहे. माझा तेहरानमधला बबाक हा माणूस मग मला फोन करणार आहे.''

''हुशार आहेस. तू त्या रशियनला कसे पटवलेस?''

''नेहमीचीच पद्धत. अमेरिकन डॉलर्स. खूपसे.''

''आपल्याला जे कळेल ते मी लँग्लेला कळवतो. मग त्यांच्याकडे जी काही साधनसामग्री असेल ते ती सज्ज ठेवतील.''

बेडजवळच्या टेलिफोनचा बीप असा आवाज आला. रिसेप्शन डेस्कवरचा क्लार्क बोलत होता. ''मिस्टर सिल्व्हर आले आहेत. त्यांना वर पाठवायचे?''

अंगावर अजूनही कामगाराचा गणवेश चढवलेल्या, पायात बूट नसलेल्या बाँडला त्यांनी आठ वाजण्यापूर्वी प्रथम वॉशरूममध्ये आणि तिथून गॉर्नरच्या ऑफिसात नेले.

लिननचा सूट घातलेल्या गॉर्नरकडे बघताच तो किती उत्तेजित बनलेला आहे ते कळत होते. त्याने आज नवीन शर्ट घातला होता. वर गडद लाल रंगाचा टाय. बटणहोलमध्ये ताजे टवटवीत गुलाबाचे फूल. उंच कपाळावरून केस मागे वळवलेले. पांढरा हातमोजाही लाँड्रीमधून धुऊन आणलेला दिसत होता.

कॅप्टनचा हुद्दा दर्शविणारा बी.ओ.ए.सी.चा युनिफॉर्म त्याने हातात धरला होता. ''पाच मिनिटे राहिलेली असताना तू हा युनिफॉर्म घालणार आहेस. तोपर्यंत हा विमानात ठेवलेला असेल. तुझ्या नवीन युनिफॉर्ममध्ये तू खरोखर देखणा दिसशील बाँड. जुन्या ईटोनियनसारखाच. तेव्हा शेवटची पाच मिनिटे मजेत जातील तुझी. फ्रेंच म्हणतात त्याप्रमाणे ''*ओजुव्दी ऱ्वा दमँ रिअँ*... आज राजा तर उद्या....''

''माहीत आहे मला त्याचा अर्थ.''

''असणारच. तुला परकीय भाषा येते ही आश्चर्याचीच बाब आहे. तुझ्या बाकीच्या देशवासीयांना वाटत असते की, ते जर मोठ्यामोठ्याने ओरडून बोलले तर खालच्या वंशात जन्मलेल्या लोकांना इंग्लिश कळेलच. पण उद्या या वेळेपर्यंत त्यांचा सर्व अहंकार, कावेबाजपणा धुळीला मिळालेला असेल. अगदी कायमचा. तुमच्या राजधानीची राखरांगोळी झालेली असेल आणि सुरेख असे केन्ट आणि सरेसारखे परगणे रेडिओ ॲक्टिव्ह फॉलआऊट झोन बनलेले असतील.''

गॉर्नर टेबलाला वळसा घालून बाँडसमोर येऊन उभा राहिला. ''काही मिनिटांनी तुझे विमान धावपट्टीवरून उड्डाण करेल तेव्हा मी बघत असेन. मग जे काही अटळपणे घडणार आहे त्याची मी वाट पाहत राहीन. तुझ्या देशवासीयांसाठी काही शेवटचा संदेश वगैरे? किंवा तुझ्या राणीसाठी? तुझ्या पंतप्रधानांसाठी?''

बाँडने ओठ चावला. त्याला पुन्हा पॉपीचे शब्द आठवले. 'सरळ ठार कर त्याला.'

''ठीक आहे तर,'' गॉर्नर म्हणाला. ''खेळ सुरू करू या का?''

ओळखीच्या झालेल्या गार्ड्सनी त्याला कॉरिडॉरमधून चालवत नेले. टेलिस्कोपिक एलिव्हेटरमधून वर जाताना त्यांनी आपल्या पिस्तुलाच्या नळ्या त्याच्या कानातच खुपसल्या होत्या. मुख्य दरवाजाकडे नेण्यासाठी इलेक्ट्रिक कार्ट सज्ज होती. ड्रायव्हरने लेझर बीम वापरून दरवाजा उघडला.

अजून नऊदेखील वाजले नव्हते. पण पर्शियन उन्हाचा चटका जाणवत होता. रनवे पार करून ते चकाकणाऱ्या व्ही.सी.१० जवळ पोहोचले. इतर कोणत्याही वेळी उंच शेपटीच्या मागे बसवलेल्या चार शक्तिमान रोल्स राईस कॉनवेजेट इंजिनांवर चालणाऱ्या या विमानातून प्रवास करण्याच्या कल्पनेनेच बाँड उल्हसित

झाला असता. पण आज या विमानातून जिवंत बाहेर पडण्याची शक्यता धूसर वाटत होती. आज सारे काही एका चमकदार काळ्या केसांच्या, जे पिस्तूल कसे वापरायचे ते शिकवलेले नाही असे रशियन पिस्तूल कंबरेजवळ खोचून या विभागात कुठेतरी दडून बसलेल्या तरुण आणि सडसडीत स्त्री इन्व्हेस्टमेंट मॅनेजरवर अवलंबून होते.

बॉंडने एक खोल श्वास घेतला आणि पॅसेंजर डोअरशी उभ्या केलेल्या शिडीच्या पायरीवर पाऊल ठेवले. एकदा विमानात चढल्यावर गार्ड्सनी गॅन्गवेमधून त्याला खेचत नेऊन फर्स्ट क्लास सेक्शन मागच्या खिडकीजवळच्या सीटवर ढकलून दिले. लॉकरवर डोके आपटू नये म्हणून वाकताना तोंडामधला काचेचा तुकडा त्याने त्याच्या पुढल्या सीटवर टाकून दिला. एक गार्ड त्याच्या शेजारी बसला, दुसरा त्याच्या पुढल्या ओळीत आणि तिसरा मागे. विमानाची इंजिने आधीच सुरू झालेली होती.

कॉम्बट ट्राऊझर्स आणि पांढरा टी शर्ट घातलेला एक आडदांड माणूस पॅसेजमध्ये उभा राहून म्हणाला, ''मी मसूद. आम्ही पायलटच्या संपर्कात आहोत. आपण अर्ध्या तासात निघू. तू आहेस तिथेच राहा. हाललास तरी आम्ही ठार करू तुला.''

''डॅन एअरपेक्षाही खराब,'' बॉंड उत्तरला. ''सिगारेट आहे?''

''गप्प बस. सिगारेट ओढायची नाही. सीट बेल्ट बांध.''

बॉंडने सांगितल्याप्रमाणे केले. उड्डाणाचा हा काळ त्याला नेहमी आवडत असे. काही तास फक्त त्याचे स्वत:चे असत. एम. काही सांगू शकत नसे की त्याच्या आयुष्यात आलेल्या स्त्रियाही. 'मॉर्डन फंडामेन्टल्स ऑफ गोल्फ' या पुस्तकामधील बेन होगन याने लिहिलेली काही पाने वाचायची, ब्लडी मेरीचे घुटके घेत पंख्यांवरची सूर्यकिरणांची चमक बघत बसायचे.

बॉंडने मान वर उचलली. मळलेला बी.ओ.ए.सी. चा शर्ट घातलेला आणि घाबरलेला एक माणूस पॅसेजमधून त्याच्याकडे बघत होता. इंग्लिश वाटत होता. ''मी केन मिचेल,'' सरे गोल्फ कोर्सवर ओळख द्यावी तसा तो म्हणाला. ''केलेल्या पापांची सजा म्हणून मी या विमानाचा वैमानिक आहे. उगीच नको ती गडबड करू नकोस, तरच आपण जिवंत राहायची आशा आहे. धावपट्टीवरून विमान उडवून बहुतेक सर्व अंतर मीच विमान चालवणार आहे. मग ते तुला फ्लाईट डेकवर आणतील. शेवटचा थोडा वेळच विमान तुला चालवायचे आहे. मी त्यांनी सांगितल्याप्रमाणे वागलो तर ते माझी सुटका करतील असे त्यांनी मला वचन दिले आहे. तेव्हा गोंधळ घालू नका, मिस्टर बॉंड. उद्या माझ्या छोट्या मुलीचा वाढदिवस आहे.''

''ठीक आहे. चालवण्याबद्दल काही सूचना?''

''ते सरळ चालवण्यासाठी कुठल्याही यंत्रांकडे बघू नकोस. क्षितिजावरचे काही

तरी लक्षात घे. एखाद्या ढगाची कडा वगैरे. तिथे लक्ष दे. यंत्रांकडे नको. पण बहुतेक काळ आपण ऑटोपायलटवरच असणार आहोत. ते आपलेआपण उडत राहील.''

''आभारी आहे केन. आता बस तुझ्या जागेवर. तुझा प्रवास सुखाचा होवो.''

मिचेलने पुन्हा एकदा बाँडकडे बघितले. त्याचा दंड धरून त्याला कॉकपिटच्या दिशेने ढकलत नेत असताना त्याच्या डोळ्यातही याचना दिसत होती.

धावपट्टीवरून विमान धावायला लागल्यावर बाँडला एक धक्का जाणवला. अर्ध्या मैलावरच्या कंट्रोल टॉवरवरचा उघडझाप करणारा हिरवा दिवा बाँडला खिडकीतून दिसत होता. धावपट्टीच्या टोकाला जाऊन विमान वळले आणि उभे राहिले.

फ्युसलेजवरच्या रोल्स रॉईस इंजिनांचा आवाज वाढता वाढता विमान वेगाने पुढे निघाले. विमानाचे नाक वर आले आणि बघता बघता वाळवंटावरच्या तळपणाऱ्या उन्हात विमानाने झेप घेतली.

नौशारच्या स्टील हॅन्गरमध्ये एक्रानोप्लेनच्या नाकावरची शेवटची कमाफ्लाज जाळी निघाली आणि इंजिने सुरू झाली. चौदा जणांकडे बनावट ब्रिटिश पासपोर्ट होते. त्यांच्यापैकी आठ जण पर्शियन होते, दोन इराकी, दोन तुर्की, एक सौदी. हेडफोन्स लावून रेडिओ कन्सोल सांभाळणारा शेवटचा माणूस फार्सी बोलू शकणारा रशियन होता.

एक्रानोप्लेनवर बरेच बदल घडवून आणले होते. इंधनाच्या चार जादा टाक्या बसवल्या होत्या, सहा रॉकेट लॉन्चर्स आणि जमिनीवरून आकाशात मारा करणारी चार क्षेपणास्त्रे. त्यानंतर आजच ते प्रथम हॅन्गरबाहेर पडत होते. शांत समुद्रावर शक्तिमान इंजिने सुरू झाली. सर्वांवर एक प्रकारचे दडपण आले होते. पुढे लाटा आदळत असल्याने ड्रॅग-अवरोध निर्माण होत होता. नुसते वेगाने जाण्यापेक्षा ते पाण्यावर थोडे उचलण्यासाठी जादा ताकदीने इंजिने चालवणे आवश्यक होते. टेक ऑफ स्पीडच्या खूप आधी सर्वांत जास्त ड्रॅग असतो. कारण क्राफ्ट स्वतःच निर्माण केलेल्या पुढल्या लाटेवर स्वार झाल्याशिवाय स्वतःला हवेत उचलू शकत नाही.

इंजिनांचा कर्णकटू आवाज वाढत होता तरी एक्रानोप्लेन सागराला चिकटूनच होते. सर्व जण चिंतातूर चेहऱ्याने आपल्याकडे बघत आहेत हे रशियनच्या ध्यानात आल्यावर तो फार्सी भाषेत म्हणाला, ''काळजी करू नका.''

पायलटने हात पुढे करून 'पॉवर ऑगमेन्टेशन ऑफ रॅम (पी.ए.आर.)' ही कार्यप्रणाली अमलात आणणारा स्विच खाली खेचताच अल्प काळ इंजिनांची शक्ती पंखांखाली वळली आणि तिथली हवा दाबली गेली.

क्षणार्धात एक्रानोप्लेन वर उचलले गेले आणि हवेच्या कुशनवर पाण्यावर

तरंगायला लागले. वेग वाढत असतानाच पायलटने इंजिनाची शक्ती कमी केली. नोकरवर्गाने टाळ्या वाजवतच आनंद व्यक्त केला.

नौशार आणि चालूस या ठिकाणची पाण्यावरची इतर हालचालच थंडावली. शेकडो स्थानिक लोक चकित होऊन हे अपूर्व दृश्य बघत राहिले.

एक्रानोप्लेनने उडवलेली खळबळ बघण्यासाठी रशियनला वेळ नव्हता. तो आपल्या रेडिओ सेटवर वाकून बसला.

टेबलावरील डाळिंबे आणि बारबेरीज्च्या काचेच्या बोल्सकडे आणि 'जलाल्स फाईव्ह स्टार'च्या खोली नं. २३४च्या खिडकीतून दिसणाऱ्या सागराकडे बघत फेलिक्स लेईटर म्हणाला, ''अशी चमत्कारिक वॉर रूम मी प्रथमच बघतो आहे.''

ओठांजवळ चहाचा कप धरून जे. डी. सिल्व्हर इकडे तिकडे नजर फिरवत होता.

बेडजवळच्या टेलिफोनचा बीप आवाज होताच फेलिक्सने तो तत्काळ उचलला, कानाला लावला आणि म्हणाला, ''तुझ्यासाठी आहे दारियुश. तेहरानमधल्या तुझ्या माणसाचा – बबाकचा.''

दारियुशने उडी मारूनच तो हातात घेतला. ''बबाक? तपशील मिळाला? चांगले झाले. बोल.''

बेडजवळच्या पेपर पॅडवर तो आपल्या पेनने भराभर खरडायला लागला – 'अक्षांश ४६.३४९४४. रेखांश ४८.०४९१७ – अक्षांश ४८.८०४७२२२ – रेखांश ४४.५८५८३३३' – आणि फार्सीमध्ये काही शब्दही. त्याच्या खांद्यावरून वाकून बघणाऱ्या लेईटर आणि सिल्व्हर यांना ते वाचता आले नाहीत.

पाच एक मिनिटांनी दारियुशने फोन खाली ठेवला आणि तो कागद जे. डी. सिल्व्हरच्या हातात ठेवला. ''एक्रानोप्लेन ज्या ठिकाणी जाणार आहे ती जागा इथे सांगितली आहे. ही वेगाची गणिते आहेत आणि हा कोडवर्ड सांगतो की, त्यावर अण्वस्त्रे आहेत. ताबडतोब कामाला लागायला हवे.''

''नक्कीच,'' सिल्व्हर म्हणाला. ''पण ही टेलिफोन लाईन किती सुरक्षित आहे?''

''कोणाला माहीत?'' लेईटर म्हणाला, ''पण आपण फक्त हाच टेलिफोन वापरू शकतो?''

''आणि मला जरा एकट्याला सोडा मित्रांनो. मला एक-दोन कोड नंबर फिरवावे लागतील आणि... प्लीज गैरसमज करून घेऊ नका.''

''नाही होणार,'' लेईटरने उत्तर दिले. ''दारियुश, आपण खिडकीतून दिसणारे चांगले दृश्य शांतपणे बघत बसू.''

“हमीद,” दारियुश म्हणाला. “तू बाहेरच्या कॉरिडॉरमध्ये थांबशील का?”

फेलिक्स आणि दारियुश खिडकीत उभे राहून समुद्राकडे बघत बसले. फेलिक्सने आपल्या उजव्या हाताला बसवलेल्या धातूच्या हुकाकडे बघत म्हटले, “मला जर बोटे असती ना, तर मी शरीरावर क्रॉसची खूण करून प्रार्थना केली असती.”

अस्वलासारख्या दारियुशने हळूच फेलिक्सच्या खांद्यावर हात ठेवला. “सर्व विधिलिखित असते. किस्मत!”

“४४६,” सिल्व्हरचा आवाज आला. “८७ – फोन करा.” बेडजवळच्या टेबलाखाली जिथे टेलिफोनची वायर भिंतीमध्ये जात होती तिथे सिल्व्हरने फोनची वायर पायाने दाबायला सुरुवात केली. एक एक करत आतल्या वायर्स मोकळ्या व्हायला लागल्या आणि शेवटी ती भिंतीमधून बाहेर आली. सुट्या तारांची टोके त्याने बेडखाली, दिसणार नाहीत अशा ठिकाणी सरकवली.

“बरोबर लँग्ले,” तो उत्साहाने म्हणाला, “ऐका. अक्षांश ४६.३४९४४, रेखांश ४८.०४९१७ – अक्षांश ४८.८०४७२२२ – रेखांश....”

“आपले नशीब चांगले दिसते आहे दारियुश,” फेलिक्स म्हणाला. “आता एअरलायनरकडे बघू या.”

कारमेनचा विश्वासघात

तेहरानच्या पूर्वेला कुठेतरी तीस हजार फूट उंची गाठल्यावर विमान सरळ उडायला लागले आणि उत्तर दिशेने कझाकिस्तानकडे निघाले. खिडकीमधून अलबुर्ज माउंटनकडे बघताना बाँडच्या मनात विचार आला की दुसरा कुठला दिवस असता तर तो म्हणाला असता की विमानप्रवास करण्यासाठी आजचा दिवस किती चांगला आहे म्हणून. उजव्या हाताच्या बोटाच्या टोकांमध्ये काचेचा तुकडा लपवून तो डाव्या मनगटावरच्या दोऱ्या अगदी हळूहळू घासत होता. फर्स्ट क्लासच्या सीट्समध्ये खूप अंतर असते याचा त्याला आज आनंद होता. नशीब असेल तर त्याची कळेल न कळेल अशी होणारी हालचाल कुणाच्या ध्यानात येणार नाही. इकॉनॉमी क्लासमध्ये ते बसले असते तर थोडीशी होणारी थरथरसुद्धा त्याच्या डावीकडल्या सीटवर बसलेल्या गार्डच्या लक्षात आली असती.

बाँड मधल्या पॅसेजच्या दिशेने वळला आणि डोके खाली घालून त्याने डोळे मिटले. वाळवंटामधल्या अनुभवाने तो जसा काही भयंकर थकला होता आणि नशिबातला अटळ शेवट त्याने मनोमन स्वीकारला होता. गॉर्नरचा वाळवंटामधला प्रमुख अड्डा नक्की कुठे होता याचा विचार करता, इलातूस्त-३६ पर्यंतचे अंतर अजून पंधराशे मैल तरी असणार असा त्याचा कयास होता. ब्रिटिश सरकारने व्ही.सी.१० हे विमान बी.ओ.ए.सी. च्या ताब्यात देताना जो राजकीय धुरळा उडाला होता, त्या वेळी जाहीर झालेल्या तपशिलाप्रमाणे हे विमान तासाला पाचशे मैल अंतर सहजच कापू शकत होते.

उड्डाण करून एक तास नक्कीच झाला आहे असा त्याचा तर्क होता. पुढच्या एका तासात जर स्कार्लेट आली नाही तर त्याला एकट्यालाच चार सशस्त्र गार्ड्सशी सामना करायचा प्रयत्न करावा लागणार अशी चिन्हे होती. फ्लाईट डेकवरच्या केन मिचेलची मदत मिळवता आली तर... पण ते अशक्य वाटत होते. तो असा माणूस वाटत होता की, ज्याची हाणामारीची व्याख्या म्हणजे गोल्फच्या मासिक स्पर्धेत खेळणे हीच असण्याची शक्यता वाटत होती.

त्याने आपले उजवे मनगट फिरवून बघितले. नायलॉनची दोरी अजूनही खूप घट्ट होती. काच धारदार असली तरी त्याच्या काच घासण्याचा विशेष परिणाम

दोरीवर झालेला दिसत नव्हता.

विमान ताब्यात घेण्यासाठी ते कधी बोलावणे करतील हे त्याला माहीत नव्हते. इलातूस्त-३६ वरचा हल्ला त्याच्या नेतृत्वाखाली झाला होता असे दाखवायचे, तर कधीतरी त्याच्या मनगटांना बांधलेल्या दोऱ्या त्यांना सोडाव्या लागणार होत्या. पण खरे तर एकदा फ्लाईट डेकवर पोहोचल्यावर त्याला काही करता येणार नव्हते. जे काही करायचे ते त्या आधीच करायला हवे होते.

त्याने शेजारच्या माणसाकडे बघितले. तो सरळ पुढे नजर ठेवून बसला होता. बाँडने पुन्हा दोरीवर काच घासायला सुरुवात केली. दुसरा कुठला पर्याय नव्हता.

खोली नं.२३४मध्ये रिसिव्हर टेलिफोनवर ठेवून जे.डी. सिल्व्हरने दारियुश आणि लेईटरला सांगितले की, तो त्याच्या गाडीकडे जाऊन येतो आहे. ''मला पाच मिनिटेही लागणार नाहीत. लँग्लेकडून फोन येणार आहे तेव्हा मी नसताना फोन वापरू नका.''

''ठीक आहे,'' फेलिक्स म्हणाला.

जे.डी. सिल्व्हर बाहेर पडला आणि त्याने दरवाजा ओढून घेतला.

''पुढच्या साठ मिनिटांत कॅस्पियन समुद्रावर एक प्रचंड लाट निर्माण होणार आहे असे आपल्याला समजायला काही हरकत नाही,'' दारियुश म्हणाला.

''नक्की. सिल्व्हर लँग्लेशी बोलला आहे. ते पेन्टॅगॉनशी बोलतील. अमेरिकन विमानदलाची लढाऊ विमाने आकाशात झेप घेतील आणि मग... गुड बाय एक्रानोप्लेन.''

''पण या एअरलायनरचे काय?'' दारियुशने विचारले. ''आपण काहीच करू शकत नाही का?''

''आपल्याला एवढे माहीत आहे की एक्रोनोप्लेन ज्या वेळी हल्ला चढवणार आहे, त्याच वेळी बहुधा तेही हल्ला करणार आहे. म्हणजे त्या विमानानेही आकाशात झेप घेतलेली असणार. त्या विमानाला अटकाव करू शकेल इतक्या अंतरावर असलेले प्रत्येक अमेरिकन लढाऊ विमान रशियन सरहद्दीच्या आसपास लक्ष ठेवून आहे आणि दारियुश त्यापेक्षा....''

''करण्यासारखे काही नाही?''

फेलिक्सने आपले हात पसरले. ''तीन दिवसांपूर्वी मी लॉस एन्जेलिसमध्ये हरवलेल्या माणसांचा शोध घेत होतो. मी काही चमत्कार घडवून आणू शकत नाही. मला या क्षणी काय हवे असेल तर ब्रेकफास्ट. आता तुझ्या या देशात अंडी मिळतील की फक्त फळेच मिळतात?''

''मिळतील की, पण आपण फोन करू शकत नाही, कारण लँग्लेकडून फोन

अपेक्षित असल्याने हा फोन वापरायचा नाही,'' दारियुश म्हणाला.

"मग मला वाटते मीच खाली जातो आणि किचनमध्ये चौकशी करतो किंवा मीच स्वत: उकडून घेतो,'' फेलिक्स म्हणाला. "रिकाम्या पोटी टेक्सानना काम सुचत नाही.''

"मला फार वैताग आला आहे,'' दारियुश म्हणाला. "मी खरे तर बबाकला फोन करायला हवा म्हणजे त्याला रेडिओवरून लंडनशी संपर्क साधता येईल. त्यांनाही सर्व कळायला हवे. तुमच्या लढाऊ विमानांना त्या एअरलायनरला अटकाव करता येणार नसेल तर आपल्याला रॉयल एअर फोर्सच्या विमानांची गरज भासेल.'' तो निराश होऊन डोके हलवत बेडच्या कडेवर बसला.

काही फूट अंतरावर फेलिक्स एका लाकडी खुर्चीत बसून डाव्या हाताने डोके खाजवत बसला.

तीन मिनिटे इकडे तिकडे, मधेच एकमेकांकडे बघण्यात गेली.

"हा सिल्व्हर आहे तरी कुठे?'' लेईटरने शेवटी विचारले. "पाच मिनिटांत येतो म्हणाला होता.'' त्याने घड्याळ बघितले. "आता दहा मिनिटे होऊन गेली आहेत.''

दारियुशने त्याच्याकडे रोखून बघितले. फेलिक्सही तसाच त्याच्याकडे बघत बसला.

आणखी एक मिनिट तसेच गेले. दारियुशने पुन्हा फेलिक्सकडे बघितले. दोघांच्याही मनात बहुतेक एकच विचार येत होता.

"काहीतरी गडबड वाटते,'' फेलिक्स म्हणाला.

"नक्की. परत संपर्क साधण्यासाठी लँग्लेने कधीतरी टेलिफोनचा वापर केला आहे का?'' दारियुशने विचारले.

"अरे देवा!''

दोघांनीही एकाच वेळी टेलिफोनच्या दिशेने झेप घेतली. दारियुश जवळ होता. खेचून काढलेली वायर प्रथम त्याने हाताने उचलली.

फेलिक्सने एक शिवी हासडली.

दारियुश दरवाजाजवळ पोहोचलाही होता. "हमीद!'' तो कॉरिडॉरमध्ये जाऊन ओरडला. "चल निघू या.''

लिफ्टसाठी थांबायलाही वेळ नव्हता. तिघेही दणदणत खाली पोहोचले. फेलिक्स लंगडतच हमीदच्या राखाडी कॅडिलॅकजवळ गेला.

सर्व आत बसत असताना दारियुश फार्सी भाषेत ओरडत होता. मोठा आवाज करतच गाडी वेगात निघाली. "मी हमीदला शहराबाहेर बघितलेल्या एका एकाकी कॉल बॉक्सकडे गाडी न्यायला सांगितले आहे. मी तेहरानशी बोलणार आहे. बबाक

रेडिओवरून सुरक्षित रेडिओलहरी वापरून लंडनशी बोलेल. रॉयल एअर फोर्स जमतील तेवढी विमाने धाडेल. लँग्लेशी संपर्क साधण्यात मला काही अर्थ वाटत नाही.''

फेलिक्सने पुन्हा एकदा शिव्या घातल्या. ''ते तर खरेच आहे. आता तो वॉशिंग्टनच्या सूचनेप्रमाणे वागतो आहे की, स्वत:चाच काही खेळ खेळतो आहे माहीत नाही.''

''या क्षणी कशानेच फरक पडत नाही,'' दारियुश म्हणाला. ''आपल्याला एवढे नक्की कळले आहे की आपला मार्ग आपणच शोधायचा आहे. सिल्व्हरबद्दल लवकरच काय ते शोधून काढू. हमीद, आपला पाठलाग होतो आहे.''

हमीदने कोपऱ्यावरून गाडी दुतर्फा पामची झाडे आणि पांढऱ्या रंगात रंगवलेले बंगले असणाऱ्या रस्त्यावर वळवली. फेलिक्सने मागच्या काचेतून बघितले. धुळीने माखलेली एक काळी पॉन्टिॲक झपाट्याने जवळ येत होती.

''आता तेवढेच बाकी होते,'' फेलिक्स पुटपुटला. त्याने आपल्या जॅकेटच्या खिशातून एक कोल्ट एम. १९११ पिस्तूल काढले. ''माझ्याकडे एवढेच आहे. जुने असले तरी पंचाहत्तर यार्ड अंतरापर्यंत अचूक आहे.''

''त्याला एक इशारा दे मग.''

''आणि एक गोष्ट.'' फेलिक्सने आपला हूक जोडलेला हात वर केला. ''मी या हाताने गोळ्या झाडत असे.''

दारियुशने फेलिक्सच्या हातामधले पिस्तूल घेऊन मागच्या खिडकीची काच फोडली आणि काळ्या पॉन्टिॲकच्या दिशेने एक गोळी झाडली. ती वळत एकदम फूटपाथवर चढली आणि पुन्हा रस्त्यावर उतरली.

''अल्लाहू अकबर!'' हमीद ओरडला.

''तू फक्त गाडी चालव दोस्ता,'' असे सांगत फेलिक्सने खिडकीखाली डोके घातले. ''कारमेनच पाठलाग करतो आहे का?''

''बघता नाही आले,'' दारियुशने उत्तर दिले. ''हमीद, वेग वाढव. जा, जा !''

रस्त्यावरच्या एका छोट्या मार्केटजवळ कॅडिलॅक पोहोचली आणि पुढल्या चाकाने संत्री भरलेल्या एका ढकलगाडीला धक्का मारला. ती उपडी झाली आणि संत्री रस्त्यावर धावत सुटली. हमीदने ॲक्सिलरेटर दाबताच एका गेट नसलेल्या रेल्वे क्रॉसिंगवरून गाडी दणक्यातच पुढे गेली आणि शहरामागच्या छोट्या छोट्या टेकड्यांच्या दिशेने निघाली.

दारियुशने डोके वर करून मागच्या खिडकीतून नजर टाकली. दोन्ही हातांत काळजीपूर्वक कोल्ट पकडून त्याने दुसरी गोळी मारली.

पॉन्टिॲकचा विंडस्क्रीन फुटला, पण उरलेली काच फोडत पिस्तूल धरलेला

एक हात बाहेर आला. एक पांढराफटक, घामेजलेला, कपाळावर लाल केस चिकटलेला चेहरा दिसला.

"कारमेनच आहे. मार त्याला," फेलिक्स म्हणाला.

दारियुशने झाडलेली पुढली गोळी कारमेनच्या गाडीच्या बॉनेटवर आदळून भलतीकडे गेली. "याच्यात किती गोळ्या असतात?" दारियुशने विचारले.

" सात आणि चेम्बरमधली एक," फेलिक्सने उत्तर दिले. "म्हणजे अजून पाच शिल्लक आहेत."

"त्या राखून ठेवायला पाहिजेत," दारियुशने सांगितले. "मी फोन करेन तेव्हा तू माझ्यावर लक्ष द्यायला हवे."

"मग प्रयत्न कर आणि याच्यापासून दूर पळ आधी."

दारियुशने हमीदला काहीतरी सांगितले. त्याने चाक उजवीकडे वळवले. ती रस्ता घासत पुढे निघताना मागे धुळीचा लोट उडाला. सर्व आवाजांच्या वर ओरडत हमीदने काहीतरी दारियुशला सांगितले.

"आपण कॉलबॉक्सजवळ आलो आहोत. तो आणखी धूळ उडवायचा प्रयत्न करतो आहे. घट्ट पकडून बस." दारियुशने फेलिक्सला सांगितले.

डांबरी रस्ता सोडून ते कच्च्या रस्त्याला लागले होते. हमीद दाणदाण डावी-उजवीकडे गाडी वळवत होता. रस्ता पकडून धरताना टायर्स घासल्याचा भयंकर आवाज येत होता. पण ही मोठी सेदान असले स्टंट करण्यासाठी तयार केली नव्हती. ती 'क्रूझ'वर ठेवून शेकडो मैल अंतर कापण्यासाठी बनवलेली मोठी गाडी होती. एका क्षणी एका पांढऱ्या दगडावर आदळल्यावर हमीद गाडी ताब्यात ठेवू शकला नाही. ती बाजूवर कलंडली आणि दारांवर घसरतच पुढे गेली.

ती थांबल्यावर दारियुश वरच्या बाजूला असलेल्या मागच्या दरवाजाने बाहेर आला आणि त्याने मागोमाग फेलिक्सला वर खेचले. एकाच चांगल्या पायावर उडी घेतल्यावर फेलिक्स कळवळला. दारियुशच्या डोक्यामधून रक्त वाहत होते. दारियुशने पिस्तूल फेलिक्सच्या हातात कोंबले आणि कच्चा रस्ता जिथे डांबरी रस्त्याला मिळत होता त्या दिशेने तो धावत सुटला. तिथेच कोपऱ्यावर कॉलबॉक्स होता.

"लक्ष ठेव माझ्यावर," तो ओरडून फेलिक्सला म्हणाला.

उडालेल्या धुरळ्यामधून पॉन्टिॲक पुढे येऊ लागली. वाफा बाहेर येत असणाऱ्या कॅडिलॅकच्या विंडशिल्डमधून फेलिक्सने सरळ गोळी झाडली. पॉन्टिॲक ब्रेक लावत वळली आणि थांबली. खांद्यामधून रक्त वाहत असणाऱ्या सिल्व्हरने खाडकन स्वत:ला बाहेर झोकून दिले आणि तो लोळत गाडीमागे गेला.

दारियुशला योग्य ते को-ऑर्डिनेट्स तेहरानला कळवण्याइतपत वेळ आपण मिळवून द्यायला हवा याची फेलिक्सला जाणीव होती. पण नक्की किती वेळ लागेल

त्याला? पर्शिअन टेलिफोन यंत्रणा किती चांगली आहे?

कॉलबॉक्समध्ये दारियुश बबाकशी बोलत होता. “नीट ऐक. चौदा मेगासायकल्सवर लंडनशी संपर्क साध. एक एअरलायनर....”

डाव्या हातामध्ये पिस्तूल धरून फेलिक्स पॉन्टिॲकच्या दिशेने कुठलीही हालचाल होते आहे का बघत होता. त्याच्या पिस्तुलामध्ये फक्त चार शॉट्स शिल्लक होते आणि त्यातला एकही त्याला फुकट घालवायचा नव्हता. सिल्व्हर कुठला उंदीर-मांजराचा खेळ खेळत असता, तर त्याला पर्वा नव्हती. पण ते शक्य नव्हते. तो आणि दारियुश लंडनशी संपर्क साधण्यासाठीच धावपळ करत आहेत याचा अंदाज त्याला नक्की असणार.

त्याच्या पायाशीच त्याला कण्हण्याचा आवाज आला. “तू ठीक आहेस ना हमीद?”

“वाटते तसे. हातांना जखमा झाल्या आहेत. पण ठीक आहे.”

“डोके वर घेऊ नकोस.”

एक गोळी सणसणत कॅडिलॅकच्या बाजूवर आदळली. हमीद मोठमोठ्याने प्रार्थना करायला लागला. फेलिक्स चांगलाच दचकला कारण गोळी कॉलबॉक्सच्या दिशेने आली होती. पॉन्टिॲकच्या मागून झुडपांचा आसरा घेत वर जात सिल्व्हर कॉलबॉक्सजवळ पोहोचला असावा.

फेलिक्स शिव्या घालत आपल्या एका कृत्रिम पायावर जितक्या वेगाने धावता येईल तसा धावत निघाला.

“लक्षात आले बबाक?” दारियुश माऊथपीसमध्ये बोलत होता. “व्ही.सी.१० विमान. शाबास. आता जितक्या लवकर –”

पण दारियुश अलीझादे वाक्य पुरे करू शकला नाही. दोन गोळ्यांनी त्याच्या हृदयाचा वेध घेतला. त्याचे दणकट शरीर गुडघ्यातून वाकले आणि तो आपल्या देशाच्या मातीत कोसळला.

फेलिक्स धावत, आपला पाय खेचत येत होता. पिस्तूल पुन्हा कंबरेच्या पट्ट्याला अडकवून सिल्व्हर झुडपांमागे गुडघ्यांवर बसल्याचे त्याला दिसले नाही. पण त्याला दारियुश कोसळलेला दिसला आणि रिसिव्हरची वायर लोंबकळताना दिसली. तो जोराने ओरडला आणि दारियुशजवळ वाकून त्याने आपला कान त्याच्या छातीवर टेकवला. त्याचा श्वास अजून चालू होता. “बबाकशी बोललो,” आपले डोळे उघडत दारियुश म्हणाला. “सर्व... आपल्याला माहीत असलेले सर्व सांगितले त्याला.”

फेलिक्सने चांगल्या हाताने त्याचे डोके वर उचलले. “जे.डी. सिल्व्हर,” दारियुश कसाबसा बोलला. पण त्याच्या चेहऱ्यावर एक स्मितरेषा उमटून गेली.

"माझे वडील 'सिटिझन ऑफ इटर्निटी' म्हणत तसा नव्हता."

"तुझ्यासारखाही नव्हता तो माझ्या मित्रा," फेलिक्स म्हणाला. "माझे वडील हरामखोर म्हणतील तसा होता तो."

दारियुशच्या शरीराची हालचाल थंडावली आणि फेलिक्सला मागून पिस्तुलाचा चाप खेचल्याचा आवाज आला.

"हलू नकोस लेईटर."

सिल्व्हर पुढे आला. दोन हातात पिस्तूल अगदी स्थिर धरलेले. "हात वर कर. तुला मरायची आवश्यकता नाही. तुझ्या हरवलेल्या मुली शोधायला आणि विवाहाच्या जाहिराती बघायला तू परत जाऊ शकतोस. फक्त माझे ऐक. दोन्ही हात वर कर."

"तू नक्की कुणासाठी काम करतो आहेस?" फेलिक्सने विचारले.

"तुझ्यासारखाच. मला नवीन आज्ञा मिळाल्या आहेत. आम्हाला ब्रिटिश व्हिएतनाममध्ये हवे आहेत. आम्हाला मदतीची आवश्यकता आहे. त्यासाठी रशियाकडून त्यांना एखादा झटका मिळणार असेल तर...."

"डोके ठिकाणावर नाही तुझे," लेइटर म्हणाला.

"गप्प बस," सिल्व्हर ओरडला. त्याने फेलिक्सची तपासणी केली तेव्हा फेलिक्सच्या कमरपट्ट्याला खोचलेले कोल्ट त्याला दिसले.

"जुने मॉडेल. पण छान आहे," आपल्या जॅकेटच्या खिशात ते अडकवत सिल्व्हर उद्गारला. "आता जमिनीवर पालथा पड. डोके खाली."

फेलिक्स झोपला. "तू लँग्लेला त्या विमानाबद्दल सांगितलेस? स्फोटकांनी भरलेले एअरलायनर?"

"ते स्फोटकांनी भरलेले आहे हे मला माहीत नाही," सिल्व्हर म्हणाला. "तुलाही नाही."

"मग काय खेळणी भरली आहेत त्या विमानात असे वाटते आहे तुला?"

"मला माहीत असलेली सर्व बातमी मी त्यांना देतो," सिल्व्हर म्हणाला. "त्या माहितीवर अवलंबून काय करायचे हे ते ठरवतात आणि परिस्थिती वाईट असेल तर व्हाईट-हाउसमधला माणूस फोन करतो. खरोखर काय घडते आहे याची जाणीव फक्त त्याला असते. रशियाला एक दणका मिळाला तर त्याची झोप उडणार नाही. लंडनला मिळाला तर ती खूप चांगली गोष्ट नाही. पण त्यामुळे ब्रिटनचा आमच्या मागचा ससेमिरा कमी झाला आणि ते व्हिएतनाम युद्ध गंभीरपणे घेऊन त्यात उतरले तर तो डावपेच ठरतो. मधूनमधून एखादा फटका खाऊन युद्ध जिंकले तर त्या फटक्यांची चिंता करायचे कारण नाही."

लेईटर एका कोपरावरच उठायचा प्रयत्न करत म्हणाला, "पण तू जर त्यांना हवी ती सर्व माहिती दिलीच नाहीस...."

जे. डी. सिल्व्हरच्या मागे लेईटरला एक सावली दिसली. अनेक वर्षांपूर्वी सी.आय.ए.ने दिलेले ट्रेनिंग फेलिक्सच्या अंगात मुरले होते. त्याने कुठलीच प्रतिक्रिया दर्शवली नाही.

पण आपण बोलत राहायला हवे एवढे त्याला कळत होते. "तू मला पूर्ण सत्य सांगत नाहीस कारमेन. आम्हालाही ब्रिटनचा व्हिएतनाम युद्धात सहभाग हवा आहे. दूरवरच्या काळात फायदा होणार असेल, तर स्टेट डिपार्टमेंट छोट्याशा हल्ल्याकडे दुर्लक्ष करेलही. पण हे प्रकरण छोटे नाही. मला काय वाटते माहीत आहे कारमेन? मला वाटते कुणीतरी तुझ्याबद्दल आणि तुझ्या जनरल मोटर्सच्या माणसांबद्दल – कारमेनबद्दल – गोष्टी सांगितल्या आहेत. तू फितूर झाला आहेस. ब्लॅकमेल? मला वाटते सोव्हिएट युनियनमधल्या कुणीतरी तुला गाठले आहे आणि...."

संतापाने किंचाळत लेईटरच्या हृदयात गोळी झाडण्यासाठी सिल्व्हरने पिस्तूल वर उचलले. पण चाप ओढायच्या आतच त्याच्या मेंदूचा काही भाग नाकातून बाहेर फेकला गेला. हमीदने मागून एक पांढरा दगड इतक्या जोराने त्याच्या डोक्यात हाणला होता की, नौशारच्या टेकड्यांमध्ये त्या आवाजाचे प्रतिध्वनी उमटले.

फेलिक्स थरथरत उभा राहिला. आपला चांगला हात त्याने हमीदच्या खांद्यावर टाकला. "आभारी आहे हमीद."

"अल्लाहु अकबर."

फेलिक्सला हृदयाची धडधड कमी करायला थोडा वेळच लागला. "खरं आहे. तू योग्य तेच बोलतो आहेस हमीद. मला वाटते आता आपण मिस्टर अलीझादे यांना घेऊन घरी जाऊ या."

*

स्वच्छ सूर्यप्रकाशात उरल पर्वतराजी स्पष्ट दिसत होती. बाँडचा अंदाज होता की उड्डाण करून तीन तास उलटले होते.

"मी वैमानिकाशी बोलू शकतो का?" आईल सीटमध्ये बसलेल्या गार्डला बाँडने विचारले. त्या माणसाने नकारार्थी मान हलवली. याला बहुधा इंग्लिश बोलता येत नाही बाँडच्या मनात विचार आला.

"मसूदला बोलाव," बाँड म्हणाला.

त्या माणसाने पुन्हा डोके हलवले.

"हे विमान कसे काम करते हे मला कळायला हवे. तेव्हा मसूदला बोलाव," बाँड पुन्हा म्हणाला.

गार्ड घोगऱ्या आवाजात पुढल्या सीटमध्ये बसलेल्या माणसाशी बोलला. चिकागो बेअर्सची अमेरिकन कॅप घातलेला तो गार्ड नाइलाज झाल्यासारखा उठला

आणि पुढच्या बाजूला गेला. मिनिटभराने मसूदला नाही, तर केन मिचेलला घेऊन परत आला.

"तू आता पुढे ये असे ते म्हणत आहेत," मिचेल म्हणाला. "नसते काही करू नकोस."

"या क्षणी हे विमान कोण चालवते आहे?" बाँडने विचारले.

"ते आता ऑटोपायलटवर आहे. आपण जवळ पोहोचेपर्यंत तुला काहीही करावे लागणार नाही. मग आपण ते खाली आणायचे आहे."

"का ते माहीत आहे?"

"नाही. आश्चर्याचीच गोष्ट. पण माझ्या डोक्याला पिस्तुलाची नळी टेकवलेली असली की, मला सांगतात तेवढेच मी करतो."

"मग मला वाटते तुला सत्य कळायची वेळ आली आहे," बाँड म्हणाला. "या विमानाच्या डेकखाली स्फोटकांचा भरपूर साठा ठेवलेला आहे. आपण ती रशियाचा सर्वांत मोठा अण्वस्त्रांचा साठा असणाऱ्या इलातूस्त-३६ या शहरावर टाकणार आहोत."

"अरे देवा!" म्हणत मिचेल बाँडच्या पुढच्या सीटवर कोसळलाच.

"मग बोल केन, मी अजूनही काही करू नये असेच मत आहे तुझे?"

बाँडच्या शेजारी बसलेल्या गार्डने उलट्या हातानेच बाँडच्या तोंडावर तडाखा हाणला. "बोलणे बंद."

"काय गडबड आहे?" आता रिकाम्या असणाऱ्या फ्लाईट डेकवरून येणाऱ्या मसूदने विचारले.

त्याने आपल्या कंबरपट्ट्याला खोचलेले, कोणालाही थांबवू शकेल अशी ताकद असणारी गोळी झाडणारे, कोल्ट .४५ बाहेर काढले. इतक्या उंचीवर त्याचा वापर धोकादायकच ठरला असता.

बाँडच्या डोक्याला नळी टेकवत मसूद म्हणाला, "उभा राहा."

"मी हलणार नाही इथून," बाँडने उत्तर दिले.

"उभा राहा," मसूद किंचाळला. त्याने गार्डच्या अंगावर ओणवे होऊन बाँडचा गळा पकडला. या दांडगट माणसाने संरक्षणाचे नाटक करत आणि त्या नावाखाली खंडणी गोळा करत सबंध बाजारावर कशा दहशतीने राज्य केले असेल याची बाँडला जाणीव झाली.

गार्डने बाँडचा सीट-बेल्ट काढला. कापलेली नायलॉनची दोरी हातांमध्ये पकडून बाँडने आपले हात मागे घट्ट धरून ठेवले होते.

आईल सीटवर बसलेल्या गार्डच्या अंगावरून त्याने मसूदला खेचू दिले आणि गार्डच्या मानेवरून हात येताना बाँडने दोरी टाकून हातामधल्या टोकदार काचेच्या

तुकड्याने जोर लावून त्या गार्डच्या गळ्याखालची मोठी नस – जुग्युलर व्हेन – कापून टाकली. तो किंचाळत असताना रक्ताचा फवारा पुढल्या सीटवर उडाला. तो पुढे कोसळताना बाँडने होल्स्टरमधून त्याचे पिस्तूल काढले आणि आपल्या टाचेवर गर्रकन फिरून ते मसूदच्या थोबाडावर हाणले. मसूद पलीकडल्या ओळीमधल्या रिकाम्या सीटवर कोसळला आणि क्षणभर तरी हादरला. बाँडने स्वत:ला आईलमध्ये झोकून दिले.

त्याच क्षणाला कुठूनतरी सोव्हिएट पिस्तूल झाडल्याचा दणका ऐकू आला. बाँडच्या पुढल्या सीटमध्ये बसलेल्या गार्डच्या डोक्यात आणि डोळ्याखाली गोळी घुसली आणि त्याचा चेहराच नाहीसा झाला. चिकागो बेअर्स कॅप उडून खुर्च्यांच्या दहा ओळींपलीकडे पडली.

पडल्या पडल्या बाँडने मागे वळून बघितले. इकॉनॉमी सेक्शनच्या मध्यावर दोन पाय फाकवून, दोन्ही हातांमध्ये माकारोव्ह नऊ एम.एम. सेमि-ऑटोमॅटिक पिस्तूल पकडून एक स्त्री उभी होती. अंगावर कोरा करकरीत बी.ओ.ए.सी. होस्टेसचा ड्रेस चढवलेला, लांब काळे केस व्यवस्थित पिना लावून टोपीखाली झाकलेले.

बाँडच्या मागच्या ओळीमध्ये बसलेल्या गार्डने आईलमध्ये वाकून स्कार्लेटवर गोळी झाडली. बाँडला आयतेच लक्ष्य सापडले. त्याने गार्डच्या कंबरपट्ट्यातून खेचलेले ल्यूगर त्याच्यावर झाडताच तो तसाच सीट्सवर कोसळला.

एवढ्या वेळात स्वत:ला सावरत मसूद उभा राहिला होता. बाँडने त्याच्या पायाच्या घोट्यांच्या दिशेने झडप घातली आणि स्कार्लेटने पुन्हा आपले पिस्तूल झाडले. बाँड त्याच्या अंगावर कोसळत त्याचा गळा आवळायचा प्रयत्न करत असताना मसूदच्या मोठ्या .४५ कोल्टमधली गोळी सुटली. बाँड त्या दणक्यानेच मागे गॅन्गवेमध्ये कोसळला.

बाँडने ज्या गार्डला गोळी घातली होती त्या गार्डच्या बाजूच्या खिडकीच्या मजबूत अशा पर्स्पेक्सच्या काचेमधून ती गोळी सरळ निघून गेली. डिकॉम्प्रेशनमुळे गार्डचे प्रेत त्या भोकाजवळ खेचले जाऊन प्लग लावल्याप्रमाणे तिथेच अडकून राहिले.

मिचेल ओरडला, "गोळ्या झाडू नका. कशाने तरी ऑटोपायलट निकामी झाला आहे."

आतापर्यंत पोटामधले पाणी न हलवता उडत राहिलेले हे मोठे, नवीन, शक्तिशाली विमान एकाएकी खाडकन शंभर फूट खाली आले आणि कशावर तरी आदळल्यासारखे दाणकन थांबले. सांगाड्याचा प्रत्येक खिळा करकरला. विमानाने एकदा थरथरून इंजिनाचा कर्कश आवाज करत खालच्या बाजूला सूर मारला.

बाँड, मसूद, स्कार्लेट सर्व जण खाली फेकले गेले.

"फ्लाईट डेकवर जा केन," बाँड ओरडला. "विमान कोसळते आहे."

बाँडच्या चेहऱ्यावर त्याने गळा कापलेल्या गार्डचे रक्त उडाले होते. दुसऱ्या दोन गार्ड्सच्या डोक्यांचे तुकडे फर्स्ट क्लासच्या सीट्सवर उडाले होते आणि रक्ताचा सडा पसरला होता. बाँड केन मिचेलवर ओरडत होता आणि तो घाबरून सीट पकडून नुसता थांबला होता. त्याच्या डोक्यात बहुधा काही शिरत नव्हते. बाँड धडपडत त्याच्याजवळ पोहोचला आणि त्याने आपल्या पिस्तुलाची नळी त्याच्या कानात खुपसली.

"या क्षणाला तू जर फ्लाईट डेकवर गेला नाहीस तर मीच तुझ्या डोक्यात गोळी घालणार आहे. निघ ताबडतोब. जा! जा!"

तिरप्या झालेल्या आईलवर सांडलेल्या रक्ताने तो घसरतच पुढे निघाला. त्याच्या डोळ्यात अश्रू उभे राहिलेले बाँडला दिसत होते.

"जा, जा," बाँड पुन्हा त्याच्यावर खेकसला.

मसूदने तोल सांभाळत तेवढ्यात एक गोळी बाँडच्या दिशेने झाडली. पण विमान इतके थरथरत होते आणि हेलकावे खात होते की गोळी विमानाच्या वरच्या दिशेने निघून गेली.

विमानाच्या मागच्या बाजूला एका सीटचा पाय पकडत स्कार्लेट स्वत:ला सांभाळत होती. पण तिला मसूद व्यवस्थित दिसत नव्हता आणि ती त्याच्यावर गोळी झाडू शकत नव्हती.

मिचेल धडपडत फ्लाईट डेकच्या दिशेने निघाला. बाकीचे तिघे सीट्स धरून होते. पाचव्या ओळीमागे मसूदचे पाय बाँडला दिसत होते. पण बाँड पिस्तूल झाडायला घाबरत होता. नेम भलतीकडेच गेला आणि विमानाला दुसरे भोक पडले तर भलतीच आफत ओढवली असती.

पुन्हा एकदा एक प्रचंड दणका घेत विमानाने सूर मारला. मिचेलचे डोके वरच्या बाजूला आदळून तो खाली कोसळला. स्कार्लेटची पकड सुटली आणि किंचाळून ती आईलमधून पुढे घसरली. त्याच्या शेजारून ती पुढे जात असताना मसूदने तिचा दंड पकडून तिला सीट्सच्या आतल्या बाजूला खेचले आणि आपला दंड तिच्या गळ्याभोवती आवळून तिला पकडून ठेवले. तिचे पिस्तूल तिने गमावलेले दिसत होते.

विमान इतके हलत असतानासुद्धा मसूद शेवटी कसाबसा गुडघ्यांवर बसला आणि त्याने स्कार्लेटला आपल्यापुढे खेचून धरले. राक्षसी ताकद असलेला माणूस आहे असा बाँडच्या मनात विचार आला. गुहेत राहणारा माणूस स्त्रीच्या केसांना धरून पूर्वी जसा खेचत नेत असेल तसेच त्याने स्कार्लेटला एका हाताने समोर पकडून तो विमानाच्या पुढल्या बाजूला निघाला होता. शेजारून जाताना त्याने

बाँडच्या नजरेला नजर दिली आणि बाँडला स्कार्लेटच्या कानात घुसवलेली पिस्तुलाची नळीही दिसली. बोलायची आवश्यकताच नव्हती. रक्तावर पाय पडला आणि मसूद तिच्यावरची पकड ढिली न करता घसरतच फ्लाईट डेकवर पोहोचला आणि वैमानिकाच्या रिकाम्या खुर्चीत बसला.

विमान पुन्हा सरळ उडायला लागले आणि बाँडने नुकसानीचा अंदाज घेतला. भोक पडलेल्या खिडकीमधून हवा बाहेर खेचली जातच होती आणि त्या वावटळीसारख्या ताकदीसमोर हालचाल कठीणच होती. अनेक सीट्स उखडून निघाल्या होत्या. जर गार्डचे प्रेत खिडकीतल्या भोकातून बाहेर खेचले गेले तर परिस्थिती बिकट बनणार होती.

फ्लाईट डेकवर पोहोचायच्या आधीच मिचेल बेशुद्ध होऊन कोसळलेला दिसत होता. त्याच्या शरीराला ओलांडून बाँडने दार उघडले. स्कार्लेट कंट्रोल्स सांभाळत होती आणि मसूदचे पिस्तूल तिच्या डोक्याला टेकले होते.

मसूदने शांतपणे बाँडकडे बघितले. ''पिस्तूल खाली टाक, नाहीतर मी जीवच घेईन हिचा.''

''त्या मोठ्या पिस्तुलातून पुन्हा गोळी झाडायचा धोका तूसुद्धा पत्करणार नाहीस,'' बाँडने उत्तर दिले.

मसूदने दंड खाली करून तिचा गळा आवळायला सुरुवात केली. ''व्यापाऱ्यांनी बाजारामध्ये पैसे दिले नाही तर हे करतो आम्ही. पिस्तुलाची गरज भासत नाही.''

''ठीक आहे, ठीक आहे,'' बाँड म्हणाला.

मसूदने सहवैमानिकाच्या सीटकडे बोट दाखवले. ''बस तिथे आणि पिस्तूल मला दे.''

बाँडने एकदा घाबरलेल्या स्कार्लेटच्या मोठ्या मोठ्या डोळ्यांकडे बघितले आणि मसूदची आज्ञा पाळली.

मसूदने सेंट्रल कन्सोलवरून उचललेल्या एका चार्टकडे नजर टाकली आणि काळजीपूर्वक स्कार्लेटसमोरच्या निरनिराळ्या डायल्सकडे बघितले. ''सहा मिनिटे. मग विमान खाली घ्यायचे.'' एक कंट्रोल स्टिक पुढे केली की, विमान कसे खाली जायला लागते याचे प्रात्यक्षिक त्याने स्कार्लेटला करून दाखवले.

गॉर्नरच्या तंत्रज्ञांनी बॉम्ब रॅक आणि कार्गो बेचा दरवाजा यांना जोडण्यासाठी बनवलेला स्विच मसूदच्या उजव्या हाताखाली होता.

मसूदची बोटे अस्वस्थपणे त्या स्विचच्या आवतीभोवती फिरत होती.

त्याच वेळेला कझाकिस्तानच्या अगदी पश्चिम टोकाजवळच्या फोर्ट शेवचेन्को इथे आधीच ठरवल्याप्रमाणे एक्रानोप्लेन एका टॅन्करमधून इंधन भरून घेत होते.

जवळजवळ ध्वनीच्या वेगाने पाच हजार फूट उंचीवरून येणाऱ्या रॉयल एअर फोर्सच्या तीन व्हल्कन बी.२ विमानांच्या दृष्टीने त्यांचे लक्ष्य स्थिर उभे होते. नौशारच्या कॉल बॉक्समधून प्रथम तेहरान आणि नंतर रीजन्ट्स पार्क येथे माहिती मिळाल्यावर नॉर्थोल्टकडून तातडीचा संदेश गेला आणि गल्फमधल्या गुप्त तळावरून या विमानांनी आकाशात झेप घेतली होती.

एका विमानात ब्ल्यू स्टील मिसाईल ठेवले होते. म्हणजे एक रॉकेट पॉवर्ड स्टॅन्ड ऑफ बॉम्ब, ज्याच्यावर १.१ मेगाटन यील्ड देणारे रेड स्नो वॉरहेड बसवले होते. दुसऱ्या दोन विमानांवर एक हजार पौंडी २१ बॉम्ब होते.

पारंपरिक बॉम्ब घेऊन जाणाऱ्या विमानांचे हल्ले अयशस्वी ठरले तरच आणि ती वीस मैल दूर पोहोचल्यावरच व्हल्कन विमानाने आपले अण्वस्त्रधारी क्षेपणास्त्र डागायचे होते. दोन ब्रिटिश वैमानिकांनी हल्ल्यासाठी जागा पकडल्यावर सर्वांच्या मनावरचा ताण त्यांच्या आपापसातल्या रेडिओ संभाषणावरून कळत होता. दोन्ही व्हल्कन्सनी दहा दहा बॉम्ब सोडले.

एक्रानोप्लेन आणि टँकरभोवताली प्रचंड पाणी उफाळले आणि एक्रानोप्लेनला जबरदस्त हादरे बसले. पण विमाने पुन्हा वळून आकाशात चढल्यावर लक्षात आले की एक्रानोप्लेनला काहीही नुकसान पोहोचलेले नाही.

दोन्ही वैमानिकांना दुसऱ्या वेळी पुन्हा त्याच लक्ष्यावर हल्ला चढवण्याचे प्रशिक्षण मिळालेले नव्हते. बॉम्ब सोडताना त्यांना वेग खूप कमी करावा लागत होता आणि त्या काळात ती ट्रिपल-ए आणि जमिनीवरून आकाशात मारा करणाऱ्या क्षेपणास्त्रांची बळी ठरू शकली असती. पण आजची परिस्थिती वेगळी होती.

रेडिओवरून बोलून दोन्ही विमाने दुसरा प्रयत्न करायला सिद्ध झाली, पण या वेळी एक्रानोप्लेन त्यांना तोंड द्यायला तयार होते. एक्रानोप्लेनने त्यांच्या मार्गाच्या दिशेनेच एक क्षेपणास्त्र डागले. क्षेपणास्त्राच्या मागच्या बाजूची पांढऱ्या धुराची शेपटी दिसताच पहिल्या विमानाच्या वैमानिकाने झटक्यात वरच्या दिशेने चढायला सुरुवात केली. दुसऱ्या वैमानिकाला वेळच मिळाला नाही. त्याने काही करायच्या आधीच त्याच्या विमानाचा उजव्या बाजूचा पंख उडाला. विमानावरचा ताबा सुटल्याने त्या वैमानिकाला आणि त्याच्या सहवैमानिकाला इजेक्ट व्हायच्या आधी जास्तीतजास्त उंचावर चढणे भाग पडले. फोर्ट शेवचेन्कोपासून पाच हजार फूट उंचीवर असताना दोघांची पॅराशूट्स उघडली. पण इतर तिघांना घेऊन ते गरगर फिरत समुद्रात कोसळले.

पहिले व्हल्कन तोपर्यंत पुन्हा जमिनीला समांतर उडायला लागले होते. त्या वैमानिकाने वळून केवळ नऊशे फूट उंचीवरून तिसऱ्यांदा एक्रानोप्लेनच्या दिशेने झेप घेतली. खरे तर आत्मघातकी हल्ल्याचाच प्रकार. पण त्या विमानाची कमी उंची

आणि झेप घेण्याची दिशाच अशी होती की, एक्रानोप्लेनला काही करता येणे अशक्य बनले. नेम धरून सोडलेले सर्व बॉम्ब टँकरवर आदळले. विमानाला दूर जाता यावे म्हणून काही क्षणांनंतरच स्फोट होण्याची त्या बॉम्बची घडण होती.

विमान आकाशात चढल्यावर त्या व्हल्कनच्या वैमानिकाला आश्चर्यकारक दृश्य बघायला मिळाले. कॅस्पिअन समुद्र तळापर्यंत ढवळून काढणाऱ्या प्रचंड स्फोटाने एक्रानोप्लेन पाण्यापासून वर उडाले आणि दुसऱ्या क्षणाला त्याच्या लाखो ठिकऱ्या उडाल्या.

इलातूस्त- ३६

"एक मिनिट," मसूद म्हणाला.

खाली उरल पर्वतराजीची टोके दिसत होती. उजवीकडे पूर्वेकडल्या टेकड्यांच्या पायथ्याशी अस्ताव्यस्त पसरल्यासारखे चेल्याबिन्स्क शहर दिसत होते. डावीकडे लांब अंतरावर क्षितिजापर्यंत पाणीच पाणी दिसत होते. सूर्यप्रकाश, स्वच्छ हवा. योग्य दिशेने विमान न्यायला कुठलीच अडचण नव्हती.

मसूदच्या सूचनेप्रमाणे स्कार्लेट कंट्रोल स्टिक पुढेपुढे सरकवत होती. अल्टिमीटरचा काटा घड्याळाच्या उलट्या दिशेने फिरल्यासारखा हलत होता. व्ही.सी.१० हे प्रचंड विमान खालच्या बाजूने वळत खडकाळ डोंगराआड दडलेल्या इलातूस्त-३६च्या दिशेने निघाले होते.

फ्लाईट डेकचा दरवाजा अचानक धाडकन उघडला आणि एक ल्यूगर पिस्तूल मसूदच्या डोक्यावर रोखले गेले. मसूदने आपले स्कार्लेटच्या डोक्याला टेकवलेले पिस्तूल मिचेलच्या दिशेने वळवताच बाँडने उडी ठोकली आणि मसूदचा दंड पकडला.

त्या छोट्या केबिनमध्ये एका शॉटचा आवाज घुमला आणि केन मिचेल खाली कोसळला. त्याच्या हातामधले ल्यूगर खाली पडले. बाँड आणि मसूद यांच्यामध्ये जीवघेणी झटापट सुरू झाली आणि स्कार्लेट मध्ये सापडली.

ते दोघेही कंट्रोल स्टिकवर कोसळले. विमानाचे नाक खाली वळले. बाँडचा गुडघा थ्रॉटलच्या लिव्हर्समध्ये अडकला. रोल्स रॉईस कॉनवे इंजिन्स भयानक आवाज करायला लागली आणि विमान वेगाने जमिनीच्या दिशेनेच निघाले.

मसूदची बोटे बाँडच्या गळ्यावर पडली आणि त्याचा गळा आवळायला लागली. बाँडला गॉर्नरच्या प्लॅन्टवरच्या गुलाम कामगारांची आणि त्यांच्यासाठी फिरवण्यात येणाऱ्या विवस्त्र स्त्रियांची आठवण झाली. त्याने त्वेषाने आपले डोके मसूदच्या तोंडावर आपटले. मसूदची मान कॉकपिटच्या बाजूवर आदळताच आपला गुडघा त्याच्या मांड्यांमध्ये हाणला.

स्कार्लेटने आपली सुटका करून घेतली आणि सहवैमानिकाच्या सीटखाली घसरलेले ल्यूगर हातात घेतले. तिने ते बाँडच्या हातात ठेवताच ते मसूदच्या

कपाळावर हाणले. मसूदने आपल्या पायाने बाँडला लाथ मारण्याचा प्रयत्न केला. बाँडची तीच अपेक्षा होती. त्याने दोन्ही हातांमध्ये त्याच्या पायाच्या घोटा धरला, स्वत:चा पाय दाणकन त्याच्या मांड्यांमध्ये घुसवून क्षणात त्याचा पाय पिरगळला. हाडे धरून ठेवणारे टिशूज – लिगामेंट्स – फाटले आणि मसूद वेदनांनी किंचाळला.

"कंट्रोल्स," तो स्कार्लेटकडे बघून ओरडला. तिने जोर लावून स्टिक मागे खेचण्याचा प्रयत्न केला.

जखमी मसूदच्या छातीवर बसून बाँड त्याचा चेहरा खालच्या दिशेने वळवून फ्लाईट डेकवर धाडधाड आपटायला लागला. मसूदची हालचाल थंडावली. मग बाँडने थ्रॉटल लिव्हर्स मागे घेतले आणि तो स्कार्लेटच्या मदतीला वळला. त्यांना मदत करू शकणारा मिचेल त्यांच्या पायाशी मरून पडला होता.

"मला नाही जमत," स्कार्लेट किंचाळत होती. "फारच जड आहे. मला हलवताही येत नाही."

"कंट्रोल्स निकामी झाले आहेत," चेहऱ्यावरचे मसूदचे रक्त पुसत बाँड ओरडूनच म्हणाला. "खिडकीमध्ये अडकलेला तो गार्ड बहुधा खिडकीतून गेला बाहेर. आपणही निघू या. पॅराशूट कुठे आहे?"

त्याने विमानाच्या नोकरवर्गाचा लॉकर उघडल्यावर त्याला हवे ते हाताला लागले.

स्कार्लेटच्या हातामध्ये पॅराशूट ठेवत तो म्हणाला "पट्टे बांध त्याचे."

"आणि तू?"

"पटकन पट्टे बांध आधी."

स्कार्लेटने पायांमधून पट्टे वर घेत आणि कंबरेभोवती गुंडाळत लॉक लावले. पॅक केलेला पॅराशूट मागे लोंबकळत होता.

विमान इतके तिरपे झाले होती की, आईलमधून चढून त्याने पॅसेंजरचा दरवाजा गाठला. स्कार्लेट त्याला पकडूनच होती.

"मॅन्युअलवर कर तो."

थरथरत्या हातांनी त्यांनी दार उघडायची धडपड सुरू केली.

"अजून आपण खूप उंचीवर आहोत. हवेचा दाब खूप आहे."

स्कार्लेटचा युनिफॉर्म फाटला होता. ती निराश नजरेने बाँडकडे बघत होती.

"उतरण्यासाठी आपल्याला पाणीच हवे," बाँड म्हणाला. "इथेच थांब."

बाँड फ्लाईट डेकवर परतला. विमानाचा वेग त्याने कमी कमी केला. विमान ताब्यात राहायला हवे म्हणून स्टॉल होण्याच्या वेगावरतीच विमानाचा वेग राहील याची मात्र त्याने काळजी घेतली. नाहीतर ते दगडासारखे खाली पडायला लागले असते. ल्यूगर उचलले. सेफ्टी कॅच लावून कंबरेच्या पट्ट्यात घुसवले. नंतर त्याच्या

मनात वेगळीच कल्पना आली असावी. त्याने केन मिचेलचे शूज काढून आपल्या शर्टाखाली सरकवले आणि शर्टची बटणे लावून घेतली. मग पश्चिमेकडल्या पाण्याच्या दिशेने विमान वळवले. ते जमिनीला जवळजवळ समांतर उडते आहे याची खात्री पटल्यावर तो परत स्कार्लेटकडे पोहोचला.

"पुन्हा एकदा प्रयत्न करून बघू," तो ओरडला.

त्यांनी दोघांनी जोर लावल्यावर दार उघडायला लागले. "मी आता तुलाच धरून राहणार आहे," त्याने स्कार्लेटला सांगितले.

त्याने पट्ट्यांमधून हात सरकवून मागच्या बाजूने स्कार्लेटच्या छातीवर हात धरून मिठी मारली.

"तू काही करू नकोस. दोरी मीच खेचेन," बाँड म्हणाला आणि दार उघडण्यासाठी त्याने जोराने लाथ मारली.

स्कार्लेट तत्काळ विमानाच्या इंजिनातून बाहेर पडणाऱ्या हवेच्या झोतामध्ये खेचली गेली. पाठीवरती बाँड. खूप उंचीवरील विरळ हवेतून खाली पडत असताना विमान त्यांच्या डोक्यावरून गेले. बाँडने अशी घट्ट मिठी मारली होती की फासळ्या तुटतील असे तिला वाटायला लागले. ती आपली नखे आणि बोटे त्याच्या मनगटामध्ये रुतवून तो तिच्याबरोबर राहील अशी काळजी घ्यायचा प्रयत्न करत होती. ते सरळ खाली कोसळायला लागले.

शक्य होते तितका वेळ बाँडने वाट बघितली आणि मग डाव्या हाताने तिला घट्ट पकडून त्याने उजव्या हाताने रिप-कॉर्ड लिव्हर खेचला. क्षणभराने फटकाऱ्यासारखा आवाज आला आणि स्कार्लेट इतक्या जोराने वर खेचली गेली की बाँडची तिच्यावरची पकड सुटायला लागली. तो सटकणार या भीतीने ती जोराने किंचाळली आणि तिने त्याची मनगटे घट्ट पकडली. पण त्याची कोपरे पट्ट्यांमध्ये अडकून राहिली. पॅराशूट उघडताच त्यांचा वेग मंदावला आणि त्याने पुन्हा तिला घट्ट धरले.

दोन हजार फूट खाली दिसणाऱ्या पाण्याच्या दिशेने तो पॅराशूट नेण्याच्या प्रयत्नाला लागला. लष्करी पॅराशूट दोनशे पौंड कमाल वजन सहज पेलू शकतात. स्कार्लेट कितीही सडसडीत असली तरी दोघांचे वजन तीनशे पौंडांच्या जवळपास आहे असा त्याने हिशेब केला. काही क्षण तरी ते अगदी शांतपणे तरंगत खाली येत होते. मग भूकंपासारखा गडगडाट ऐकू आला आणि त्यांनी वळून मागे बघितले.

उतरता उतरता व्हिकर्स-व्ही.सी.१० हे विमान उजवीकडे वळून एका पर्वतावर आदळले होते.

"उरल पर्वताने आपले एक शिखर गमावले आहे," बाँड स्कार्लेटच्या कानात ओरडला.

खालचे पाणी आता पाचशे फुटांवर होते.

"पाण्यावर आपटताक्षणी पॅराशूटपासून सुटण्याचे बटण दाब, नाहीतर पॅराशूट तुला खाली खेचून बुडवून टाकेल."

"बरं," स्कार्लेट ओरडली.

बाँडने बघितले की ते पाणी म्हणजे एखादा तलाव वगैरे नव्हता, तर एका रुंद नदीचा भाग होता. जोपर्यंत पाणी खोल असेल तोपर्यंत काही फरक पडणार नव्हता म्हणा.

पाण्यापासून पन्नास फूट उंचीवर असताना त्याने पट्ट्यांमधून हात काढून घेतले आणि स्कार्लेटच्या कानावर ओठ टेकले. वीस फूट उंचीवर असताना त्याने तिला पुढे ढकलून हात सोडून दिले.

बाँड एखाद्या मेलेल्या बदकासारखा व्होल्गा नदीच्या पाण्यात खालपर्यंत गेला. पाण्यात वाढलेले गवत आणि काळोख वर जाताना दिसला आणि हादरवून टाकणाऱ्या धक्क्याने तो तळाला पोहोचला. हातांवर आणि गुडघ्यांवर कोसळला. पाय दाबून तो वर यायला लागला. पुन्हा एकदा गवत, अंधार, मासे मागे टाकून हात-पाय झाडत सूर्यप्रकाशात पाण्याच्या वर आला.

एक काळसर ओले डोके पाण्यातून त्याच्या दिशेने यायला लागले. स्कार्लेटने त्याच्या मिठीमध्ये शिरून त्याच्या चेहऱ्याचे असंख्य मुके घेतले. "अरे देवा! तू खरेच फार वेगळा आहेस," असे हसत हसत म्हणताना तोंडात पाणी जाऊन ती खोकायला लागली.

"लिफ्ट दिल्याबद्दल आभार," बाँड म्हणाला.

नदीकाठावर बसून त्यांनी जखमा बघितल्या. शांतपणे स्वत:ला भानावर आणले.

"बिचारा केन," स्कार्लेट म्हणाली.

"माझी कल्पना झाली होती त्यापेक्षा तो खूपच चांगला माणूस निघाला," बाँडने कबुली दिली. "मी तुला शेवटी बघितले होते त्यानंतर काय घडले?"

"दारावरच्या कोडने व्यवस्थित काम केले. गार्ड्स होते पण ते सर्व गॉर्नरच्या ऑफिसकडे पळत होते."

"आणि बाहेर?"

"विशेष काही नाही. गॉर्नरचे ठाणे म्हणजे वाळवंटातली एक छोटी टेकडी आहे झाले! त्यांना बहुधा कुणाचे लक्ष वेधून घ्यायचे नव्हते. पण तुझ्याकडे त्यांचे लक्ष आहे तोपर्यंत पटकन हालचाल करावी असे माझ्या मनात आले. मी एअरलायनरपर्यंत पोहोचले. त्यांना विमानात जे काही बदल करायचे होते ते पुरे झाले नव्हते, तेव्हा कार्गो बे उघडाच होता. बाजूच्या एका ट्रकवरून मी आत शिरले आणि एकदा आत शिरल्यावर विमानाच्या मुख्य भागात शिरण्याला काही अडचणच नव्हती. विमानाच्या

मुख्य भागातून बॉम्ब सोडण्यासाठी गरज असणाऱ्या वेगवेगळ्या केबल्स नेण्यासाठी तिथला थोडा भाग त्यांना कापावा लागला होता. घसपटत आत जाण्यासाठी मला तेवढी जागा भरपूर होती. फ्लाईट डेकच्या मागे लॉकरमध्ये मला एक युनिफॉर्म मिळाला. फर्स्ट आणि इकॉनॉमी क्लास यांच्या मधल्या जागेत असलेल्या टॉयलेटमध्ये मी तो अंगावर चढवला आणि तुझी वाट बघत बसले. रात्र काही खूप चांगली गेली नाही.''

''त्यांनी विमानात शोध घेतला नाही?''

''माल ठेवायच्या भागात कुणी तरी येऊन गेले असे मला जाणवले. पण बॉम्ब त्यांनी ठेवले होते त्याच जागेवर आहेत अशी खात्री पटल्यावर त्यांना संशय आला नाही. त्यांना कापलेल्या फ्लॅपचा विसर पडला असेल किंवा तेवढ्या भोकामधून कोणी आत जाऊ शकेल असे वाटले नसेल. विमानात चढण्यासाठी बाहेर शिडीही लावलेली नव्हती. तेव्हा विमानात दुसरे कुणी शिरले असेल, असे त्यांना वाटलेच नसावे.''

''तू एकदमच छान काम केलेस. मला माहीत होते तुझ्यात तशी धमक आहे.''

''अर्थातच मी तज्ज्ञ आहे ना. आता काय?''

''पॉपीला मदत करायचा प्रयत्न करू. प्रथम एखादा टेलिफोन शोधायला हवा. बोलायचे काम तूच कर. कनेक्शन मिळाले की मी लंडनमधल्या माझ्या लोकांशी बोलतो. आपल्याकडे आहे ती सर्व माहिती त्यांना देऊ.''

''ठीक आहे. आणि तोपर्यंत काय?''

''घरी जाऊ,'' बाँड म्हणाला.

''पण कसे?''

''मला वाटते आपण मॉस्कोच्या पूर्वेला आहोत. सात-आठशे मैल अंतरावर. सध्या जे काही घडते आहे ते लक्षात घेता आगगाडीचा प्रवास सुरक्षित नाही. त्या विमानातून कोणी वाचले असेल असे त्यांना वाटत नसले, तरी ते घाबरलेले असणार. आपण मोटरने जाऊ. कुठल्या रस्त्यांनी जायचे ते तूच सांगायचे. निदान मार्ग विचारण्याइतके तुझे रशियन चांगले असणार याची मला खात्री आहे.''

''बोलण्याची ढब जुनी असली तरी माझे रशियन नक्की तेवढे बरे आहे. क्रांतिपूर्व काळातील रशियन. व्हाईट रशियन्सकडून शिकलेले.''

''कम्युनिस्टसुद्धा स्त्रियांना सन्मानाने वागवत असणार. वागवतात ना? प्रथम आपल्याला कपड्यांची गरज आहे. मग गाडी आणि पैशांची. पुढले काही तास तू जरा नजर खाली वळवूनच वावर. काही वेळा गुप्तहेरांनासुद्धा वेगवेगळ्या गोष्टी करणे भाग पडते.''

''तू माझ्या खाण्यापिण्याची सोय करणार असशील तर तू काय करणार आहेस

याची मला अजिबात पर्वा नाही जेम्स. दुसरे काहीही माझ्या दृष्टीस पडलेच तर मी ते ताबडतोब विसरून जाणार आहे.''

''सर्वांत पहिली गोष्ट म्हणजे पायात घालायला काहीतरी हवे,'' केन मिचेलच्या ओल्या लोफर्समध्ये स्वत:चे पाय सरकवत तो म्हणाला.

''खरे आहे. युनिफॉर्मबरोबर शूज किंवा स्टॉकिंग्ज नव्हते. प्रत्येक एअर होस्टेसला स्वत:ची स्वत: ती सोय बघावी लागते. पॉपी तसे म्हणाली होती. आणि दुसरी गोष्ट म्हणजे माझ्याकडे अंडरवेअरपण नाही.''

''ते तर मला माहीतच आहे,'' बाँडने उत्तर दिले. ''बघू काही मिळते का.''

त्याने हात पुढे करून दमलेल्या स्कार्लेटला उभे राहायला मदत केली.

एक छोटा रस्ता लागेपर्यंत ते सपाट प्रदेशातून चालत राहिले. त्या रस्त्यावरून अर्धा तास पायपीट केल्यावर ते एका खेडेगावात आले. एका फार्महाउसवरून स्कार्लेटने त्यांच्यासाठी पाणी, पाव, आणि दही किंवा चीजसारखे काहीतरी मिळवले.

ती शेतकरी स्त्री कोड्यात पडून स्कार्लेटच्या अनवाणी पायांकडे बघत होती. थोड्या फार मोठ्या रस्त्यावर पोहोचण्यासाठी त्यांना अजून अर्धा तास तरी चालावे लागेल अशी माहितीही तिने दिली. एका स्टोअरमधून आणखी पाव आणि सफरचंदेही घेऊन दिली.

स्कार्लेटने शेतामधला माल घेऊन जाणाऱ्या एका लॉरीला हात केला. तिच्याबरोबर एक पुरुषही आहे हे ड्रायव्हरच्या लक्षात यायला जरा उशीरच झाला. नाइलाजाने तो त्या दोघांनाही घेऊन पुढे निघाला. एका मार्केट टाऊनमध्ये पोहोचल्यावर तातानची राजधानी कझानला घेऊन जाणाऱ्या पूर्व-पश्चिम मोठ्या रस्त्याच्या जंक्शनकडे त्याने बोट दाखवले. पुढे मोठे औद्योगिक शहर गॉर्की. गॉर्कीहून मॉस्कोला मोटारने फक्त पाच तासांत जाता येईल असेही त्याने सांगितले.

ड्रायव्हरने त्यांना सोडल्यावर बाँडने स्कार्लेटकडे लक्ष पुरवले. त्यांचे कपडे एव्हाना वाळले होते. बी.ओ.ए.सी. च्या शर्टवरचे जॅकेट फाटले होते. पण त्याच्यावरचा गोफ आणि अधिकारपदाची चिन्हे उगीच नसता संशय निर्माण करायला कारणीभूत ठरली असती. तेव्हा जॅकेट त्यांनी टाकून दिले. पायात काही नव्हतेच. तिचा स्कर्ट पिना वगैरे लावून जरा जास्तीच वर उचलला. ड्रायव्हर्सचे लक्ष वेधले जायला हवे ना. केस जास्तीतजास्त चांगल्या तऱ्हेने मागे बांधले. ती एखाद्या सुंदर पण अव्यवस्थित अशा स्कूल मिस्ट्रेससारखी दिसते असे बाँडने स्कार्लेटला सांगून टाकले – जिच्यासाठी ड्रायव्हर्सना थांबायची आणि मदत करायची आपोआप इच्छा व्हावी.

वेगवेगळ्या डझनभर तरी गाड्या तिच्याशेजारी येऊन उभ्या राहिल्या. पण त्यातली एकही गाडी बाँडला हवी होती तशी नव्हती. एका फरच्या झाडामागे बाँड

लपून बसला होता. गाडी थांबली की स्कार्लेट प्रश्नार्थक मुद्रेने त्याच्याकडे बघत होती आणि तो नकारार्थी मान हलवत होता.

एकच पक्ष असणाऱ्या या देशामध्ये चांगल्या गाड्या तरी आहेत की नाहीत याची बाँडला चिंता वाटायला लागली असताना रशियन मर्सिडीज म्हणता येईल अशी २.५ लिटर, चार सिलिंडर इंजिनवाली व्होल्गा एम-२१ गाडी बर्च वृक्षांच्या अव्हेन्यूमधून येताना त्याला दिसली. केजीबीची आवडती गाडी असल्याने सर्वसामान्य रशियन माणसांना रात्री आपल्या घरासमोर ती गाडी बघायलाही आवडत नसे. तेव्हा बाँडच्या कामासाठी चांगली.

स्कार्लेट रस्त्यामध्ये उभी राहिल्यावर गाडीचा वेग कमी झाला. गाडीमध्ये फक्त ड्रायव्हरच दिसत होता. त्याने वाकून पॅसेंजरच्या बाजूचे दार उघडले. तो पन्नाशीकडे झुकलेला, पांढऱ्या केसांचा एक स्थूल माणूस होता. सूट चढवलेला असला तरी टाय बांधला नव्हता. केजीबी नाही, बाँडच्या मनात विचार आला. बेकायदेशीर व्यवहारात गुंतलेला असेल किंवा पार्टीच्या महत्त्वाच्या सदस्यांची कृपादृष्टी असलेला कुणीतरी.

स्कार्लेट पुढल्या बाजूने आत शिरत असताना बाँड मागचा दरवाजा उघडून सरळ आत बसल्यावर ड्रायव्हरच्या कपाळावर आठ्या चढल्या. स्कार्लेटने सांगितले की तो तिचा भाऊ आहे. त्याच्या डोक्यावर जरासा परिणाम झालेला असल्याने तो कधी बोलत नाही.

ते तासभर पश्चिमेला कझानच्या दिशेने गेल्यावर रस्ता जरा उजाड आणि निर्जन भागातून जात होता. आसपास लोकवस्तीचे चिन्ह दिसत नव्हते. बाँडने कंबरेचे ल्यूगर काढून ड्रायव्हरच्या कानावर टेकवले.

"त्याला वेग कमी करून गाडी थांबवायला सांग."

तिघेही जण गाडीमधून उतरले आणि जवळच्या झाडांमागे गेले. रस्त्यावरून कोणी त्यांना बघू शकले नसते.

"त्याला अंडरवेअर सोडून सर्व कपडे काढायला सांग."

बाँड अंगावरचे सर्व कपडे उतरवून त्या माणसाचा सूट चढवत असताना स्कार्लेट दुसरीकडे बघत बसली. सूटच्या आतल्या खिशात एक पाकीट होते. त्यातले पैसे बाँडने बाहेर काढले.

"किती आहेत?"

स्कार्लेटने पैसे मोजत म्हटले, "खाण्यापिण्याला पुरतील."

"पेट्रोल?"

"हो, पण कपड्यांसाठी नाही पुरणार."

"त्याला सांग की दहा मिनिटे इथून हलू नकोस. त्याची गाडी आपण

मॉस्कोमध्ये सोडून देऊ. हे करताना मला खूप वाईट वाटते आहे असेही सांग.''

बाँड आणि स्कार्लेट त्याला सोडून धावतच व्होल्गामध्ये जाऊन बसले आणि तुफान वेगाने तिथून निघाले.

''आपण मॉस्कोमध्ये पोहोचल्यावर ब्रिटिश वकिलातीत जाणार आहोत का?''

''नाही. वकिलातीला आमच्या सर्व्हिसचे अस्तित्वही ठाऊक नाही. मॉस्कोमध्ये तर नक्कीच नाही. मी त्यांचे संरक्षण मागू शकत नाही. पण तू मागू शकशील.''

''पण रशियन बोलायला मी बरोबर नसले तर तुझा निभाव लागणार नाही.''

''तसे काही नाही.''

''मी तुला सोडून जाणार नाही जेम्स. आत्ता तरी नाहीच.''

''तसे असेल तर तू जरा झोप काढ. हा लाकडी बाक डबलबेडमध्ये बदलता येतो या गोष्टीचा रशियन लोकांना फारच अभिमान वाटतो. लंडन मोटार शोमध्ये नेहमी दाखवत असतात.''

तासाभराने बाँडने तिला उठवले. ते एका पेट्रोल स्टेशनवर थांबले होते. पंप चालवायला एक म्हातारा माणूस आला.

''तुझे पाय मोकळे करायला म्हणून खाली उतर. त्याला सांग की मी त्याच्या झोपडीमध्ये जाऊन पैसे देतो आहे.''

स्कार्लेटने त्याप्रमाणे सांगितल्यावर त्याने मान डोलावली. बाँड आत शिरला. डोक्याला स्कार्फ गुंडाळलेली एक स्त्री काउंटरमागे बसली होती.

बाँडने ल्यूगर हातात घेत त्या पिस्तुलानेच कॅश काउंटर दाखवला. दुसऱ्या हाताचे बोट तोंडावर धरून गप्प बसायची खूण केली. घाबरलेल्या स्त्रीने ड्रॉवर उघडला. त्यामधल्या नोटा काढून बाँडने खिशात कोंबल्या. मग थोडी नाणीही उचलली. टेलिफोन करावा लागला तर कामाला येतील. त्याने तिला तिचा स्कार्फ, लोकरीचा कोट आणि बूटही काढून द्यायला सांगितले.

पुन्हा एकदा ओठांवर बोट ठेवून तो धावतच गाडीजवळ पोहोचला आणि त्याने स्कार्लेटला आत बसायला सांगितले.

ती आत शिरताच बाँडने गाडी सुरू केली. तो म्हातारा आश्चर्याने थक्क होऊन बघत राहिला. त्याच्या हातामधल्या पंपामधून अजूनही तेल गळतच होते.

दोन तास अंधार पडेपर्यंत बाँड गाडी चालवतच होता.

''टेलिफोन बॉक्स,'' स्कार्लेटने बोट दाखवले. ''प्रयत्न करून बघू या.''

रशियाच्या जुनाट टेलिफोन यंत्रणेशी ती झटापट करत असताना बाँड गाडीतून बघत होता. दहा मिनिटांनी निराश होऊन ती परत आली.

''मी एका ऑपरेटरशी बोलले. पण इन्टरनॅशनल कॉलची कल्पनाच तिला करता येईना. कशासाठी करावा लागतो हेही तिला समजेना.''

''तुला मॉस्कोमधल्या वकिलातीत जावे लागणार असे दिसते. तो एकच मार्ग आहे. मी लवकरात लवकर तुला तिथे घेऊन जातो. रात्री पेट्रोल भरता येणार नाही. तेव्हा कुठेतरी थांबून सकाळी पुन्हा निघू. पण एकदा कझान मागे टाकल्यावर पोटापाण्याची सोय तरी करायला हवी.''

स्कार्लेटने नाइलाज झाल्याप्रमाणे मान हलवली आणि बाँडच्या अंगावर रेलून लाकडी सीटवर झोपली. कझानमधल्या रस्त्यांच्या खाणाखुणा वाचण्यासाठी बाँडला तिला उठवणे भाग पडले. शहराच्या पश्चिमेकडल्या भागात पोहोचल्यावर त्यांना रस्त्यापासून जरा दूर असलेले एक ट्रक ड्रायव्हर्सचे रेस्टॉरंट दिसले.

एका जाडजूड बाईने त्यांना सूप, काळा पाव, चहा वगैरे आणून दिला. नंतर कुठलातरी रसही. तो पिणे मात्र त्यांना जमले नाही.

''इतर कुणीच का या ठिकाणी दिसत नाही ते आता लक्षात आले,'' बाँड म्हणाला.

''तुला अशी काही अपेक्षा नव्हती तर,'' स्कार्लेट त्याच्याकडे बघत म्हणाली.

''नव्हती.''

''जेम्स, तू पॅरिसमध्ये येऊन मला भेटशील? तेव्हा तू वर्णन केलेले खाद्यपदार्थ मी तुला करून वाढेन.''

''मला वाटले होते, ते आपण हॉटेलमध्ये खायचे आहेत.''

''बरं. हॉटेलमध्ये जाऊ. आज कुठला वार आहे माहीत आहे?''

''नाही. का?''

''ज्या पहिल्या शनिवारी आपण मोकळे असू त्या शनिवारी भेटू. तू शुक्रवारी माझ्या ऑफिसमध्ये फोन कर आणि हॉटेलचे नाव सांग.''

''ठरले तर. दोन लॉरी बाहेर उभ्या राहताना दिसत आहेत, तेव्हा मला वाटते आपण निघू या.'' निघताना बाँडने काही नोटा टेबलावर ठेवल्या.

खूप रात्री, कुठल्याही शहरापासून दूर अशा रशियाच्या अंतर्भागात पोहोचल्यावर मुख्य रस्त्यावरून बाँडने गाडी एका छोट्या रस्त्यावर वळवली आणि मैलभर गेल्यावर ती बाजूला घेऊन त्याने इंजीन बंद केले.

स्कार्लेटचा हात हातात धरून त्याने गाडीची डिकी उघडली. आत एक छोटी सूटकेस होती. पुरुषांचे अंडरवेअर, स्वच्छ शर्ट, स्पन्ज बॅगमध्ये रेझर, टुथ ब्रश, पेस्ट या गोष्टी होत्या.

''शेतावरच्या कुठल्याही घरात जाण्यात अर्थ नाही. तिथे कुत्रे असणार. आपण पलीकडल्या शेतामध्येच झोपायचा प्रयत्न करू. इतके वाईट नसणार. थंडी वाजली तर स्वेटर चढव. छान आहे. फारच कुडकुडायला लागलीस तर गाडीत शिर आणि त्यांच्या सुप्रसिद्ध डबलबेडचा अनुभव घे.''

उन्हाळ्यातली सुंदर रात्र होती. आकाशात असंख्य तारे चमकत होते. बाँडने गवतावर ताणून दिली. उशी म्हणून घडी घातलेले जॅकेट ठेवले.

स्कार्लेट त्याच्या खांद्यावर डोके ठेवून विसावल्यावर त्याने तिच्या केसांवरून हात फिरवायला सुरुवात केली. नंतर तिच्या ओठांवर ओठ टेकायला तो वाकला तर ती गाढ झोपली होती.

ज्या देशाविरुद्ध कट-कारस्थाने रचण्यात, लढण्यात तरुणपणानंतरचा मोठा काळ त्याने घालवला होता, त्याच देशामध्ये आज तो पोहोचला होता. कमाल आहे. इतर युरोपियन माणसांसारखेच दिसणारे चेहरे, ओबडधोबड रस्ते, गरीब शेतकरी या गोष्टी बघितल्यावर आता त्याला रशिया इतर ओळखीच्या देशांसारखाच भासायला लागला होता. परका वाटत नव्हता. रशियाच्या खूप आतमधल्या भागात त्याला शेवटी शांत झोप लागली.

दुसऱ्या दिवशी दुपारी मॉस्कोजवळ येत असताना व्होल्गाच्या बॉनेटखालून जळल्यासारखा वास यायला लागला. कित्येक तास त्याने ती दणकून चालवली होती. ती गोष्ट गाडीला आवडली नसावी. लंडन मोटार शोमधली एक आठवण डोके वर काढायला लागली. व्होल्गा मोटारीच्या स्टॅन्डवरचे लोक गाडीची काय स्तुती करत होते. सांगाडा जमिनीपासून उंच आहे, सिगारेट लायटर आहे, इंटिग्रल रेडिओ आहे आणि... पेडल ऑपरेटेड ल्युब्रिकंट आहे. पाय ठेवायच्या जागी बाजूला एक पेडल दिसत होते. त्याने पुन्हा पुन्हा त्यावर पाय दाबल्यावर गाडीच्या आतल्या मोठ्या भागातच नव्हे तर मॉस्कोला जाणाऱ्या रस्त्याच्या मोठ्या भागावरही वंगण पसरले.

"मॉस्कोला गेलो की आपण आगगाडी पकडू. आपल्याकडे लेनिनग्राडच्या तिकिटांएवढे पैसे आहेत? तिथून बोटीने हेलसिंकी."

स्कार्लेटने बाँडच्या खिशातले रूबल्स मोजले. "पेट्रोल स्टेशनवर पुन्हा एक 'बॉनी ॲन्ड क्लाईड'चा प्रयोग करायला हवा," ती म्हणाली.

"मॉस्कोमध्ये गाडी सोडून द्यायला आणखी एक कारण. मला तर वाटते आतापर्यंत या गाडीचा नंबर पोलिसांना कळलाही असेल."

"ठीक आहे," स्कार्लेट म्हणाली. "शहराच्या मध्यवर्ती भागात जाण्यासाठी ट्राम आहे. थोडे कपडे हवे आहेत. हे शूजसुद्धा... आपण जी.यू.एम.मध्ये जाऊ. द स्टेट डिपार्टमेंट स्टोअर."

"पण ते क्रेमलिनजवळ आहे ना?"

"हो, पण दुसरीकडे कुठे जायचे ते कळत नाही मला. इतर दुकानांमधली शेल्फ्स रिकामी असतात. तू बरोबर आला नाहीस तरी चालेल. शॉपिंग करायचे म्हटले की सर्व पुरुषांना....

"प्रश्न कंटाळा असण्याचा नसतो तर...."

"आले लक्षात."

"आणि जाणारच आहेस तर माझ्यासाठी एक शर्ट आणि अंडरवेअर घे. खाद्यपदार्थही. रेस्टॉरंटमध्ये शिरायचा धोका मला पत्करायचा नाही."

शहराच्या पूर्वेला एका ट्राम टर्मिनसजवळ त्यांनी गाडी सोडून दिली आणि ट्रामने ते शहराच्या मध्यवर्ती भागात जाण्यास निघाले. बाँडच्या हातामध्ये व्होल्गामधून उचललेली सूटकेस होती. तो पार्टीच्या एखाद्या अधिकाऱ्यासारखा दिसत असेल अशी त्याची आशा होती. स्कार्लेटच्या अंगावर बी.ओ.ए.सी. होस्टेसचा स्कर्ट आणि ब्लाऊज आणि पेट्रोल स्टेशनच्या स्त्रीकडून घेतलेला स्वेटर आणि बूट होते. ट्राममधल्या इतर सर्वांचे पोशाखही यथातथाच होते. कोणीही त्यांच्याकडे दुसऱ्यांदा वळूनही बघितले नाही.

हिरवे छप्पर आणि असंख्य टरेट्स असणाऱ्या जी.यू.एम. स्टोअर्सच्या पॅसेजेसच्या जाळ्यांमध्ये स्कार्लेट नाहीशी झाल्यावर बाँड बाहेरच्या बाजूला फिरत होता. स्टोअर मात्र लूव्रमधल्या दुकानांसारखे प्रचंड होते. त्याला सारखी भीती वाटत होती की, तो थांबला तर त्याच्याजवळ येऊन कोणीतरी कसलीतरी चौकशी करेल. लांबलांबून खूप चकरा मारल्यावर ती दोन भरलेल्या बॅगा घेऊन बाहेर पडताना त्याला दिसली.

"बापरे! आजचा हा अर्धा तास माझ्या आयुष्यातला सर्वांत मोठा अर्धा तास होता," तो म्हणाला.

"मी काय काय घेतले आहे ते तू बघ आधी. तुझ्यासाठी एक छोटी गवताची हॅट घेतली आहे. ती चढवलीस की उन्हाळ्याची रजा घालवणाऱ्या एखाद्या गणिताच्या शिक्षकासारखा वाटशील तू. अर्ध्या बाह्यांचा शर्ट घेतला आहे. तुला आवडतात ना तसे? सामुदायिक शेतीवरच्या इव्हॅनला अभिमान वाटेल, असे मोजेही घेतले आहेत."

"आणि तुझ्यासाठी?" क्रेमलिनपासून दूर असणाऱ्या ट्रामच्या स्टॉपकडे तिला झपाट्याने खेचत नेतच त्याने विचारले.

"बाबुश्का निकर्सच्या दोन जोड्या, सेन्ट बेसिलच्या घुमटाचे वजन पेलू शकतील अशा ब्रा, स्वच्छ ब्लाऊज आणि थोडा ब्रेड, चीज वगैरे."

"हुशार आहेस. निघू आता."

*थ्री स्टेशन्स स्क्वेअर*ला नेणारी ट्राम घेऊन ते लेनिनग्राड स्टेशनच्या पायऱ्या चढले. जाणाऱ्या येणाऱ्या लोकांची तिथली गर्दी बघितल्यावर बाँडला जरा हायसे वाटले, सुरक्षित वाटले. जी.यू.एम. बाहेर वेळ काढत असताना तो खूप अस्वस्थ होता.

स्कार्लेटने रात्री लेनिनग्राडला जायला निघणाऱ्या *क्रास्नाया स्त्रेला* या रेड ॲरो

आगगाडीची दोन तिकिटे घेतली. गाडी ११:५५ला सुटणार होती. मग एका छोट्याशा पार्कमध्ये जाऊन त्यांनी तिथल्या सुविधा कपडे बदलण्यासाठी वापरल्या.

"आता मी वकिलातीमध्ये जाते," स्कार्लेट म्हणाली.

"ती कुठे आहे माहिती आहे ना तुला?" बाँडने विचारले. "नदी शेजारच्या *सोफिएक्साया क्वायवरती* असावी. नदी शेजारची भव्य इमारत."

"तू काळजी सोड. टॅक्सी ड्रायव्हरला माहीत असणार. तू इथेच थांबशील? पार्कमध्येच?"

"इथेच मला सुरक्षित वाटेल. मलाही तुझ्याबरोबर येता आले असते तर बरे झाले असते. पण माझे स्वागत होणार नाही. कुणाला फोन करणार आहेस?"

"प्रथम पॅरिसमधल्या माझ्या ऑफिसला. माझ्या डिपार्टमेंटच्या प्रमुखाशी बोलते. त्याला कळेल काय करायचे ते."

"ठीक आहे. पण जाण्यापूर्वी एक गोष्ट ध्यानात ठेव स्कार्लेट. गॉर्नरचे केजीबीशी आणि स्मेर्शशी संबंध आहेत. आपण सोव्हिएट युनियनमध्ये एक विनाशकारी मार्गच आखून ठेवला आहे. कोसळलेले एअरलायनर, शस्त्रांचा धाक दाखवून घातलेले दरोडे, पळवलेली गाडी. सोव्हिएट दळणवळण यंत्रणा वाईट असली तरी आपला शोध नक्की चालू झाला असणार. दुसऱ्यावर नजर ठेवण्यात ते एकदम हुशार आहेत. गॉर्नरची फॅक्टरी कुठे आहे, हे दारियुशने लंडनला कळवले असले तर आपली सुटका करायचे प्रयत्नही सुरू झालेले असणार."

त्याने तिचे दोन्ही हात हातात धरून खोलवर तिच्या डोळ्यात बघितले. "स्कार्लेट, माझी इच्छा आहे की तू स्वतःला एकच प्रश्न विचारावास. तुझ्या एका फोनमुळे खरंच काही फरक पडणार आहे? तो धोका पत्करण्यात अर्थ आहे?"

स्कार्लेटने डोळ्यांची उघडझापदेखील केली नाही. "जेम्स, ती बहीण आहे माझी."

बाँडने तिचे हात सोडले. "जास्तीतजास्त नऊ वाजेपर्यंत परत ये म्हणजे झाले." ती आत्मविश्वासाने पावले टाकत मुख्य रस्त्यावर जाईपर्यंत तो बघत राहिला.

त्याने दुपार आणि संध्याकाळ पार्कमध्ये काढली. थोडी झोप घ्यायचाही प्रयत्न केला. थोडा ब्रेड आणि चीज खाऊन कारंजाचे पाणी प्यायले.

अंधार पडल्यावर त्याच्या मनावरचा ताण थोडा कमी झाला. मन जरा शांत झाले. सकाळी ते लेनिनग्राडला असणार. बोटीचा थोडा प्रवास की सुटलो. कधी परत पाश्चिमात्य देशात परत जातो असे त्याला झाले होते. थंडगार कॉकटेल्स, गरम पाण्याचे शॉवर्स, स्वच्छ चादरी, चांगल्या सिगारेट्स.

पार्कमध्ये बाकामागच्या झाडाच्या खोडावर डोके ठेवून विश्रांती घेता घेता त्याचे डोळे जड व्हायला लागले.

*

त्याच वेळी लेनिनग्राड स्टेशनच्या पांढऱ्या आणि पिवळ्या रंगाच्या दोन खांबांआड काहीतरी सौदा चालला होता.

चेहऱ्यावर सुऱ्याचा वार झाल्याची बरीच जुनी खूण असलेला एक स्थूल असा सोव्हिएट माणूस हात पुढे करून होकारार्थी मान हलवत होता. त्याच्या सूटची बाही शर्टावर चढल्यावर शर्टाची मळलेली कडा दिसत होती.

त्याच्या हातावर अमेरिकन वीस-वीस डॉलर्सच्या पाच नोटा पडल्यावर त्याचे डोळे विस्फारले. भयंकर लोभी माणूस होता तो.

त्याच्याशी बोलणाऱ्या माणसाला त्याच्याप्रमाणेच इंग्लिश भाषा चांगली येत नसली तरी त्याच्या बोलण्याचा अर्थ कळायला अडचण नव्हती. त्याच्याकडे दोन फोटोग्राफ होते. एक फोटो एका कठोर नजरेच्या आणि उजव्या डोळ्यावर अस्ताव्यस्त केसांचा एक झुबका हलत असणाऱ्या माणसाचा होता. दुसरा एका तरतरीत तारुण्यवतीचा होता. रशियनच असेलही, पण इतकी मोहक स्त्री त्याने मॉस्कोमध्ये कधीही बघितली नव्हती.

आणि पैसे देणारा माणूस कुठून आला होता ते कोण सांगणार? त्याचे डोळे मंगोल किंवा तातार माणसासारखे होते, पण कातडी पिवळी आणि डोक्यावरची टोपी स्पॅनिश किंवा फ्रेंच वाटत होती.

पण दोन गोष्टी स्वच्छ कळत होत्या. त्याच्या हातात टेलिफोन नंबर लिहिलेला एक कागदाचा तुकडा होता आणि त्या नंबरवर फोन करता आला, तर आणखी पैसे मिळायला काही अडचण नव्हती.

लाज वाटणारी गोष्ट

आठ वाजायच्या दरम्यान शेवटी स्कार्लेट पार्कमध्ये परत आली. तिने बाँडला सांगितले की सुरुवातीला वकिलातीची माणसे तिच्याकडे संशयानेच बघत होती, पण शेवटी एका सेक्रेटरीला तिची दया आली. पॅरिसला अनेक फोन करून त्याने तिच्याबद्दल खात्री पटवून घेतली आणि मगच तिला टेलिफोन करायची परवानगी दिली. ज्या गोष्टींची मदत होईल असे तिला वाटले होते, त्या सर्व तिने तिच्या वरिष्ठ अधिकाऱ्यांच्या कानावर घातल्या. ती माहिती जबाबदार अधिकाऱ्यांना कळवतो असे वचन त्याने दिले होते. बाँड हळूच हसला. आपल्या मादक सौंदर्याने आणि गोड बोलण्याने त्या सेक्रेटरीला घायाळ करून फोनचा बेकायदा उपयोग करायची परवानगी तिने मिळवली होती याबद्दल बाँडच्या मनात थोडाही संशय नव्हता. महत्त्वाची गोष्ट म्हणजे ती सुरक्षित परत आली होती.

दहा वाजता ते स्टेशनवर जायला निघाले. गाडीमध्ये चढल्यावर बाँड खूश झाला. थकला असला तरी रात्रभर प्रवास करायच्या कल्पनेने उत्साहित होता. गर्दी, चढणारे लोक, आशेने उतरणारे लोक, साश्रु नयनांनी घेतलेले निरोप सर्व सर्व आवडे त्याला.

पार्टीच्या वरिष्ठ सदस्यांसाठी राखीव असणारे खाजगी स्लीपिंग कम्पार्टमेन्ट आणि लाकडी बन्क्स बघून त्याने स्कार्लेटला विचारले, ''ही जागा कशी काय मिळवलीस तू?''

''मी गार्डला त्याच्या साधारण तीन महिन्यांच्या पगाराइतके पैसे दिले,'' स्कार्लेटने उत्तर दिले. ''तू गॅरेजमध्ये काढून घेतलेल्या पैशांमधलेच. तू चेहरा बघितलास त्याचा?''

''बघितला. विसरण्यासारखा नाही,'' बाँड म्हणाला.

''तो म्हणाला पार्टीचीच कोणी मोठी माणसे आली तर आपल्याला हलवणे त्याला भाग पडेल. आता तसे काही घडेल असे वाटत नाही. कोणी चढणार असते तर मॉस्कोलाच चढले असते. क्लिन किंवा बोलोगेयाला नाही. निघून थोडा वेळ झाला की तो व्होडका आणणार आहे – स्टोलिचनाया. मी त्याला जेवणही आणायला सांगितले आहे. काय मिळते ते बघतो म्हणाला. नाही तर निदान चीज

आहे आपल्याकडे.''

''काही फरक पडत नाही,'' बाँड म्हणाला. रेड ॲरोने स्टेशन सोडले आणि त्याचा उत्साह एकदम मावळला. तो फारच थकला होता हे खरे. स्कार्लेटही आपले डोके त्याच्या खांद्यावर टेकवून बसली. उत्तर मॉस्कोची बकाल उपनगरे मागे पडून उघडी शेते दिसायला लागली. आता तरी काही गडबड होणार नाही अशी बाँडची आशा होती. उन्हाळ्यामधल्या रात्री आगगाडी रशियाच्या जुन्या राजधानीकडे निघाली होती. रोमानोव्ह कुटुंब मूळचे तिथले आणि त्यांनी बांधलेले प्रचंड राजवाडेही तिथेच आहेत.

तासाभराने गार्डने टकटक केल्यावर उगीचच आपण नको ते करत असल्यासारख्या अपराधी भावनेने ते सरळ बसले. मख्ख चेहऱ्याने त्याने प्रावदाची कॉपी उघडली आणि त्यांच्या शेजारच्या बन्कवर ठेवली. आतल्या तपकिरी रंगाच्या पार्सलमध्ये गुंडाळलेला काळा पाव, स्टोलिचनायाची बाटली, आलुबुखारची पिशवी आणि भाजलेले मासे वगैरे गोष्टी बाहेर काढल्या.

स्कार्लेट हसून आणखी पैसे गार्डसमोर धरत असताना बाँड बघत होता. पण तिच्या वागण्याने तो इतका भारून गेला होता की, त्याने ते पैसे घ्यायचे नाकारले. कमाल आहे या स्त्रीची, बाँडच्या मनात विचार झाला.

''तू युक्रेनमधला आहेस असे मी त्याला सांगितले आहे,'' अत्यंत निष्पाप चेहऱ्याने ती बाँडकडे बघत म्हणाली. डोळ्यांमध्ये खट्याळ भाव. ''तुला राग नाही ना आला?''

बाटलीमधून व्होडकाचा मोठा घोट घेत बाँड हसला आणि त्याने बाटली तिच्यासमोर धरली. तिने नकार दिला. जेवण पटकन उरकले. स्टेशनवर स्कार्लेटने स्वस्त रशियन सिगारेट्स विकत घेतल्या होत्या. दोघांनीही एक एक सिगारेट पेटवली आणि ते समोरासमोर बसले. ती खिडकीतून बाहेर बघत असताना त्याची नजर तिच्यावर खिळली होती.

तो पॅरिसमधल्या त्याच्या हॉटेल रूममध्ये परत आला तेव्हा त्याला ती आधीच लुई-१५ आरशाच्या प्रतिकृतीखाली, सोनेरी मुलामा दिलेल्या आर्मचेअरमध्ये, आपला एक पाय दुसऱ्या पायावर ठेवून आणि वक्षस्थळांवर हातांची घडी घालून कशी बसली होती याची आठवण झाली... तुम्हाला आश्चर्याचा धक्का दिल्याबद्दल दिलगीर आहे मिस्टर बाँड... पुन्हा नाही म्हणायची संधी द्यायची नव्हती तुम्हाला.

आता रशियन भूप्रदेश खिडकीतून झपाट्याने मागे पडत असताना, ती थकलेली दिसत असली तरी तितकीच मोहक वाटत होती. बदामी रंगाचे तिचे मोठे मोठे डोळे उघडझाप करत मागे पडणाऱ्या शेतांकडे बघत होते. ओठ थोडे विलग झालेले, तिने केसांची एक बट कानामागे सरकवली. तो तिच्याकडे बघतो आहे हे तिला माहीत

असेल का? नाहीतर तिचा सुंदर गुलाबी कान तिने मुद्दामच का त्याच्या नजरेस आणला? कुणालाही त्यावर ओठ टेकवायचा मोह व्हावा. तसे न करण्यासाठी त्याला मनाचा खूप निग्रह करावा लागला.

गाडीने वेग घेतल्यावर आगगाडीच्या चाकांनी रुळांवरून जाताना धरलेला लयबद्ध ताल, डब्याची एका बाजूने दुसऱ्या बाजूला होणारी हेलकावे घेतल्यासारखी हालचाल, लाकडी बाकांची करकर आणि कम्पार्टमेन्टमधली उबदार हवा जणूकाही अंगाई गीत गात बाँडचे डोळे बंद करायला लागली. बाँडने कित्येक दिवस दारूला स्पर्श केला नव्हता. आज प्यायलेली व्होडका बाँडच्या डोक्यात भिनली होती. त्याला अशा तऱ्हेने केलेल्या इतर प्रवासांची आठवण होत होती. ओरिएन्ट एक्स्प्रेसमध्ये तान्या जवळ होती. लवकरच आपल्याला गाढ झोप येणार असे बाँडला वाटायला लागले. त्याची तयारी सुरू करावी आणि बन्कवर आडवे व्हावे. पण या क्षणी....

झोपेची गुंगी चढत असतानाच त्याला 'जलाल्स फाईव्ह स्टार हॉटेल'मधली खोली, उत्कटतेने स्कार्लेटने ओठांवर टेकवलेले ओठ, एक नाजूक हालचाल आणि निघालेला तिचा स्कर्ट, बेडवर त्याच्या शेजारी येऊन बसणे....

सोव्हिएट मधल्या रात्रीच्या काळ्या अंधारात मनामधल्या प्रतिमा तुटक तुटकपणे समोर नाचायला लागल्या. लोखंडी रुळांवरल्या चाकांच्या खडखडाटाने बालपणामधल्या स्मृती जाग्या व्हायला लागल्या. हायलॅन्ड्समधली आगगाडी, आईचा आवाज... गॉर्नरच्या फॅक्टरीमधला ग्लास वॉकवे, पॉपी ज्यूस भरलेली स्टीलची महाप्रचंड पिंपे, मादक द्रव्ये, त्यांची गुंगी... त्याचे प्रेम असणाऱ्या कोणी तरी मारलेली हाक... मग... मग....

फॉरिन लीजनची केपी चढवलेल्या कुणाचा तरी, जीव नसलेल्या कातडीचा चेहरा त्याला डोळ्यांसमोर दिसत होता आणि स्कार्लेट किंचाळत होती "जेम्स, जेम्स, जेम्स !"

शाग्रिनचे मोठे मोठे हात त्याचा गळा आवळत होते आणि जिवाच्या आकांताने बाँड धडपड करत होता. मनाच्या खोल खोल गाभ्यातून आपोआप प्रतिक्रिया उमटली आणि त्याने आपली बोटे शाग्रिनच्या डोळ्यात खुपसण्याचा प्रयत्न केला. शाग्रिनने आपले डोके फक्त बाजूला घेतले. बाँडने पायाने लाथ मारण्याचा प्रयत्न केला तर त्याची नडगी शाग्रिनच्या दोन पायांमध्ये घुसली. पण जंगली श्वापदासारख्या ताकदवान शाग्रिनने आपली पकड ढिली केली नाही. आवाज न करता काम उरकायचे म्हणून त्याने स्वत:चे पिस्तूल आणले नसावे.

बाँडची ताकद आधीच खच्ची झाली होती, गेल्या दोन दिवसांत त्याला मारहाण झाली होती, त्याच्यावर अत्याचार झाले होते, त्याची उपासमार करण्यात

आली होती.

त्याच्या स्वत:च्या बुटांच्या टाचेमध्ये त्याने शस्त्र म्हणून एक ब्लेड लपवली होती. पण आता तो मृत एअरलाईनच्या वैमानिकाच्या निरुपयोगी लोफर्स पायात सरकवून बसला होता. त्याचा श्वास कोंडायला लागला. तेवढ्यात एक नाजूकसा हात त्याच्या कंबरपट्ट्याच्या मागच्या बाजूला फिरला. ल्यूगर खेचल्याचे त्याला जाणवले.

संतापाने गुरगुरतच शाग्रिनने स्कार्लेटच्या मनगटावर फटका हाणला आणि तिच्या हातामधले पिस्तूल खाली पडले. पण बाँडला हालचाल करायला अवधी मिळाला. शाग्रिनच्या आपल्या गळ्यावरच्या डाव्या हाताची करंगळी खाली खेचून त्याने ती खाडकन उलटी फिरवली आणि मोडली.

शाग्रिनने पाऊल मागे घेतले. अनावर झालेला संताप आणि वेदना यांनी चवताळून त्याने उजव्या हाताने बाँडच्या चेहऱ्यावर मुठीचा ठोसा द्यायचा प्रयत्न केला. बाँडने तो चुकवला आणि मूठ बाँडच्या खांद्यावर आदळली. स्कार्लेटने जमिनीवरचे पिस्तूल उचलले.

''गोळी झाडू नको,'' बाँड कसाबसा उद्‌गारला. ''गार्ड येईल मग चौकशीला.''

दोघे झोंबाझोंबी करत खाली कोसळले होते. स्कार्लेट सीटवर चढली आणि आपल्या ल्यूगरने तिने शाग्रिनच्या डोक्यावरची केपी उडवली. त्या ठिकाणचे केस भादरलेले डोके दिसायला लागले. ओमस्कच्या खाटिक सर्जन्सनी तिथे काम केले होते.

त्याला लाज वाटणारी गोष्ट उघडी पडल्यावर शाग्रिनने आपले दोन्ही हात डोक्यावर धरले आणि तत्क्षणी बाँडने आपले डोके त्याच्या बरगड्यांखाली हाणले. शाग्रिन वेदनांनी ओणवा होताच बाँडने आपला गुडघा उचलून दाणकन त्याच्या हनुवटीवर हाणला. तिथले हाड मोडल्याचा आवाज बाँडने स्पष्टपणे ऐकला.

''खिडकीवरची काच खाली कर स्कार्लेट,'' धापा टाकत बाँड म्हणाला. ''याला उचलायला मला जरा मदत कर.''

बाँडच्या मनामध्ये व्हिएतनामच्या जंगलामधल्या कनवाळू मिशनऱ्यांचे, लुआर व्हॅलीमधल्या प्रीस्ट्‌सचे विचार येऊन गेले. याच राक्षसाने बायबलमधल्या गोष्टी मुलांना सांगतात म्हणून पकडीने त्यांच्या जिभा तोडल्या होत्या. त्याने स्कार्लेटच्या हातामधले पिस्तूल खेचून घेतले आणि सीटवर उभे राहून पिस्तुलाची नळी जोर काढून शाग्रिनच्या डोक्यामध्ये हाणली. जुळून न आलेली हाडे आणि त्वचेतून ती आतपर्यंत घुसली.

त्या क्रूरकर्म्याच्या तोंडातून भयंकर कण्हल्यासारखा आवाज आला आणि तो बन्कवर कोसळला. बाँड आणि स्कार्लेट यांनी एक एक पाय पकडून उघड्या

खिडकीमधून इंचाइंचाने त्याला बाहेर ढकलायला सुरुवात केली. त्याला त्यांनी अर्धे बाहेर काढले होते. तो हळूहळू लाथा झाडण्याचा प्रयत्न करत होता. स्कार्लेट आणि बाँडने त्याच्या पोटऱ्या घट्ट दाबून धरल्या. एवढ्यातच आगगाडी विटांनी बांधलेल्या एका अरुंद बोगद्यात शिरली. त्यांचा डबा बोगद्यात शिरत असताना विटांवर आदळून शाग्रिनचे डोके उडाले आणि रुळांच्या बाजूच्या मातीच्या भरावावर पडले. गाडी बोगद्यामधून बाहेर येताच बाँडने त्या नराधमाचे धड बाहेर फेकले आणि तो सीटवर कोसळला.

स्कार्लेटने आपले चेहरा हाताच्या ओंजळीत लपवला आणि ती रडायला लागली.

बाँडला जाग आली तेव्हा दिवस उजाडला होता. स्कार्लेट त्याच्या गळ्यात हात टाकून झोपली होती. आपला स्वेटर आणि एक ब्लँकेट तिने दोघांच्या अंगावर घेतले होते.

त्याची दुखणारी पाठ चेपताना तिचे केस त्याच्या चेहऱ्यावर रुळत होते. ती सारखी त्याच्या कानात कुजबुजत होती. "आपण जवळजवळ पोहोचलो आहोत डार्लिंग, आपण पोहोचलोच आहोत. ब्रेकफास्ट लेनिनग्राडला घेऊ. *नेव्स्की प्रोस्पेक्ट*वरच्या एका कॅफेमध्ये. माझे वडील या कॅफेबद्दल मला सांगायचे. आपण अंडी, स्मोक्ड सॅमन मासे आणि कॉफी घेऊ या. मग बोट पकडायची. हेलसिंकी. तिथून पॅरिस."

बाँड हसला, पाठीवर पडला आणि त्याने स्कार्लेटला जवळ घेऊन तिच्या ओठांवर ओठ टेकले. झोप झाल्याने थोडी ताकद परत आली होती बहुधा.

"मी जेव्हा जेव्हा तुला जवळ घ्यायचा प्रयत्न करतो तेव्हा कोणीतरी अडथळा कसा काय आणतो?" बाँडने विचारले. "अजूनसुद्धा विधिलिखितात हेच आहे का?"

"तसे नाही," स्कार्लेटने उत्तर दिले. "याचा अर्थ शेवटी जेव्हा सर्व घडेल तेव्हा तो अविस्मरणीय अनुभव असेल."

व्होल्गाच्या ड्रायव्हरची स्पन्जबॅग घेऊन स्कार्लेट कॉरिडॉरमधून नाहीशी झाली आणि नवीन दिवसाला सामोरे जाण्याची बाँडने तयारी सुरू केली. हेलसिंकीला पोहोचल्यावर एम.ला फोन लावायचा आणि कॅस्पिअन सी-मॉन्स्टरचे काय झाले याची चौकशी करायची. एम.ला फोन करायच्या कल्पनेनेच बाँड खूश झाला. खूप दिवसांच्या रेडिओ सायलेन्सनंतर बाँडचा नुसता आवाज ऐकताच एम.सुध्दा त्याला होणारा आनंद दडवू शकला नसता.

सोव्हिएट टुथपेस्ट आणि मचूळ पाणी वापरून दोघेही लेनिनग्राडला कधी पोहोचतो याची वाट बघत बसले.

"डॉक्सवर पोहोचताच तू एका धाडसी बोट मालकाला शोधून काढ," बाँडने स्कार्लेटला सांगितले. "गल्फ ऑफ फिनलंडमध्ये कुठेतरी कम्युनिस्ट आणि स्वतंत्र जगाची सागरी हद्द आहे. तिथे सशस्त्र फ्रन्टिअर गार्ड्स जहाजांवरून गस्त घालत असणार हे गृहीत धरायला तर काहीच हरकत नाही."

"तू तर मला एका चाच्याचा शोध घे सांगतो आहेस."

"बरोबर," बाँड म्हणाला. "वेगवान बोट असणारा चाचा."

"मला पैशांची गरज लागेल."

"तू तर मला एक भुरटा चोरच बनवायला निघाली आहेस."

"कारण तुझ्याकडे तसा जन्मजात गुण आहे."

एक सुस्कारा सोडून बाँड गप्प बसला. त्याने ल्यूगरमध्ये मॅगझीन आहे याची खात्री करून घेतली.

नेव्स्की प्रोस्पेक्ट स्टेशनपासून चालत जाण्याएवढ्या अंतरावर होता. ब्रेकफास्ट घेतल्यावर बाँड पैसा उभा करायच्या प्रयत्नाला लागला. स्कार्लेट डॉक्सवर गेली. त्यांनी एक वाजता पुष्किन थिएटरमागे भेटण्याचे ठरवले होते. मनाला लाज वाटत होती तरी त्याने एक विणलेली बालाक्लावा मार्केटमध्ये फिरता फिरता खिशात घातली. *मोस्कोव्स्की प्रोस्पेक्ट* जवळच्या एका शांत रस्त्यावर बँक उघडण्याच्या वेळी एक डिलिव्हरी व्हॅन पैसे घेऊन आली होती. बाँडने बालाक्लावा डोक्यावर चढवली आणि पिस्तूल रोखून व्हॅनमधून बरेचसे पैसे उचलले. आपल्यावर रोखलेले ल्यूगर बघूनच गार्डला इतका धक्का बसला होता की, तो सरळ विचार करायच्या आत बाँड खूप दूरवर पोहोचला आणि मगच त्याला पोलीस सायरन्सचे आवाज कानांवर पडले. बालाक्लावा एक कचऱ्याच्या पेटीत फेकून बाँडने जी.यू.एम.मधून स्कार्लेटने त्याच्यासाठी घेतलेली 'गणिताच्या शिक्षकाची' गवताची हॅट डोक्यावर ठेवली. दुसऱ्या कुणाच्या आपण लक्षात येणार नाही या बेताने चालत तो नेवा नदीजवळच्या म्युनिसिपल पार्कमध्ये गेला.

स्कार्लेट भेटली तेव्हा ती थोडी काळजीत दिसली. "मी एक माणूस शोधला. फिन्नीशच आहे. इंग्लिश बोलू शकतो पण अस्खलित नाही. तो काम करायला तयार आहे. पण हेलसिंकीपर्यंत न्यायला तयार नाही. ते खूप लांब आहे म्हणतो. बरेचसे इंधन बरोबर घेतले तर तो आपल्याला रशियन सागरी सीमेबाहेर घेऊन जाईल. मग आपण त्याच्या भावाच्या बोटीवर चढायचे. तो म्हणतो हा त्यांचा नेहमीचा उद्योग आहे. ती दुसरी बोट आपल्याला इथून साधारण एकशे पन्नास मैल अंतरावर असणाऱ्या हमीना या मोठ्या बंदरापर्यंत घेऊन जाईल. तो एवढेच करू शकतो. हमीनापासून आगगाडी पकडायची किंवा रस्ताही चांगला आहे."

"ठीक आहे," बाँड म्हणाला. "निदान आपण फिनलंडमध्ये तरी असू. तटस्थ

असलेला देश.''

"रशियन नौदलाच्या बोटी गस्त घालत असतात. समुद्राच्या एका भागात पाणसुरुंगही पेरलेले आहेत. पण त्याला बरोबर मार्ग माहीत आहे. आपण अकरा वाजता निघायचे आहे. प्रवास रात्री करायचा आहे. एकूण आठ तासांचा प्रवास असेल. पण त्याला खूप पैसे हवे आहेत.''

"ते आहेत आता माझ्याकडे.''

"ते कसे....''

"विचारणार नाही असे कबूल केले होतेस तू.''

पावणे अकरा वाजता बाँड आणि स्कार्लेट ठरवलेल्या ठिकाणी पोहोचले. डॉक्समध्ये कागदपत्रे तपासण्यासाठी, पासपोर्ट्स बघण्यासाठी कस्टम्स आणि पोलीस यांची वर्दळ असे म्हणून शहराच्या पश्चिमेकडल्या एका छोट्या बेटावर यायला त्या माणसाने सांगितले होते. एका अरुंद गल्लीच्या शेवटी समुद्रात उतरणाऱ्या लाईटरमन्सच्या जुन्या पायऱ्या होत्या.

कबूल केल्याप्रमाणे पायऱ्यांखाली स्कार्लेटने ज्याच्याशी सौदा केला होता तो यास्का नावाचा माणूस एक मच्छिमारी करणारी बोट घेऊन हजर होता. बोटीवर एक फुट फुट करणारी इनबोर्ड मोटर लावली होती. बोटीवर पाऊल ठेवताच मागच्या बाजूला ताडपत्रीखाली झाकलेली, २५० हॉर्सपॉवरची दोन एविनरूड्स बाँडला दिसली. त्याला जरा हायसे वाटले. पुढल्या बाजूला एक केबिन दिसत होती. डेकवरची जवळजवळ सर्वच जागा इंधनाच्या पिंपांनीच व्यापून टाकली होती.

यास्काने निदान तीन दिवस दाढी केलेली नसावी. डोक्यावर एक निळी टोपी. बहुतेक सर्व दात नाहीसे झालेले. शिल्लक असलेल्यांवर पिवळा किंवा तपकिरी रंग चढलेला.

बाँडने दिलेली रक्कम त्याने काळजीपूर्वक मोजली.

"त्याला रशियन्स आवडत नाहीत,'' स्कार्लेटने माहिती पुरवली. "फिनलंडवर १९३९मध्ये रशियन आक्रमण झाले तेव्हा त्यांच्याशी लढतानाच त्याच्या वडिलांचा मृत्यू ओढवला होता.''

यास्काने त्यांना खूण करत काठावर बांधलेली एकुलती एक दोरी सोडवली आणि कमीतकमी आवाज होईल याची काळजी घेत गल्फ ऑफ फिनलंडच्या दिशेने बोट न्यायला सुरुवात केली.

डाव्या बाजूच्या एका बाकावर बाँड आणि स्कार्लेट बसले.

"आपण एका गोष्टीचा विचारच केला नाही,'' स्कार्लेट म्हणाली.

"माहीत आहे,'' बाँडने उत्तर दिले. "व्हाईट नाईट्स. वर्षातला खराब कालखंड.

पूर्ण अंधार पडतच नाही.''

''यास्का म्हणतो थोडा काळोख पडेल. तिन्हीसांजेसारखा. पण हवा निदान ढगाळ आहे.''

बाँड बोटीच्या कडेला टेकून बसला. ''काही प्रसंग असे असतात स्कार्लेट की जेव्हा स्वत:चा जीव दुसऱ्यांच्या हातात सोपवावा लागतो. विश्वास ठेवायचा असतो त्यांच्यावर.''

''माहीत आहे आणि या माणसावर मला विश्वास ठेवावासा वाटतो आहे.''

''मनामध्ये कायम धुमसणारा संताप आणि पैशासाठी कोणतेही काम करायची तयारी,'' बाँड म्हणाला. ''आजच्या परिस्थितीत असा माणूस आपल्या बाजूचा असणे केव्हाही चांगले.''

टोकदार खडकांच्या छोट्या छोट्या बेटांच्या सावल्यांमधून हळूहळू बोट चालवल्यावर साधारण अर्ध्या तासाने भर समुद्रात बोट घालायची वेळ आली.

स्कार्लेटने खाद्यपदार्थांची एक टोपली भरायला वेळ काढला होता. तिने आता ब्रेड, सॉसेजेस्, चीज आणि व्होडका या गोष्टी बाहेर काढल्या.

''एवढ्याच गोष्टी मिळवता आल्या मला,'' स्कार्लेटने सांगितले.

यास्कानेही सर्व गोष्टींचा फडशा पाडायला त्यांना मदत केली. व्हील हातात धरूनच त्याचे खाणे चालले होते. क्षितिजावर लावलेली नजर एकदाही ढळली नव्हती.

एक तास गेला, मग दोन. जितका पडू शकत होता तेवढा अंधार झाला. लेनिनग्राड खूप मागे पडले असले तरी रशिया आणि फिनलँड यांच्यामधली सागरी सीमा अजून लांबच होती. यास्काने मागच्या बाजूला ठेवलेली दोन एविनरूड्स खाली घेतली आणि स्कार्लेटला रशियन भाषेत काही तरी सांगितले.

''तो म्हणतो आहे थोडा वेळ भरून काढण्यासाठी आपण आऊटबोर्ड इंजिन्स वापरणार आहोत. ती फार आवाज करतात म्हणून किनाऱ्याजवळ किंवा सीमेजवळ त्याला ती वापरायची नसतात. सध्या तासभर वापरायला हरकत नाही.''

त्या जुन्या मच्छिमार बोटीने जरा वेगात पाणी कापायला सुरुवात केल्यावर बाँडला हायसे वाटले. हमीना दीडशे मैल अंतरावर होते. आता त्यांचा वेग पंचवीस नॉट असला तरी यापूर्वी त्याच्या अर्ध्या वेगानेही त्यांनी प्रवास केला नव्हता. सागरी सीमेपाशी पोहोचायला अजून दोन तास तरी लागतील असा त्याचा अंदाज होता.

यास्काने बाँडला चाक पकडायला सांगितले. मोठ्या पिंपामधले इंधन प्रथम ड्रम्समध्ये काढून मग छोट्या कॅन्सनी त्याने इंधनाच्या टाक्यांमध्ये ओतले.

पुन्हा त्याने चाक हातात धरल्यावर बाँड स्कार्लेटशेजारी बाकावर जाऊन बसला. ''कसे वाटते आहे आता?''

"सुरक्षित," ती हळूच हसून म्हणाली. "आणि तुला कसे वाटते आहे?"

"मी एकदम मजेत आहे," बाँडने सांगितले. तो खरेच सांगत होता. "वेगळा चमत्कारिक प्रकाश, समुद्रही सोबत. मला खरंच खूप आनंद होतो आहे."

नंतर कधीतरी यास्काने आऊटबोर्ड इंजिन्स काढून ती पुन्हा त्यांच्या जागेवर ठेवली.

"तो म्हणतो की चाळीस-एक मिनिटांमध्ये तो आपल्याला दुसऱ्या बोटीवर चढवेल. आता पुन्हा शांतता राखायला हवी."

चाकाशेजारचा रेडिओचा माऊथपीस तोंडाशी धरून तो काहीतरी बोलला. थोड्या वेळाने फटाफट काहीतरी उत्तर आले.

माऊथपीस जागेवर ठेवताना त्या खलाशाच्या चेहऱ्यावरची रेषाही हलली नाही. त्याने पुन्हा स्कार्लेटला काहीतरी सांगितले.

"दक्षिणेला आणि उत्तरेला रशियन नौदलाच्या गस्ती नौका आहेत," तिने भाषांतर करून सांगितले. "पण एक नौका तालीनाहून निघालेल्या पण आपला मार्ग बदललेल्या टँकरमागे गेली आहे."

पुढल्या अंधारात एखाद्या भुताळी जहाजासारखी त्यांच्या बोटीसारखीच दिसणारी एक मच्छिमार नौका बाँडच्या नजरेत आली. त्याने पुढे बोट दाखवले. यास्काने नजर वळवली. प्रथमच उन्हा-पावसाने रापलेल्या त्याच्या चेहऱ्यावर हसू उमटले. "बरोबर," तो इंग्लिशमध्ये म्हणाला. "भाऊ माझा."

समुद्रातून वर येणाऱ्या धुक्यामधून दोन्ही बोटी हळूहळू एकमेकींच्या जवळ आल्या. गारवा पडायला लागला होता. स्कार्लेटने आपला स्वेटर चढवला आणि बाँडच्या हातात हात घातला.

बोटी शेजारीशेजारी आल्यावर यास्काने इंजीन अगदी हळू केले. कुठल्याही भूभागापासून दूर आणि रिकाम्या भासणाऱ्या समुद्रात त्या एकमेकींना धक्का देतच उभ्या राहिल्यावर यास्काने एक दोर दुसऱ्या बोटीवर फेकला.

स्कार्लेट उभी राहून बोटीच्या उजव्या बाजूला गेली. यास्काने बोटी डुलत असल्याने तिला हात दिल्यावर तिने त्याला मिठीच मारली. "आभारी आहे. खूप आभारी आहे तुझी," ती म्हणाली.

बाँडने यास्काचा हात हातामध्ये घेतला. "आभारी आहे यास्का."

यास्काने बाँडचा हात काही काळ आपल्या दोन्ही हातांत धरून ठेवला आणि दोघांनी एकमेकांच्या डोळ्यात बघितले.

दुसऱ्या क्षणी बाँड दुसऱ्या बोटीत होता आणि यास्का निघाला होता. त्याने आपली जाळी तयार करायला सुरुवात केली. घरी परत जाताना इतक्या रात्री तो समुद्रावर काय करत होता अशी भलत्याच कुठल्या नौकेकडून चौकशी झाली तर

पटेल असे कारण तरी सांगायला पाहिजे.

स्कार्लेट आणि बाँडने धुक्यात नाहीशा होणाऱ्या बोटीकडे बघत एकदा हात हलवला आणि ते आपल्या प्रवासाच्या शेवटच्या टप्प्याला तयार झाले. यास्काच्या भावाचे नाव वेली होते आणि तो यास्काहून निदान दहा वर्षांनी तरुण दिसत होता. आपल्या छोट्या बोटीवर तो सारखा उत्साहाने इकडे तिकडे हालचाल करत होता आणि त्याचा चेहराही हसरा होता.

आऊटबोर्ड इंजीन सुरू करण्यासाठी त्याने थोडाच वेळ लावला. त्याच्याकडे असलेल्या इंधनाच्या साठ्यामधून इंजिनामध्ये इंधन भरल्यावर त्यांना तीन तासांनी हमीना हे बंदर आणि त्यावरचा पंचकोनी किल्ला दिसायला लागला.

आठ वाजता ते फिनलंडच्या भूमीवर होते आणि दहा वाजता हेलसिंकीला नेणाऱ्या एक्स्प्रेस गाडीमध्ये.

आरसे महाल

पॅरिसमधली ती एक पावसाळी संध्याकाळ होती. रेने मॅथिस आपल्या कार्यालयामध्ये दजिएमला पाठवले गेलेले पोलीस रिपोर्ट चाळत बसला होता. मादक द्रव्यांचा वापर करणाऱ्या माफियाविरुद्धच्या लढाईत काहीतरी नेत्रदीपक विजय मिळवल्याच्या अफवा त्याच्या डिपार्टमेंटमध्ये पसरत होत्या. पण नक्की काय घडले आहे याची पक्की खबर लागत नव्हती.

हिरवा टेलिफोन खणखणला. अगदी धारदार, कर्णकर्कश आवाज. टेलिफोन उचलल्यावर एक गडगडाटासारखा आवाज आला, एक प्रतिध्वनी, मग एक ओळखीचा आवाज.

"तू आहेस कुठे जेम्स?"

"हेलसिंकीच्या विमानतळावर. पॅरिसला यायला निघतो आहे. अर्ध्या तासात माझे विमान निघेल. मी विचार करत होतो की... उद्या रात्री माझ्याबरोबर जेवण घेशील?"

"उद्या? म्हणजे... शुक्रवारी? शुक्रवारी... जेम्स, शुक्रवारी मला नाही जमत. आठवड्याच्या शेवटी पुष्कळ गोष्टी पूर्ण करायच्या असतात. एखादे ड्रिंक घेता येईल पण. एक छानसा बार दाखवतो मी तुला. एखाद्या दिवशी दुपारचे जेवण घेऊ या? तू शनिवार-रविवारी इथे आहेस का?"

"बघायला हवे. लंडन काय म्हणते ते विचारतो. आणि रेने...."

"काय?"

"तिला माझ्याकडून शुभेच्छा सांग."

पॅरिसमधल्या विमानतळावर बाँडने स्कार्लेटला एका टॅक्सीत बसवले. तिच्या कामाच्या ठिकाणी दुसऱ्या दिवशी फोन करण्याचे वचनही दिले. ज्या अनुभवातून ते गेले होते, त्यातून स्वतःला सावरण्यासाठी काही काळ तरी वेगळे राहण्याचा त्यांनी निर्णय घेतला होता. स्कार्लेटला पॉपीची काळजी होती. तिची चौकशी करून तिची काही बातमी मिळते का शोधायचे होते. बाँडलाही विश्रांती हवी होती. झोप हवी होती. तो स्वतः फार थकला होता आणि स्कार्लेट अजून उभी राहू शकते आहे

याचेच त्याला आश्चर्य वाटत होते. त्याची कशालाच हरकत नव्हती.

त्याच्या ओठांवर ओठ टेकवत निरोप घेता घेता ती म्हणाली, "मी तुझ्या फोनची वाट बघेन. माझी निराशा करू नकोस."

"कधीतरी केली आहे का स्कार्लेट?"

ती नकारार्थी मान हलवत असतानाच टॅक्सी निघाली. अंधारात आणि पावसात तो दिसेनासा होईपर्यंत आपल्या मोठ्या बदामी डोळ्यांनी त्याच्याकडे बघत स्कार्लेट हात हलवत होती. ती पूर्ण दिसेनाशी होईपर्यंत बाँड बघत राहिला.

त्याने पुढली टॅक्सी पकडत ड्रायव्हरला नोर्द टर्मिनसला जायला सांगितले. शक्य असेल, तर तो नेहमी रेल्वे हॉटेल्समध्ये मुक्काम करायचा. नोर्दमधील हॉटेल एकदम साधे होते. त्याने हेलसिंकीहूनच रीजन्ट्स पार्कला फोन करून *प्लास वॉन्दोम* मधल्या बँकेमध्ये वायर ट्रान्स्फरने पैसे मिळतील अशी व्यवस्था करून ठेवली होती. दुसऱ्या दिवशी तो ते काढू शकला असता. त्याचा आवाज ऐकताच मनिपेनीला झालेला आनंद ती लपवू शकली नव्हती. सकाळी थोडे उशिरा सुरक्षित फोनवर एम.शी बोलण्यासाठी तिने वेळ राखून ठेवला.

नोर्द टर्मिनसच्या अगदी वरच्या मजल्यावर वेगवेगळे साबण, शाम्पू, शॉवरची सोय असणारी मोठी खोली होती. रूम सर्व्हिसकडून व्हिस्की आणि पिएर मागवून त्याने एक मोठा ग्लास भरून घेतला, स्वच्छ पांढरा टॉवेल कंबरेला गुंडाळून बेडवर आरामात पीत बसला.

मग उशीवर डोके ठेवून गेल्या काही दिवसांत घडलेल्या घटनांची तो मनात उजळणी करत बसला. हेलसिंकीमधला सर्व्हिसेसचा माणूस शोधायला जरा वेळ लागला त्याला. नवीन होता, वीस-एक वर्षांचा असेल नसेल. पण दुपारपर्यंत त्याने वापरता येतील असे दोन पासपोर्ट्स मिळवून दिले होते. आपले ल्यूगर त्याच्या हातात ठेवून ते कशाही तऱ्हेने नाहीसे करण्याची जबाबदारीही बाँडने त्याच्यावर टाकली होती. लंडनमध्ये पोहोचल्यावर नवीन वॉल्थर पी.पी.के. त्याला मिळाले असते.

उद्याचा दिवस मस्त असणार होता. सकाळी इकडेतिकडे वेळ काढत नवीन कपडे घ्यायचे, मग एम.शी बोलायचे, रोतोन्द किंवा दोममध्ये जेवण घ्यायचे आणि दुपारी स्कार्लेटला फोन करायचा. मग आपल्या साध्यासुध्या खोलीत पुन्हा झोप घ्यायची, एखादी फिल्म बघायची आणि रात्री वेफुर किंवा कानेतोसारख्या हॉटेलात जेवण घ्यायचे.

आजच्या रात्रीबद्दल म्हणायचे तर विमानतळावर फिनलंडच्या नोटा बदलून त्याला आज रात्रीही चांगल्या रेस्टॉरन्टमध्ये जेवण घेण्याएवढे पैसे नक्कीच मिळाले होते. पण बाहेर जाण्याची इच्छाच नव्हती. त्याने पुन्हा रिसेप्शनला फोन करून

आम्लेट वगैरे मागवले आणि व्हिस्कीची बाटलीही पाठवायला सांगितली.

मागवलेल्या आम्लेटचा आणि व्हिस्कीचा फडशा पाडल्यावर सवयीप्रमाणे सर्व कपडे काढून तो पांघरुणाखाली शिरला आणि न हलता बारा तास झोपला.

शुक्रवार उत्कृष्ट दिवस उजाडला. स्वच्छ सूर्यप्रकाश होता. बाँड टॅक्सीने वॉन्दोमला निघाला. *र्‍यु द रिवोली*वर त्याने एक राखाडी रंगाचा सूट, काळा विणलेला टाय, तीन शर्ट्स, अंडरवेअर, काळे लोकरी सॉक्स, काळे लोफर्स इत्यादी गोष्टी विकत घेतल्या. दुकानदारालाच व्होल्गाच्या ड्रायव्हरचे कपडे आणि केन मिचेलच्या शूजची विल्हेवाट लावायला सांगितले.

एम.ला फोन करायची वेळ झाली. *र्‍यु द लाख्र सेक*वर नाणी टाकून वापरायचा एक फोन त्याने शोधला. एम.ला करायच्या टेलिफोन कॉलचे पैसे तिकडूनच जातील याची व्यवस्था केली. रीजन्ट्स पार्कमधल्या स्विचबोर्डचा आवाज ऐकल्यावर तो थांबला. मग थोडा खडखडाट झाला आणि सर्व आवाज बंद झाले. नवीन माणसाला फोन कनेक्शन तुटले आहे असाच भास झाला असता. मग खोलातून आल्यासारखा आवाज आला. बोलणे सुरक्षित बनले होते.

"बाँड? अरे आहेस तरी कुठे तू?"

"पॅरिसला सर. मी काल मनिपेनीला तसे बोललो होतो."

"पण पॅरिसमध्ये कशासाठी?"

"एका तरुण स्त्रीला घरी सोडायचे होते सर."

"बरं, ते जाऊ दे. पंतप्रधानांचा फोन आला होता."

"काय म्हणत होते?"

"काय? आता... खरं सांगायचे तर खुशीत होते. फारच खुशीत."

"आश्चर्यच आहे."

"अपूर्वाईची गोष्ट आहे. रॉयल एअरफोर्सने ते एक्रानोप्लेन उडवले. व्ही.सी.१० विमानदेखील लक्ष्यावर न आदळता भलतीकडेच कोसळले."

"हो सर, मी...."

"ते सर्व तू मला लंडनला आल्यावर सांग. हवे तर काही दिवस राहा पॅरिसमध्ये आणि तिथे आहेसच तर नवीन 004ला भेट."

"काय?" बाँडच्या आवाजातच फरक पडला.

"गाढवपणा करू नकोस बाँड. तू लंडनमध्ये होतास तेव्हा आपला आधीचा माणूस पूर्व जर्मनीमध्ये मरण पावला असे सांगितले होते मी तुला."

"मी कुठे भेटायचे आहे त्याला?"

"आज संध्याकाळी सात वाजता 'जॉर्ज फाईव्ह'मध्ये असेल. पाचशे शहाऐंशी

नंबरच्या खोलीमध्ये जा. तुझी वाट बघत असेल. केवळ एक औपचारिक भेट असणार आहे. माझ्यावतीने शुभेच्छा दे आणि बाँड....''

''काय?''

''फेलिक्स लेईटर पिस्टाचिओ बरोबर होता, हे तुला माहीत होते का?''

''फेलिक्स? नाही बुवा. काय झाले?''

''थोडी हाणामारीच झाली. सिल्व्हर नावाच्या माणसाने काहीतरी भानगड निर्माण केली होती.''

''त्याचे मला आश्चर्य वाटत नाही.''

''त्याने फेलिक्सला संपर्क साधण्यापासून अडवले. डबल एजंट वगैरे बनला असावा. आणि वाईट म्हणजे पिस्टाचिओ....''

एम.ने वाक्य अर्धवटच सोडले. अर्थ एकच होता. बाँडने संतापूनच एक शिवी हासडली.

''पॅरिसमध्ये तू थोडा काळ राहा बाँड. लेईटर वॉशिंग्टनला परतण्यापूर्वी पॅरिसला येणार आहे. तुला भेटायला आवडेल त्याला.''

''मी मनिपेनीकडे निरोप देऊन ठेवतो.''

''आत्तापुरते एवढेच बोलायचे होते.''

''आभारी आहे सर.''

रिसिव्हर खाली ठेवून तो नदीच्या दिशेने चालायला लागला. दारियुश चांगला माणूस होता. इस्तंबूलमधला डार्को करीम आणि पूर्वीच्या इतर काही माणसांसारखाच. आणि या व्यवसायातल्या धोक्यांची जाणीवही त्याला नेहमीच होती.

बाँडने त्याचे विचार मनातून काढून टाकण्याचा प्रयत्न केला. त्याच्या खिशात फ्रँक्सच्या अनेक नवीन नोटा होत्या. रस्त्यांवरची स्वस्त चित्रे, शहराची आठवण देणाऱ्या वस्तू, जुनी पुस्तके बघत तो वेळ काढत फिरत होता. हिरवा रंग फासलेल्या, कुलूप लावलेल्या या लाकडी फळ्यांच्या स्टॉल्सच्या आतमध्ये इतका माल भरतात तरी कसा याचे त्याला नेहमी कोडे पडे. तो रस्त्यावर मांडला गेल्यावरच त्याचा अंदाज येई. आयफेल टॉवरची एक छोटी प्रतिकृती हातामध्ये घेऊन तो ती फिरवत होता. स्कार्लेटसाठी एखादी भेटवस्तू घ्यावी का? उद्या संध्याकाळपर्यंत ते करायला वेळ होता म्हणा.

त्याने मनिपेनीसाठी एक पोस्टकार्ड घेतले आणि त्यावर मजकूर लिहिण्यासाठी ऱ्यू दे *बोरदोन*वरच्या एका पेव्हमेन्ट कॅफेमध्ये तो शिरला. त्याने अमेरिकानोची ऑर्डर दिली. कंपारी, पिएर, लिंबाची फोड वगैरे घातलेले एक कॉकटेल. त्याला ते खूप आवडत होते, म्हणून नाही तर फ्रेंच कॅफे ही काही दारू पीत बसायची जागा नव्हती म्हणून.

आश्चर्य म्हणजे ते आवडले त्याला. काही नाणी टेबलावर ठेवून उठेपर्यंत त्याचा सर्व थकवा पळाला होता. *पाँ नफ*जवळ पुन्हा नदी पार करून सावकाश दोमपर्यंत चालत जायचा त्याने विचार केला. त्याला अजून बराच वेळ काढायचा होता.

अर्धा ब्रिज पार करता करता शंभर एक यार्ड अंतरावरची मिसिसिपी पॅडल स्टीमर त्याच्या नजरेत भरली. *हकलबेरी फिन*-पॅरिस शहराला एक महिना वापरण्यासाठी उसनी दिलेली... स्कार्लेट बरोबर पहिल्या वेळी जेवण घेतल्यानंतर हीच स्टीमर त्याने *इल साँ लुई*वर बघितली होती. उत्साही पर्यटकांनी डेकवर गर्दी केली होती. पट्ट्यापट्ट्यांचे ब्लेझर आणि पांढऱ्या पॅन्ट्स चढवलेली माणसे पुढल्या भागात बॅन्ड वाजवत होती. त्याने घड्याळाकडे बघितले. एवढ्यात त्याला दुसरे काही काम करायचे नव्हते.

डाव्या बाजूच्या किनाऱ्याशी स्टीमर थांबल्यावर पायऱ्या उतरून तो नदी काठावर पोहोचला आणि तिकीट घेऊन गँगप्लॅन्कवरून वर चढला. स्टीमरच्या पुढल्या बाजूला अनेक सीट्स मोकळ्याच होत्या. तो एकटाच एका बाकावर बसला. स्वच्छ सूर्यप्रकाशाने हवेत थोडा उबदारपणा होता. लाकडी बाकावर जितक्या आरामात बसता येईल तसा तो सरकून बसला. डोळे मिटून घेऊन आजची संध्याकाळ त्याच्यासाठी काय घेऊन येणार आहे, असा विचार करायला लागला. बोट हळूहळू पुढे सरकत होती. अंगावरची उन्हाची तिरीप जाऊन सावली पडल्यासारखा भास झाला आणि त्याची तंद्री भंग पावली. त्याने डोळे उघडले. एक उंच, काळी दाढी असलेला माणूस त्याच्यासमोर उभा होता. त्याच्या अंगाच्या कातडीचा रंग बघता दाढी फारच काळी आहे असा त्याच्या मनात विचार आला. विचित्र आणि अनोळखी व्यक्ती वाटली तरी डोळ्यांकडे नजर जाताच ओळख पटली. चूक होणारच नाही. अत्यंत एकाग्र आणि भाजून काढेल अशी तिखट नजर. त्या माणसाला जशी काही भीती वाटत होती की, इतर माणसे त्याच्या शुद्ध आणि पवित्र कार्यात अडथळा आणण्याचा प्रयत्न करतील.

त्याच क्षणाला लाकडी बाकाच्या मागून एक धातूची नळी पाठीच्या खालच्या मणक्याला टेकली.

"मी तुझ्या शेजारी बसलो तर तुझी काही हरकत नाही ना?" गॉर्नरने विचारले. "माझे वेषांतर पोरकट आहे खरे, पण काय करणार? या क्षणी नको तितका माझा चेहरा इतरांच्या ओळखीचा झाला आहे. वर्तमानपत्रे फार आगाऊपणा करतात."

"पण तू मला कसे काय शोधून काढलेस?"

गॉर्नरच्या तोंडातून रेकल्यासारखा आवाज आला. बहुधा ती त्याची हसण्याची पद्धत असावी. "माझ्या एका फॅक्टरीच्या बाबत प्रश्न निर्माण झाला याचा अर्थ एका

रात्रीत मी संपलो असा होत नाही बाँड. माझी माणसे लंडनमध्ये आहेत. पॅरिसमध्ये आहेत. माझे मॉस्कोशीदेखील संबंध आहेत. विमान जेव्हा झ्लातूस्त-३६ वर पोहोचले नव्हते तेव्हा मी शाग्रिनला विमानाने मॉस्कोला पाठवून डोळे उघडे ठेवून नीट नजर ठेवायला सांगितली. तू आणि ती पोरगी लेनिनग्राडला निघाला आहात असे मला कळले. तू तरी घराकडे पळ काढण्याशिवाय दुसरे काय करणार होतास म्हणा? नौशारमध्ये माझ्या माणसांना तिच्या हॅन्डबॅगमध्ये बिझिनेस कार्ड्स मिळाली. तेव्हा ती कुठली आहे हे कळले. तुम्ही लंडन किंवा पॅरिसला पोहोचायचा प्रयत्न करणार हे आम्हाला ठाऊक होते. दोन्ही विमानतळांवर माझ्या माणसांची नजर होती. तुम्ही उतरल्यापासून त्यांची पाळत आहे. पण मला खात्री होती की तू त्या पोरीच्या मागे पॅरिसला येणार. त्यामुळे मी प्रथम इथेच आलो.''

''तुला आता काय हवे आहे?''

''तुला ठार मारायचे आहे बाँड. बस काही मिनिटांत बँडचा ढणढणाट सुरू होईल. सायलेन्सर लावलेल्या पिस्तुलाचा आवाज कुणालाही ऐकू येणार नाही.''

गॉर्नरने मागे बघितले. घडी केलेल्या रेनकोटमध्ये सायलेन्सर लावलेले पिस्तूल लपवून मारेकरी वाकून उभा होता.

''त्याचे नाव हाशिम आहे,'' गॉर्नरने स्वत:च सांगितले. ''त्याच्या भावाबरोबर मी पूर्वी काम केले आहे. पण ती वेगळी कथा आहे.''

''तुझ्या वाळवंटामधल्या फॅक्टरीचे काय झाले?''

''सॅवाक,'' गॉर्नरच्या तोंडातून फाटकन शब्द आला. ''त्यांच्या अमेरिकन आणि ब्रिटिश मित्रांकडून माहिती मिळाल्यावर पर्शिअन गुंडांना शेवटी माझ्या फॅक्टरीचा पत्ता लागला. सैन्याने बंद पाडली ती.''

''काही रक्तपात झाला का?''

''विशेष नाही. मी माझ्या स्टाफला सहकार्य करायच्या सूचना दिल्या होत्या. मी तोपर्यंत पॅरिसला आलो होतो.''

''आणि तिथल्या कामगारांचे काय झाले?''

''मादक द्रव्यांच्या आहारी गेलेली माणसे ती. काय माहीत त्यांचे काय झाले ते? कुणाला पर्वा आहे त्यांची? गेले असतील आपापल्या गटारांमध्ये परत.''

क्लॅरिनेट वाजवणारा वादक स्टॅन्डवरची म्युझिकची पाने उलटायला लागलेला बाँडला दिसला. ड्रमर आपल्या स्टुलावर बसायच्या तयारीत होता.

मग त्याने गॉर्नरकडे बघितले. हातमोजा घातलेला डावा हात उजव्या हातावर धरत दोन्ही हात त्याने आपल्या मांडीवर ठेवले होते.

''तुला संगीत आवडते बाँड?'' गॉर्नरने विचारले. ''कोणत्याही क्षणी ते सुरू होईल आता. आपल्या कट्टर शत्रूला यातनामय किंवा डोळ्यात भरेल असा मृत्यू

देणाऱ्या मूर्खांमधला मी नाही. तुझ्यासारख्या फडतूस ब्रिटिश माणसासाठी सरळ एक गोळी खूप झाली.''

''सिल्व्हर तुझ्यासाठी काम करत होता?'' बाँडने विचारले.

''कोण?''

''कारमेन सिल्व्हर. जनरल मोटर्सचा माणूस. मी ऐकले आहे की खऱ्या सी.आय.ए.ला त्याने तुझ्याविरुद्ध काही पावले उचलू दिली नाहीत.''

''त्याला रशियन्सनी ब्लॅकमेल केले असेल,'' गॉर्नर म्हणाला. ''किंवा त्याला वाटले असेल की अमेरिकेचे हित कशात आहे हे त्याला त्याच्या वरिष्ठांपेक्षा जास्त कळते.''

''तसेही असेल,'' बाँड म्हणाला. ''किंवा त्याची खरी तर लायकीच नसेल.''

''तशी माणसे नेहमीच या जगात असणार बाँड. कंडक्टर परत येतो आहे. हाशिमला निग्रोंचे संगीत खूप आवडते.''

पट्ट्यापट्ट्यांचा ब्लेझर चढवलेल्या कंडक्टरने आपल्या बारा जणांच्या बँडवर एकदा नजर फिरवली. हसून प्रत्येकाला खूण केली. गॉर्नरचे लक्ष उत्सुकतेने त्याच्यावर खिळले होते. बाँडचा काटा काढायला तो अगदी आतूर झाला होता. समोरच्या म्युझिक स्टॅन्डवर हळूच एकदा आपटण्यासाठी कंडक्टरने हातामधले बॅटन वर उचललेले दिसताच बाँडने गॉर्नरचा डावा हात पकडून एका क्षणात त्याचा हातमोजा खेचून काढला.

वाळवंटामधल्या त्याच्या लाल रंगाच्या ऑफिसमध्ये बाँडच्या ध्यानात आले होते की, गॉर्नरचे शारीरिक व्यंग ही एकच गोष्ट त्याची एकाग्रता भंग करू शकते.

एका हाताने बाँडने तो पांढरा हातमोजा समोर भिरकावला आणि तो जवळजवळ कंडक्टरच्या पायांशीच जाऊन पडला. त्याच वेळी गॉर्नरचा हात उंच पकडून इतर प्रवाशांनी तो बघावा म्हणून वर उन्हामध्ये धरला. आपला हात सोडवून घेण्यासाठी गॉर्नरने बाँडवर उडी घेतली. त्याने उडी घेताच गॉर्नरच्या दंडाला हिसडा देऊन त्याने त्याला आपल्या शरीरावरच खेचले आणि त्या धक्क्याने त्याच्या पाठीला टेकवलेले पिस्तूल बाजूला सरकले. आपल्याच मालकाला गोळी लागेल या भीतीने तो खुनी क्षणभर तरी गोंधळला आणि बाँडने त्याच्या तोंडावरच दुसऱ्या हाताने फटका हाणला, केस धरून त्याचे डोके दाणकन बाकावर आदळले. आपल्या उजव्या हाताने गॉर्नरला खाली डेकवर ढकलले. गॉर्नरने रांगतच आपला हातमोजा शोधण्याचा प्रयत्न सुरू केला. डाव्या हाताने हाशिमच्या चेहरा बाकावर आपटताना सायलेन्सर लावलेल्या पिस्तुलातली गोळी सुटली आणि त्याच्या पायाजवळच डेकमध्ये घुसली. बाकावरून उडी घेत बाँडने दोन्ही हातांमध्ये हाशिमच्या उजव्या हाताचे मनगट पकडले. पुन्हा एक गोळी सुटली आणि वरच्या कॅनव्हासच्या आच्छादनात घुसली.

काय चालले आहे हे लक्षात येताच प्रवाशांमध्ये एकच गोंधळ उडाला. स्टीमरच्या नोकरवर्गांपैकी दोघे जण बाँड आणि हाशिमच्या दिशेने धावत निघाले. तोपर्यंत बाँडने हाशिमचा दंड मागे घेऊन तो पिळवटायला सुरुवात केली होती. ते दोघे जण जवळ येईपर्यंत त्याच्या कोपराचे हाड मोडले. कॅप्टनने धोक्याचा इशारा सुरू करताच बँड वाजवणे थांबले. हाशिम मोठ्याने किंचाळला आणि त्याच्या हातामधले पिस्तूल डेकवर पडले. बाँडने ते उचलले आणि पुढल्या दिशेने धाव घेतली.

कॅप्टनने इंजिने बंद केली तेव्हा *हकलबेरी फिन* एका कमी उंचीच्या पुलापाशी पोहोचत होते. आपला पांढरा हातमोजा शेवटी एकदा गॉर्नरच्या हाताला लागला आणि त्याने तो हातावर चढवला. कॅप्टन आणि पायलट, बंद अशा व्हीलहाउसमध्ये उभे होते. गॉर्नर व्हीलहाउसवर चढला. जवळ येणाऱ्या पुलाच्या विटांच्या भिंतीवर लोखंडी गजाच्या पायऱ्या बांधल्या होत्या. हे सर्व बाँडच्या लक्षात येईपर्यंत गॉर्नर त्या छोट्या पुलावर चढायलाही लागला होता. इंजिने बंद असलेली *हकलबेरी फिन* पुलाच्या कमानी खालून सरकत असताना बाँडने शेवटची लोखंडी पायरी पकडली. हाशिमचे पिस्तूल कंबरपट्ट्यात खोचून बाँड डझनभर पायऱ्या चढत पुलाच्या भिंतीवर पोहोचला. गॉर्नर तोपर्यंत चार लेन्सची वाहतूक पार करून उजव्या किनाऱ्याच्या दिशेने धावत सुटला होता.

संतापलेले ड्रायव्हर्स जोराजोरात हॉर्न वाजवत असताना अंगावर येणाऱ्या गाड्यांमधून धावत बाँड मधल्या छोट्या ट्रॅफिक आयलंडवर पोहोचला आणि पाय फाकवून त्याने एक गोळी गॉर्नरवर मारली. ती गॉर्नरच्या मांडीत घुसली आणि तो किंचाळला.

बाँड तसाच पुढल्या लेन्समधून जाणाऱ्या गाड्यांमध्ये घुसला आणि पलीकडे पोहोचला. पुन्हा इंजिने सुरू करून स्टीमर निघाल्याचे आवाज बाँडच्या कानांवर पडले.

बाँड गॉर्नरच्या दिशेने पळत सुटला आणि त्याला दिसले की मांडीत गोळी घुसूनही गॉर्नर थांबला नव्हता. रक्त वाहत असताना तो पुन्हा पुलाच्या भिंतीवर चढलेला होता. बाँड उभा राहिला आणि त्याने आपले पिस्तूल गॉर्नरच्या छातीवर रोखले.

"तो आनंद मी तुला मिळू देणार नाही इंग्लिशमन," गार्नर धापा टाकत उद्गारला. त्याची खोटी दाढी अर्धी सुटलेली होती.

बाँड काळजीपूर्वक गॉर्नरवर नजर रोखून होता. तो बहुधा दुसरे एखादे पिस्तूल आपल्यावर रोखणार आहे अशी बाँडची अपेक्षा होती. पण गॉर्नर काही न बोलता वळला आणि खाली उडी टाकून बाँडच्या नजरेआड झाला. बाँड धावतच भिंतीजवळ

पोहोचला आणि खाली वाकून बघायला लागला. गॉर्नर अजून जिवंत होता आणि खालच्या मातकट रंगाच्या पाण्यात धडपडत होता.

*हकलबेरी फिन*च्या कॅप्टनच्या मनात कुठे तरी, घाईघाईने एकदा सर्व प्रवाशांना उतरवून पोलिसांना खबर द्यायचा विचार आला असावा. त्याने वळवलेली स्टीमर पुन्हा एकदा त्या छोट्या पुलाखालून पुढे निघाली होती आणि त्या स्टीमरच्या मार्गातच जखमी झालेला गॉर्नर पाण्यामध्ये हात मारत होता.

जागेवरून हलू न शकणाऱ्या गॉर्नरच्या खालून फिरत आलेले एक मोठे पॅडल वर येताना आपल्या दातांवर त्याला उचलून घेऊन वर आले, पॅडलबरोबर फिरवत पुन्हा पाण्याखाली घेऊन गेले. आ वासून बाँड बघत असताना गॉर्नर दुसऱ्या वेळेला पाण्याखालून वर उचलला गेला आणि गोल फिरत पुन्हा पाण्याखाली पोहोचला. पॉपीच्या रंगाचा एक लाल डाग नदीच्या पृष्ठभागावर दिसला. स्टीमरच्या कॅप्टनला काय घडते आहे याची कल्पनाच नव्हती. त्याने इंजिने जोरात सुरू केली असावी कारण भर वेगाने स्टीमर पुढे निघाली. गॉर्नरचे पॅडलच्या दात्यांमध्ये अडकलेले शरीर तिसऱ्यांदा वर आले आणि पॅडलमध्ये उलटे सुलटे आदळत खाली नाहीसे झाले.

पुन्हा बँड वाजायला लागला. चौथ्या वेळी पॅडल्स फिरताना गॉर्नर दिसला नाही. एक पांढरा हातमोजा पाण्यातून वर आला आणि कमळासारखा तरंगायला लागला. काही सेकंद वर खाली होता होता पाण्याने भरला आणि बुडाला.

पोलीस येऊन पोहोचण्यापूर्वी बाँडने स्कार्लेटच्या ऑफिसमध्ये कसाबसा एक टेलिफोन करून निरोप ठेवला – 'क्रिलॉन हॉटेलची लॉबी, उद्या साडेसहा वाजता.' सगळी दुपार काय घडले ते त्यांना समजवण्यात गेली. आत्महत्या? विचित्र अपघात? पाच वाजता बाँडने त्यांना रेने मॅथिसला फोन करायला लावला. त्याने आनंदाने पोलिसांची बाँडबद्दल खात्री पटवली.

सगळी कागदपत्रे तयार होईपर्यंत साडेसहा वाजले. तो आणि मॅथिस मोकळे झाले.

"मला यायला नक्कीच आवडेल... पण मी..." मॅथिसचे लक्ष घड्याळाकडे होते.

"मलासुद्धा," बाँड म्हणाला. "पण प्रथम काम."

"सोमवारी दुपारी आपण एकत्र जेवण घेऊ," मॅथिस शेवटी म्हणाला. "*र्‍यु द्यु शेर्श मीदी*वरच्या मागच्या वेळी गेलो होतो त्याच हॉटेलमध्ये."

"मग तिथे एक वाजता भेटतो तुला," बाँडने आश्वासन दिले.

हात मिळवून ते आपापल्या मार्गाला लागले. बाँडने एका टॅक्सीला हात केला.

एक काळी सिट्रॉन-डी.एस. – शॉन्जेलिझेच्या गर्दीच्या रस्त्यांवरूनही तिने त्याला सहज 'जॉर्ज फाईव्ह' वर पोहोचवले. संगमरवरी विशाल लॉबी पार करत असताना सातला पाच मिनिटे कमी होती. लॉबीमध्ये काचेच्या मोठमोठ्या फुलदाण्यांमध्ये लिलीची फुले ठेवली होती.

"खोली नं. ५८६," त्याने क्लार्कला सांगितले.

अगदी खालच्या आवाजामध्ये त्याने टेलिफोनवर बोलणे केले.

"तुमची वाटच बघत आहेत सर. एलिव्हेटर त्या बाजूला आहे, डावीकडे."

या भेटीसाठी हे हॉटेल निवडणे म्हणजे... एलिव्हेटरमधले पाचव्या मजल्यावरचे बटण दाबताना बाँडच्या मनात विचार येत होता. याच ब्रिटिश राजाने संबंध सुधारले होते. आता ही भेट किती मनमोकळी होईल? बहुतेक सर्व शून्य-शून्य एजंट्सना तो नावांनी तरी ओळखत होता, नाहीतर त्यांना बघितले तरी होते. सुरक्षिततेच्या कारणास्तव त्यांचा आपापसात कमीतकमी संबंध येईल अशीच काळजी घेतली जाई.

कॉरिडॉरमधल्या मऊ गालिच्यावरून चालत खोली नं. ५८६कडे जाताना बाँड विचार करत होता की, कामाचे पहिले काही महिने तसे कुणालाही कठीणच जातात. म्हणून तो स्वत: जास्तीतजास्त सभ्यपणानेच वागणार होता. त्याने दारावर टकटक केली. आतून उत्तर आले नाही.

त्याने हॅन्डल फिरवले. कुलूप लावलेलेच नव्हते. दार आतल्या बाजूला उघडले. खोलीमध्ये तसा काळोखच होता. प्रत्येक बाब नेहमी त्यांच्या मनावर बिंबवल्यासारखीच होती. जो काही प्रकाश होता तो त्याच्या डोळ्यांवर पडत होता. बाकी खोली अंधारातच होती. पण मागे वळून दार बंद करताना आपल्या नजरेस कोण पडणार आहे याची बाँडला पक्की खात्री पटली होती. न वळताच तो उद्‌गारला, "हॅलो स्कार्लेट".

"हॅलो जेम्स. आपली एक दिवस आधीच भेट झालेली दिसते."

काळोख्या कोपऱ्यातल्या खुर्चीमधून ती उठली. दिवा त्याच्या चेहऱ्यापासून दूर घेत तिने पॅनेलवरचा स्विच दाबला. खोलीभर नेहमीसारखा सौम्य प्रकाश पसरला.

तिने बिनबाह्यांचा काळा ड्रेस घातला होता. काळे स्टॉकिंग्ज आणि साधा सिल्व्हर नेकलेस. रोममध्ये प्रथम मिसेस लारिसा रोस्सी या नावाने भेटताना जशी लालचुटुक लिपस्टिक लावली होती तशीच लिपस्टिक आताही तिने लावली होती. स्वच्छ चमकदार केस उघड्या खांद्यांवर रुळत होते.

पण तरीही तिला ओळखायला लागल्यापासून आज प्रथमच ती अत्यंत बेचैन वाटली आणि घाबरलेली.

"सॉरी जेम्स," अत्यंत अस्वस्थपणे त्याच्या दिशेने एक पाऊल टाकत ती

म्हणाली. ''पण मला तुझ्या प्रेमात पडायचे नव्हते.''

बाँड हसला. ''ठीक आहे.''

''पण... तुला कधी कळले?'' तिच्या आवाजात खूप काळजी होती. तिला जशी काही भीती वाटत होती की, ज्याच्यावर प्रेम केले त्या व्यक्तीला ती गमावून बसणार आहे.

बाँडने एक सुस्कारा टाकला. ''या खोलीमध्ये पाऊल ठेवले तेव्हाच. पण खरे तर पहिल्यापासूनच.''

''नक्की केव्हा?''

''दोन्ही खरं आहे.''

आणि बाँड इतका हसायला लागला की, त्याला हसणे थांबवता येईना. गेल्या कित्येक दिवसांमधल्या चिंता – काळज्या आणि मनावरचा ताण या गोष्टी जशा काही वाहून गेल्या.

एक मोठा श्वास घेऊन त्याने स्वतःवर ताबा मिळवला, ''मला वाटते नौशार इथल्या हँगरमध्ये तू इलेक्ट्रिक केबलच उडवलीस तेव्हापासून... तेव्हा मला संशय आला होता.''

''आधीचा आठवडा दोन वॉल्थर्स घेऊन मी रेन्जवर सराव केला होता. माझी नजर बसली होती. मला क्षमा करणार ना तू?''

''माहीत नाही. अजून तरी माहीत नाही मला.'' सोफ्यावर बसून बाँडने सिगारेट पेटवली. दोन्ही पाय कॉफी टेबलवर ठेवून तो आरामात बसला. ''कारण त्या आधी मला स्वतःलाच क्षमा करायला हवी. तू कितीतरी धागेदोरे माझ्या हातात दिले होतेस. बोटयार्डमध्ये तू लपलीस तेव्हा तुझी सावली कुठे पडलेली दिसली नाही. नौशारमध्ये मी तुझे चुंबन घेतले तेव्हा तू किती ताजीतवानी आणि टवटवीत वाटली होतीस. लिली ऑफ दी व्हॅलीचा काय सुरेख वास येत होता तुझ्या अंगाला. त्या वेळी तू म्हणे तेहरान विमानतळावरून गरम झालेल्या गाडीतून परस्पर तिथे आली होतीस.''

''तुझ्यासाठी मला छान राहायचे होते. खरं तर मी तेव्हा नौशारमध्ये येऊन एक दिवस झाला होता. अरे देवा, जेम्स मला लाज वाटते आहे. मला अजिबात फसवायचे नव्हते तुला. फक्त....''

''एम.ने कशासाठी पाठवले होते तुला?''

''डब्बल-ओ एजंट म्हणून माझ्यावर सोपवलेली ती पहिली कामगिरी होती. त्याला वाटले की मला एखादे वेळी मदतीची गरज भासेल. पहिल्याच वेळी मला भलत्याच कामगिरीवर पाठवायची त्याची इच्छा नव्हती.''

''आणि मलाही मदतीची आवश्यकता पडेल असे वाटले असेल त्याला,''

बाँडच्या स्वरात पश्चात्ताप होता.

"एवढ्याचसाठी की एका माणसाला अनेक ठिकाणी लक्ष ठेवणे शक्य होणार नव्हते. शिवाय... शिवाय टोकिओमध्ये आणि... फार वाईट अनुभव आले होते तुला."

स्कार्लेटने आणखी एक पाऊल पुढे टाकले. तिचा नाजूक स्पर्श त्याच्या हाताला जाणवला. "आणि जेम्स, शेवटी आपण फार चांगली कामगिरी केली आहे. नाही का?"

"आणि ज्या तऱ्हेने तू पॅराशूट चढवलास," बाँड म्हणाला. "ट्रेनिंगशिवाय लोकांचा किती गोंधळ उडतो. काही करता येत नाही."

"सॉरी जेम्स. मला तशाच आज्ञा होत्या. एम.ला माहीत होते की तुला आधीच कळले तर तू मला घेऊन जायला तयारच झाला नसतास. पण त्याला तू परत यायला हवा होतास. त्याला गरज आहे तुझी."

"तरीच माझ्याशी बोलताना तो काहीतरी लपवून ठेवतो आहे असे मला सारखे वाटत होते. आणि पॉपी?"

"प्रत्येक माणसाच्या मनात घर करून राहणारी एक विलक्षण कल्पना जेम्स, जुळे अपत्य."

"आणि जन्मखूण कशी काय उमटवलीस?"

"चहा, डाळिंबाचा ज्यूस."

"आणि दोघींचे वेगवेगळ्या रंगांचे डोळे?"

"तेदेखील लक्षात आले होते तुझ्या? या गोष्टी पुरुषांच्या लक्षात येतील असे वाटलेच नव्हते मला. रंगीत कॉन्टॅक्ट लेन्सेस."

"अशा गोष्टी विकत मिळतात हे माहीत नव्हते मला."

"नाही मिळत. क्यू सेक्शनने त्या माझ्यासाठी बनवून दिल्या. वेगळ्या असणाऱ्या जुळ्यांच्या कथेला दुजोरा देणारी गोष्ट. आयडेन्टिकल ट्विन्स असतो, तर डोळ्यांचा रंगही एकसारखा असता."

"आणि मॉस्कोमध्ये दुपारी नक्की काय करत होतीस? म्हणजे तू वकिलातीत गेली आहेस असा माझा समज करून दिला होतास तेव्हा."

"मी दुसऱ्या एका पार्कमध्ये जाऊन तुझ्या नजरेस पडणार नाही एवढी काळजी घेतली. शेवटपर्यंत कथा चालू ठेवणे आवश्यक होते मला."

बाँड मनापासून हसला. "तू एक ग्रेट ॲक्ट्रेस आहेस खरी. तू त्या वेळी तुझ्यासारखीच वागत होतीस, ...आणि तरी नाहीही म्हणा. मिसेस रोस्सी लारिसा."

"माहीत आहे मला. पंचवीस वर्षांची असताना दोन वर्षे स्टेज स्कूलमध्ये मी शिकलेली आहे. हे काम मिळवण्यासाठी मदत झालेली एक गोष्ट आणि रशियन

भाषा बोलता येत होती.''

''आपण पॉपीला सोडून जाणार आहोत असे सांगितल्याबरोबर तू कोठडीत माझ्याकडे पाठ फिरवली होतीस. खोटे खोटे हुंदके देत रडताना तुझा चेहरा मला दिसू नये म्हणून.''

स्कार्लेट इतकी जवळ उभी होती की तिचा गंध त्याला जाणवला आणि गेरलेन या परफ्यूमचा अस्पष्टसा सुगंध. तिचे पाण्याने डबडबलेले डोळे त्याच्या डोळ्यात बघत होते.

पण अजून त्याला माघार घ्यायची नव्हती. तो उभा राहिला आणि सिगारेट विझवून खिडकीजवळ गेला. ''एम. विचार तरी कसला करत होता?''

''मी सांगितले तुला,'' स्कार्लेट निराशेने म्हणाली. ''तू परत यावास अशी त्याची इच्छा होती. माझ्या आधीचा माणूस मरण पावला होता. ००९चा मानसिक समतोल ढासळायला लागला आहे, अशी त्यांना शंका वाटायला लागली होती. तुझा अनुभव आणि तुझी ताकद यांची एम.ला गरज होती. पण तुझ्याकडे तशी इच्छाशक्ती अजून आहे का याची त्याला खात्री वाटत नव्हती.''

''हे सर्व आजपर्यंतच्या प्रथांना सोडून वागणे आहे. त्याने तुला किती माहिती दिली होती? गॉर्नरबद्दल तुला माझ्यापेक्षा जास्त माहिती कशी होती?''

''बहुतेक सर्व मीच बनवलेल्या गोष्टी. माझी कथा मीच बनवायची मला एम.ने मुभा दिली होती. तो म्हणाला त्याला काही माहीत होण्याचीही गरज नाही. तू फक्त यात ओढला जाणे आवश्यक होते. मग तुझ्यावाचून माझे चालणारच नाही अशी त्याची खात्री होती. खरे बोलला होता तो.''

''आणि माझे वर्मस्थानही त्याने तुला सांगितले असणारच.''

''स्त्रिया? ते तर सर्वांनाच माहीत आहे. फेलिक्सने मला पहिली गोष्ट तीच सांगितली होती. तुझ्याबद्दल स्मेर्शकडे जी माहिती आहे त्यातसुद्धा या गोष्टीचा वर्मस्थाने या हेडिंगखाली समावेश केला आहे म्हणे. असे मला सांगितले तरी होते.''

स्कार्लेटच्या चिंताग्रस्त चेहऱ्याकडे बघत बाँडने विचारले, ''गॉर्नर आणि तुझ्या वडिलांबद्दल ज्या गोष्टी तू मला सांगितल्या होत्यास त्यातल्या किती खऱ्या होत्या?''

''काही. प्लीज जेम्स....''

''म्हणजे किती?''

''माझे वडील तो ऑक्सफर्डला असताना तिथे शिक्षक होते, ही गोष्ट सत्य आहे. पण ते संगीत शिकवायचे. तो काही गॉर्नरचा खास विषय नव्हता. ते गॉर्नरला ओळखतही नव्हते.''

"आणि ब्रिटनबद्दलचा त्याचा द्वेष?"

"त्याची सुरुवात कशी झाली ते मला माहीत नाही. पण ब्रिटिशांविरुद्ध तो बडबडायला लागला तेव्हा मला मनामध्ये खूप आनंद झाला."

बाँडने एकदा मोठ्याने श्वास घेतला. ऐश्वर्यी थाटाच्या हॉटेलरूममध्ये काळा मखमली पोशाख घालून उभ्या असलेल्या स्त्रीकडे बघितले. तिच्या डोळ्यांत असलेल्या दुःखाच्या व्याकूळ भावनांनीच तिचे सौंदर्य या क्षणी निष्प्रभ वाटत होते. दोघांनी मिळून किती भयंकर परिस्थितीत गेले काही दिवस काढले होते याची त्याला आठवण झाली. एकाही प्रसंगात ती डगमगली नव्हती की त्याच्या विश्वासाला तिने तडा जाऊ दिला नव्हता. त्याने तिच्या दिशेने पाऊल उचलले आणि तिचे ओठ थरथरायला लागले. रोममध्ये लारिसा रोस्सीचे थरथरायला लागलेले त्याने बघितले होते तसेच.

इतर गोष्टी किती खऱ्या आहेत किंवा खोट्या आहेत हे सोडून दिले तर एक गोष्ट त्याला माहीत होती. या मुलीचे त्याच्यावर खरेखुरे प्रेम जडले होते. त्याने हात पुढे करून तिला मिठीत घेतले. तिने एक निःश्वास सोडून आपले ओठ घट्ट त्याच्या ओठांवर टेकले. तिच्या पोशाखावर त्याचे हात तिच्या कंबरेपर्यंत घसरले आणि थोड्या धुसमुसळेपणानेच त्याने तिला जवळ खेचले.

मिनिटभराने बाँड म्हणाला, "आता आपण जेवण मागवणार आहोत. जसे आपण ठरवले होते तसेच".

स्कार्लेटने टेलिफोन उचलला. तिच्या डोळ्यांच्या कोपऱ्यात अश्रू उभे असले तरी चेहऱ्यावर सुटकेचे भाव होते. "आपण एग्ज बेनेडिक्ट नाही मागवले तर चालेल का?"

"फक्त या एकाच वेळी. पण प्रथम मला एक खरेखुरे ड्रिंक हवे आहे. मार्टिनीचा जग."

स्कार्लेटने भराभरा ऑर्डर द्यायला सुरुवात केली. "शातो बाताये, कुठल्या वर्षाची हवी तुला?"

"पंचेचाळीसची चालेल."

"ते पाठवत आहेत ती. जेवण अर्ध्या तासात येईल."

"चालेल," बाँड म्हणाला. "तेवढा वेळ खूप झाला. आता इकडे ये."

खोलीमधल्या अनेक कपड्यांच्या कपाटांवर आरसे बसवलेले होते. संगमरवरी शेकोटीच्या वरच्या भिंतीवरसुद्धा आरसा बसवलेला होता. स्कार्लेट कपडे काढत असताना बाँड बघत होता. प्रथम मखमली काळा ड्रेस, मग स्टॉकिंग्ज, मग काळे अंडरवेअर. चार-आठ-सोळा-स्कार्लेटच्या अनंत प्रतिमा सौम्य अशा प्रकाशात त्याला दिसत होत्या.

“फेलिक्स लेईटरचा एक बॉस म्हणतो त्याप्रमाणे आपण आरशांच्या जंगलात आहोत.”

त्याचे हात स्कार्लेटच्या विवस्त्र शरीरावरून फिरायला लागले आणि कित्येक दिवस दाबून ठेवलेल्या त्याच्या भावना अनावर झाल्या....

जेवण आले तेव्हा स्कार्लेट बाथरूममध्ये होती. मार्टिनीचा ग्लास घेऊन बाँड तिथे पोहोचला.

“आणि तुझ्यासाठी मी हे आणले आहे,” खिशातून फ्लॉरिस गार्डेनिया बाथ एसेन्सची बाटली काढत तो म्हणाला.

स्कार्लेटने हसत काही थेंब पाण्यात उडवले. “सगळे आपण ठरवले होते तसेच घडते आहे.”

बर्फासारख्या थंडगार मार्टिनीचा ग्लास रिचवत बाँडने समाधानाने एक नि:श्वास टाकला आणि रूम सर्व्हिसची ट्रॉली बेडजवळ सरकवली. स्वत:चे सगळे कपडे उतरवले आणि बाथरूमच्या दारावरचा पांढरा रोब चढवला.

गुबगुबीत उशांवर रेलून त्याने चेस्टरफिल्डचा धूर आतपर्यंत ओढला आणि सोडून दिला. स्कार्लेटने कबूल केल्याप्रमाणे विवस्त्रावस्थेत कॅव्हिआर बनवले. बेडच्या टोकाला पायांवर पाय टाकून त्याच्याकडे मोठमोठ्या बदामी डोळ्यांनी टक लावून बघत बसली. तिला जणूकाही तो नाहीसा होईल अशी भीती वाटत होती.

बाँडने बोलीनिएचा ग्लास रिकामा केला. “मला पॉपीची फार आठवण येते आहे. उच्छृंखल असली तरी तशी लाजरी होती. याउलट स्कार्लेट – ती खरे तर बँकर आहे. तिच्या वागण्यात संयम अपेक्षित आहे.”

“पण ते सोडून ती सर्व काही आहे असेच ना? आज मी कोण असलेली आवडेल तुला?”

“मध्यरात्रीपर्यंत पॉपी,” शातो बातायेच्या बाटलीचे बूच काढत बाँड म्हणाला. “पण त्यानंतर शुद्ध आणि मनावर कसलेही दडपण नसलेली स्कार्लेट.”

जेवता जेवता ते मागील आठवड्यात घडलेल्या घटनांबद्दल बोलत होते. स्कार्लेट ग्लासेस आणि प्लेट्स आवरत असताना बाँडने गॉर्नरबरोबरच्या त्याच्या शेवटच्या झटापटीबद्दल सांगितले.

स्कार्लेटने राहिलेली शॅम्पेन संपवली आणि ती पांघरुणाखाली सरकली. बाँडला चिकटून झोपली. “माझे काय होणार आता जेम्स?”

“म्हणजे काय म्हणायचे आहे तुला?”

“पहिल्याच कामगिरीवर असताना मी ऑफिसमधल्या माणसाच्या प्रेमात पडून अक्षम्य अशी चूक केली आहे. मग माझ्या नोकरीचे काय होणार?”

बाँड बेडवरून उठला, उभा राहिला, खिडकीपाशी गेला. त्याचे सर्वांग खरे तर दुखत होते. बरगड्या, खांदा, सगळीकडे वेदना होत्या.

खाली प्रकाशाची ती नगरी दूरवरच्या *द ला कान्कोर्द* पासून पिगाल आणि तिथून उत्तरेचा बाल्लियच्या भयानक टॉवर्सपर्यंत नुसती चमकत होती.

एम. आणि नवीन सायकॉलॉजिकल फिटनेस ट्रेनर ज्यूलिअस बर्टन, लिलिया पॉन्सन्बी, मनिपेनी आणि इतरांचा विचार करत त्याने पडदे जवळ खेचले आणि घट्ट लावून टाकले.

''वेगळे ऑफिस आहे खरे,'' बेडकडे परत येत तो बडबडला.

''हो,'' तिने पांघरूण बाजूला सरकवत आपली गुलाबी, टवटवीत मुलायम, त्याचीच वाट बघत असलेली काया त्याला दाखवली. ''आणि वेगळाच प्रणयही.''